कुलवृत्तांत
नारायण
धारप
साकेत
प्रकाशन

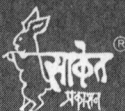

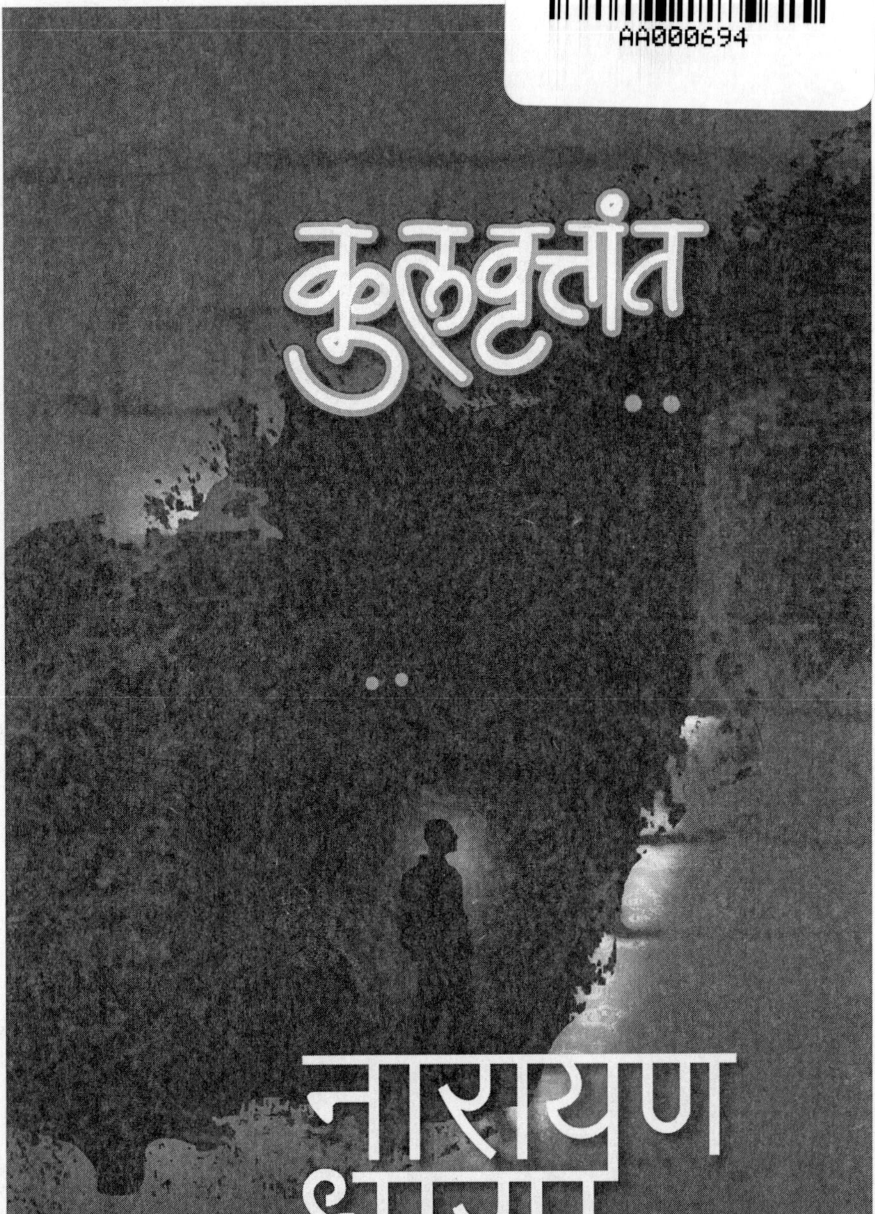

कुलवृत्तांत!
कादंबरी
नारायण धारप

प्रकाशन क्रमांक - १८८५
साकेत आवृत्ती - २०१९
साकेत दुसरी आवृत्ती - २०२४

प्रकाशक
साकेत बाबा भांड
साकेत प्रकाशन प्रा. लि.
११५, म. गांधीनगर, स्टेशन रोड
छत्रपती संभाजीनगर - ४३१ ००५
फोन - (०२४०)२३३२६९२/९५
www.saketprakashan.in
saketpublication@gmail.com

पुणे कार्यालय
साकेत प्रकाशन प्रा. लि.
ऑफिस नं. ०२, 'ए' विंग
पहिला मजला, धनलक्ष्मी कॉम्प्लेक्स
३७३ शनिवार पेठ
कन्या शाळेसमोर, कागद गल्ली
पुणे - ४११ ०३०
फोन - (०२०) २४४३६६९२

Kulvruttant
Novel
Narayan Dharap

© सर्व हक्क सुरक्षित, २०१९

पहिली आवृत्ती - जुलै २००५

शिरीष नारायण धारप
५०३, भैरवी अपार्टमेंट,
आयसीएस कॉलनी, भोसलेनगर,
पुणे - ०७

अक्षरजुळणी ः श्री उद्योग
मुखपृष्ठ ः संतुक गोळेगावकर

मुद्रक ः प्रिंटवेल इंटरनॅशनल प्रा. लि.
जी-१२, चिकलठाणा,
छत्रपती संभाजीनगर

ISBN-978-93-5220-233-1
किंमत ः २७५ रुपये

प्रकाशकीय

नारायण धारप हे नाव युवा वाचकांना नवीन असले तरीही आपल्या भयचकित करणाऱ्या लेखनाने मराठी साहित्यविश्वाचा एक काळ त्यांनी गाजवला होता. मराठी साहित्यात रहस्यकथेचे आणि कादंबरीचे दालन समृद्ध करणारे जे काही मोजकेच स्वतंत्र लेखन करणारे लेखक आहेत, त्यात नारायण धारपांचे स्थान अव्वल आहे. गेल्या शतकातील साठच्या दशकात त्यांनी लेखनाला सुरुवात केली आणि त्यानंतर अखेरपर्यंत ते सातत्याने लिहीत राहिले.

कथानकात पुढे काय होणार याची उत्सुकता कायम ठेवत, वाचकाला आपल्या लेखनात गुंतवून ठेवणे, इतकेच नाही तर त्या वातावरणाचा एक भाग बनविण्याचे कसब ज्या काही लेखकांना साध्य झाले; त्यापैकी नारायण धारप एक आहेत. वाचकांना त्यांचा अविश्वास क्षणभर दूर ठेवायला लावण्याची किमया हे त्यांच्या कथांचे वैशिष्ट्य आहे. धारपांची भाषा चित्रमय आहे. वाचकांच्या डोळ्यासमोर घटना प्रत्यक्ष उभी करण्याचे सामर्थ्य त्यांच्या भाषेत आणि लेखनशैलीत आहे. त्यामुळेच दूरदर्शन आणि इतर प्रसारमाध्यमांची फारशी चलती नव्हती, त्या काळात सामान्य वाचक अतिशय आतुरतेने त्यांच्या लेखनाची वाट पाहत असत. वाचनालयात विशेषतः सर्क्युलेटिंग लायब्ररीजमधून त्यांची पुस्तके वाचायला मिळविण्यासाठी वाचक रांगा लावीत असत, ही गोष्ट त्यांच्या लेखनाची वाचकप्रियता स्पष्ट करण्यास पुरेशी आहे.

माणसाला नेहमीच कोणतेही रहस्य जाणून घेण्याची मुळातच उत्कंठा असते. स्वतःचे कल्पनाविश्व विस्तारण्याचे जे समाधान वाचनातून मिळते ते दुसऱ्या कोणत्याही माध्यमातून मिळत नसल्यामुळे वाचनाकडे आकर्षित झालेली नवी पिढी रहस्यमय कथा, कादंबऱ्यांच्या प्रतीक्षेत आहे. या वाचकांची बौद्धिक भूक भागविण्यासाठी नारायण धारप यांचे रहस्यमय साहित्य पुन्हा नव्याने प्रकाशित करण्याचा आम्ही निर्णय घेतला.

आजपर्यंत आम्ही नारायण धारप यांची जवळजवळ पन्नासहून अधिक पुस्तके प्रकाशित केली आहेत. नारायण धारप यांचे रहस्यमय साहित्य चांगल्या आणि दर्जेदार स्वरूपात प्रकाशित केल्यामुळे वाचकांना त्याचा मनासारखा आस्वाद घेता येईल असा आम्हाला विश्वास वाटतो. आधुनिक तंत्रज्ञानाच्या या युगात ही पुस्तके आम्ही 'ई-बुक्स'च्या माध्यमातूनही वाचकांसाठी उपलब्ध केली आहेत. नव्या स्वरूपातील या अस्सल मराठी रहस्य साहित्याचे वाचक नक्कीच स्वागत करतील अशी खात्री आहे.

- प्रकाशक

नारायण धारप यांचे साहित्य

कुलवृत्तांत

१.

आमच्या घराण्याचा कुलवृत्तांत लिहिण्याची कल्पनाही माझ्या मनात कधी आली नव्हती. कोणत्याही कारणासाठी आमचं घराणं प्रसिद्ध नाही. आमच्या घराण्यात कोणी शूर सरदार-दरकदार होऊन गेले नाहीत, की ज्यांची नावं इतिहासाच्या पानात नोंदली जावीत; आमच्या घराण्यात कोणीही मोठे कारखानदार-उद्योगपती निपजले नाहीत; शौर्य नाही, संपत्ती नाही, मग विद्वत्ता तरी? तेही नाही. महान प्रकाड पंडित, टीकाकार, ग्रंथकार, साहित्यिक, नाटककार यांच्याही रांगेत आमच्यातला कोणी नाही. संगीत, अभिनय, चित्रकला, कसरत, खेळ यांचंही आमच्या पूर्वजांना वावडं होतं.

तसा आमच्या घराण्याचा विस्तार मोठा नाही. जोशी, कुळकर्णी, देशपांडे तर सोडाच; पण भावे, सोमण, बापट अशांसारख्यांनीही कशा पेठाच्या पेठा काबीज केल्या आहेत! डॉक्टर, वकील, इंजिनिअर, कॉंट्रॅक्टर, उद्योजक- सर्वत्र हे आहेतच. पण वज्रे? वज्रे नाव ऐकल्याचं आठवतं तुम्हाला?

आणि अर्थात अचानकपणे अगदी अनपेक्षितपणे हातात गडगंज पैसे आले तर मीही 'ठेवीले अनंते तैसेची रहावे...' या न्यायाने माझं एकसुरी सामान्य आयुष्य जगलो असतो आणि अर्थात या साऱ्या गोष्टी...

पण ते मागाहून.

आरंभापासून सुरुवात.

***

मित्राबरोबर गप्पा मारीत चाललो असताना लॉटरीचा स्टॉल लागला. मित्र त्या व्यसनाच्या पुरता अधीन झालेला. कसले तरी आडाखे लावून त्या नंबराची तो पाचपन्नास तिकिटं घ्यायचा आणि गंमत म्हणून मीही एक तिकीट घेतलं.

आणि माझ्या तिकिटाला तीन लाख रुपयांचं बक्षीस लागलं!

तीन लाख रुपये!

रक्कम प्रत्यक्ष हातात आल्याशिवाय, वापरल्याशिवाय तिची खरी कल्पना येत नाही. फ्रीज, टीव्ही, व्हीसीआर यासारख्या वस्तूंसाठी दहापंधरा हजार मोजले की, खूप केलं असं मानणारे आम्ही मध्यमवर्गीय... तीन लाख रुपये!

ही गोष्ट मी कोणाजवळही - त्या लॉटरीवेड्या मित्राजवळ तर नाहीच; पण प्रत्यक्ष माझ्या घरातल्यांशीही - कोणाजवळही उघड केली नाही. गायत्री, माझी पत्नी. सुरेश आणि सुलेखा माझी मुलं. त्यांच्यापाशीही नाही. कारण? मध्यमवर्गीय मन? हसं होण्याची भीती आणि असं काही भव्य-दिव्य, लखलखीत, डोळे दिपवणारं आपल्या आयुष्यात घडू शकेल यावर अविश्वास!

***

कोणाला असं घबाड लागलं, की त्याच्या मागे लुच्चे, हावरट, फुकटे, बादरायणी संबंध जोडून नात्यात आलेले बुभूक्षित लागणारच... तेव्हा आजकाल ही नावं जाहीर होतच नाहीत. मी बक्षीस केव्हा मिळतं, कोठे मिळतं, त्यात टॅक्स वगैरे किती कापला जातो इत्यादीची आडून आडून चौकशी करीतच होतो. असं समजलं की, लॉटरीच्या मुख्य कार्यालयात माझा क्लेम दाखल करावा लागणार होता. मग तिकिटाच्या खरेखोटेपणाची चौकशी होणार, मग त्या नंबरावर इतर कोणाचा दावा नाही ना याची खात्री करून घेतली जाणार आणि मग तीस टक्के कर वजा करून उरलेली रक्कम मला ट्रेझरी वॉरंटच्या रूपात मिळणार.

ओळखीतल्या वकिलातर्फे हे सर्व सव्यापसव्य पार पडायला तीन महिन्यांचा अवधी लागला. अर्थात माझ्या वागण्यात बदल झाला होता. झाल्यावाचून कसा राहील? इतरांना नाही तरी माझं मला माहीत होतं की, मी लक्षाधीश होणार आहे. अर्थात दोन लाखांनी काही माणूस लक्षाधीश होत नाही. त्या कोट्यधीश घेरीला कोणीच विचारलं होतं - तुम्ही मिलीनॉवर कोणाला म्हणाल? त्याने उत्तर दिलं होतं, ज्याला आपले मिलीयन्स मोजता येत नाहीत त्याला! मग वागण्यातला बदल घरच्यांच्या लक्षात आल्याशिवाय कसा राहील?

पैशांकडे पाहण्याची माझी दृष्टीच बदलली होती. एकाच्या ठिकाणी दहा, दहाच्या ठिकाणी शंभर आणि शंभरच्या ठिकाणी हजार खर्च झाले तरी मला त्याचं फारसं काही वाटेनासं झालं होतं. सुरेशने ट्रॅकसूट आणि स्पोर्ट शूज मागितले होते तेव्हा मी त्याला सुनावलं होतं, 'सुरेश, या सकाळच्या तासाभराच्या हौशीमौजीपायी हजार-दीड हजार खर्च करण्याची माझी ऐपत नाही! सुलेखालाही तिच्या कपड्यांच्या, सौंदर्य प्रसाधनांच्या, चपला-बूट-सँडलच्या बाबतीत असंच खडसावलं होतं. शेवटी माझा पगार चार आकडी. त्यावर मागण्या किती? गायत्रीशीही वाद झाला होता. नवीन (इंपोर्टेड) लिनोलियमवरून, दाराखिडक्याच्या पडद्यावरून, फूड प्रोसेसरवरून, मायक्रोवेव्ह ओव्हनवरून. मी मनातल्या मनात विचार करी, मी स्वतः कोणताही शौक करीत नाही, फॅन्सी कपडे वापरीत नाही, सिनेमा-नाटकांना जात नाही, ड्रिंकला हात लावत नाही हे यांना दिसत नाही का?

मर्यादित उत्पन्न असलेल्याच्या दृष्टीत हे ब्लाइंड स्पॉट आपोआपच येतात. आवड-नावड या गोष्टी बाजूस राहतात. आयुष्यातल्या अमूकअमूक गोष्टी आपल्यासाठी नाहीत ही मनाची ठाम धारणा झालेली असते. भविष्यातली कमाई गहाण टाकून हप्त्यावर, हायर परचेसवर हजारोंच्या वस्तू घरात आणणारे असतीलही; पण मी त्यांच्यातला नव्हतो. वाटेवरून जाताना नजरेला समोरचे उंच पर्वत दिसावेत ते आपल्याला आज ना उद्या पार करायचे आहेत ही जाणीव सतत मनात असावी तसं माझं होतं. सुरेशचं शिक्षण होतं, नोकरी-व्यवसाय करायला लागल्यानंतरही सुरुवातीच्या वर्षात त्याला काही ना काही मदत लागणारच होती. सुलेखाचं शिक्षण होतं, ती नोकरी करायला लागली तरी तिच्या विवाहाचा खर्च समोर होताच. तेव्हा चारी बाजूंनी अशा या साखळ्या होत्या. वाटेवरून एखादं पाऊल सरकलं की, साखळीची खेच परत वाटेवरच ओढत आणी.

अगदी साधं उदाहरण सांगतो. अनेक मित्रांच्या आग्रहावरून यात्रा कंपनीचं माहितीपत्रक आणलं. त्यातले आकडे पाहिले आणि तो विचारच सोडून दिला.

मला माझ्या मर्यादा माहीत होत्या.

आणि त्या दिवशी या सर्व साखळ्या एकामागोमाग एक अशा खळखळत खाली पडल्या होत्या. माझ्या मनावरचा सर्व भार उतरला होता. एवढंच नाही, इतका विलक्षण हलकेपणा जाणवत होता, इतकी विलक्षण स्वैर मोकळेपणाची

भावना जाणवत होती की, ते इतरांपासून लपवणं मोठं कठीण जात होतं. रेडिओवरची भजनं ऐकताना किंवा टीव्हीवरची एखादी मनोवेधक सिरियल पाहतानाही मी एकदम मधेच उठलो, हातांवर हात चोळत सर्व खोलीभर हिंडायला लागलो, पाठीशी हातांची जुडी करून लहानशा व्हरांड्यात भराभरा येरझारा घालायला लागलो, की गायत्री (आणि मुलं असली तर तीही) जरा नवलाने माझ्याकडे पाहायला लागत...

पण मी त्यांना सांगणार नव्हतो... एवढ्यात नाही.

***

मला बक्षीस लागलं आहे हे समजल्या क्षणापासूनच मी मनाशी ठरवलं होतं की, आयुष्याची चाकोरी बदलायची. नोकरीच्या वर्षांची मोजदाद नोकरदाराच्या मनात तर सततच होत असते. महिन्यापूर्वीच एका सकाळी माझ्या ध्यानात आलं होतं की, आपल्याला नोकरीला लागून वीस वर्षे झाली! (मनात एक कटू विचारही आला होता - आपण ऐच्छिक निवृत्तीला पात्र झालो आहोत...) पण अशी पात्रता असून काय उपयोग? किती भाग्यवंतांना या पात्रतेचा फायदा घेता येतो? किती जणांना या रटाळ चाकोरीतून बाहेर पडण्याची शक्यता असते? स्वातंत्र्य असतं? मला तर खास नाही!

पण आता मी तो हक्क बजावू शकत होतो. पेन्शनचा, फंडाचा विचारही न करता माझा निर्णय मनाशी घेतला गेला होता. नोकरी तर सोडायचीच... पुढचं पुढे.

दोन लाख नऊ हजार नऊशे सत्तावन्नचा ड्राफ्ट हातात आला, खात्यात भरला, जमा झाला तेव्हा मग ऑफिसमध्ये चौकशी सुरू केली; पण तीसुद्धा अगदी आडून आडून... आगलावे काय, सर्वत्रच असतात!

या महिन्यात निवृत्ती घेतली तर अठराशे रुपये पेन्शन बसणार होतं आणि ऑफिसचं कॉन्ट्रीब्युशन धरून शाण्णव हजार आणि वर काहीशे रुपयांचा फंड मिळणार होता.

महिन्याच्या शेवटच्या दिवशी मी राजीनाम्याचं पत्र अधिकाऱ्यांच्या हाती दिलं.

बिनवाती, फुसका वाटणारा फटाका द ऽ ऽ ण ऽ ऽ आवाज करून फुटावा तसंच सर्वांना वाटलं असलं पाहिजे. मान खाली घालून निपचित काम करणारा हा निरुपद्रवी, मध्यमवयीन, चाळिशी जेमतेम उलटलेला वझे -हा राजीनामा देतो!

अर्थात अधिकाऱ्यांनी काय समस्या आहे, काही अडचण आहे का इत्यादी विचारणं कथा-कादंबऱ्यात किंवा सिनेमातच घडतं. सरकारी कार्यालयात सर्व कारभार थंडपणे, तटस्थपणे चाललेला असतो. साहेबांनी राजीनाम्याचा कागद वाचला, थंडपणे पेपरवेटखाली सरकवून ठेवला आणि 'ठीक आहे...' एवढ्यावर माझी भलावण केली.

पण अर्थात ऑफिसात बातमी पसरायला कितीसा उशीर लागणार? आणि मग प्रश्नांची सरबत्ती. 'काहीतरी घबाड आलेलं दिसतंय!' म्हणणारेच सत्याच्या खूप जवळ आले होते; पण माझा पूर्वीपासूनचा मितभाषी स्वभाव उपयोगी पडला.

+++

२.

दिवसाचे अगदी रविवारसुद्धा सकाळचे जेवायला आम्ही एकत्र असे क्वचितच असायचो. रात्री मात्र जेवणं एकत्र व्हायची.

त्या संध्याकाळी सर्वांची जेवणं जवळजवळ संपत आल्यावर मी म्हणालो,

'तुम्हा सर्वांना मला काही सांगायचं आहे.'

माझं मलाही समजत होतं की, हे जरासं नाटकी आहे... पण मी सांगणार होतो त्या बातम्याच इतक्या सनसनाटी होत्या की, त्यांच्यात नाट्य हे येणारच होतं!

'तीन महिन्यांपूर्वी मला लॉटरीचं तिकिट लागलं!'

'बाबा! आणि तुम्ही लॉटरी खेळलात?' सुरेश.

'एकास एक तरी परत आला का?' गायत्री.

'आई! गप्प ना! त्यांना सांगू दे ना! सांगा हो बाबा!' सुलेखा.

'बक्षीस तीन लाख रुपयांचं आहे...'

हे शब्द मात्र सर्वांना अबोल आणि थक्क करणारे होते.

'प्रत्यक्षात माझ्या हाती दोन लाख दहा हजार रुपये आले. हे एक आणि आता दुसरे... मी आज माझ्या नोकरीचा राजीनामा दिला आहे. पुढच्या महिन्याच्या अखेरपासून नोकरी बंद! मी अगदी अगदी मोकळा...'

'तुम्ही आज ठरवलंय तरी काय?' गायत्री गोंधळून म्हणाली... आणि त्या बिचारीचा तरी काय दोष? तिचं सारं जगच उलटं पालटं होत होतं.

'गायत्री, तुझ्यापाशीही बोललो नाही, रागावू नकोस. सर्व बाजूंनी पूर्ण विचार करूनच मी हे ठरवलं आहे. आता घरखर्चाचं काय, पुढचं काय विचारशील. त्याचीही उत्तरं देतो. लॉटरीचे पैसे आणि माझ्या फंडाचे पैसे मिळून तीन लाख होतात... ते मी तुझ्या नावावर व्याजी लावणार आहे. महिन्याच्या पहिल्या तारखेला तुझ्या हातात साडेतीन हजार रुपये येतील. ते तुझ्या घरखर्चासाठी आहेत. त्याखेरीज अर्थात माझं पेन्शन असणारच. ते मी माझ्या वरखर्चासाठी ठेवणार आहे.'

'पण नोकरी सोडलीत म्हणता, दिवसभर करणार आहात तरी काय?'

'त्या कशाचा अजून विचारसुद्धा केलेला नाही.' हे अर्थात खरं नव्हतं. मनात अनेक कल्पना येत होत्या, उलट्या सुलट्या करून पाहिल्या जात होत्या. 'अजून महिनाभर तरी ऑफिस आहेच. मात्र एक सांगतो, रिटायर झालेले नवरे दिवसभर बायकोच्या बोकांडी बसतात तसलं मी काही करणार नाही हे खास.'

सुरेश-सुलेखा अजूनही बोलण्याच्या मन:स्थितीत आले नव्हते. कदाचित त्यांनाही ही कल्पना पचवायला अवघड जात असेल.

'बाबा! काँग्रॅच्युलेशन्स!' सुलेखा म्हणाली. तिने माझ्या हातावर हातही ठेवला नाही. अठरा-वीस वर्षे वयाच्या, वयात आलेल्या मुली फक्त चित्रपटातच वडिलांना मिठी मारतात.

'माझेही काँग्रॅट्स!' सुरेश म्हणाला.

मी हात वर करून त्यांच्या अभिवादनाचा स्वीकार केला. अर्थात असं बक्षीस लागणं हा योगायोगच होता. त्यात माझी कर्तबगारी काहीच नव्हती. तरीही त्या दोघांच्या भावना मी समजू शकत होतो. 'हे पहा,' मी म्हणालो, 'आणखीही काही सांगायचं आहे. बक्षीस लागलं हे समजल्याला तीन महिन्यांच्यावर दिवस गेले आहेत. मी मनाशी खूप विचार केला आहे. मी या घरचा कर्ता आहे. तुमच्या शिक्षणाची, भावी आयुष्याची सर्व जबाबदारी माझ्यावर आहे. आजवर जमेल तशी मी ती पार पाडीत आलेलो आहे आणि समजा हे बक्षीस लागलं नसतं तर आपलं सर्वांचं आयुष्य याच सरळ रेषेवरून पुढे चालत राहिलं असतं. ते तसंच चालू राहावं याची संपूर्ण व्यवस्था मी आधी केली आहे. तुम्ही असं समजू शकता की, या रकमेच्या मोबदल्यात मी स्वतःभोवतीच्या नोकरीच्या अत्यंत कंटाळवाण्या साखळ्या तोडून टाकल्या आहेत. फक्त याची खात्री घेऊन

की, तुमच्यापैकी कोणालाही कोणतीही तोशीस लागणार नाही. तुम्ही दोघं अजून लहान आहात, तरुण आहात, आशा-आकांक्षा करण्याचं तुमचं वय आहे. एकाच एका यांत्रिक चाकोरीत महिन्यामागून महिने, वर्षांमागून वर्षं काढणं, तेच तेच मख्ख चेहरे दररोज पाहणं, तेच ते फालतू जोक्स ऐकणं हे किती असह्य होत असेल याची शब्दांनी कल्पनाच देता यायची नाही. या एवढ्याशा रकमेत मला तेवढंच शक्य होतं. मी माझं स्वातंत्र्य विकत घेतलं.'

त्या तिघांपैकी कोणीही काही बोललं नाही.

'तुम्ही मला कदाचित स्वार्थी म्हणाल. मी माझ्या वर्तनाचा बचाव करीत बसणार नाही. ही अशी एकच संधी चालून आली होती... ती मी घेतली.'

वातावरणाला जरा वेगळं आणि गंभीर वळण लागलं होतं.

'तीन लाख रुपये ही रक्कम आपल्या दृष्टीनं मोठी आहे; पण प्रत्यक्षात त्या रकमेला फार कमी किंमत आहे. सात-आठ लाखांच्या खाली मध्यम आकाराचाही फ्लॅट मिळत नाही. दोन-सव्वा दोन लाखांच्या खाली अगदी लहानशीही गाडी मिळत नाही. एखादी चांगली मोटर बाईकही पंचेचाळीस हजारांच्या आसपास असते... फक्त एकच आहे सुरेश, समजा एखाद्या चांगल्या कॉलेजमध्ये प्रवेशासाठी कॅपीटेशन अमाऊंट लागली तर त्याची सोय झाली आहे. सुलेखा, समजा तुझ्यासाठी एखादं उत्तम स्थळ आलं तर पैशांसाठी कार्य अडणार नाही.' त्यांच्या चकित चेहऱ्यांकडे पाहत मी जरासा हसत म्हणालो, 'हो, इतका लांबवरचा विचार करावाच लागतो. हो की नाही? त्याही काळज्या माझ्या मागे होत्या. त्या आता दूर झाल्या आहेत.' आणि मग शेवटी त्या दोघांच्या खांद्यावर हात ठेवत. 'आता सर्वांत चांगली बातमी ऐका! तुम्हा दोघांना मी प्रत्येकी पाच हजार रुपये देणार आहे आणि त्या रकमेचं तुम्ही काय करता याची काडीइतकीही चौकशी करणार नाही.'

अपेक्षेप्रमाणे त्या दोघांचे चेहरे एकदम खुलले.

✦✦✦

३.

ऑफिसमधला तो शेवटचा महिना जरा चमत्कारिकच गेला. म्हणजे त्रास असा काही झाला नाही. मागाहून मला त्याचं कारण कळलं. पायरी चुकली की, साऱ्या शरीराला जसा हिसका बसतो तशी सर्वांची गत झाली होती. माझ्याबद्दलच्या सर्वांच्याच अपेक्षा चुकल्या होत्या. ऑफिसमध्ये माझी गणना निरुपद्रवी जीव अशीच होत असावी. सीनिऑरिटीने जमल्या तशा बढतीच्या एक एक करीत पायऱ्या ओलांडणारा मी... माझ्या राजीनाम्याने हलचल माजली होती. सहकाऱ्यांशी वागताना तुम्हाला एक स्वातंत्र्य असतं. वाटलं तर तुम्ही एखादा ओल्या पार्टीचा, एखादा शनिवार-रविवार रमीचा अड्डा टाकणारा असा ग्रुप जॉइन करू शकता किंवा सर्वांपासून अलगही राहू शकता. मी या दुसऱ्या वर्गात होतो. ऑफिसमध्ये सामूहिक निमंत्रण आलं तर एखाद्याच्या घरच्या कार्यास हजर राहत असे. त्यापलीकडे कोणाशीही दोस्ती नव्हती, जवळीकही नव्हती. तेव्हा एकमेकांच्या घरी जाण्यायेण्याचा प्रश्नच नव्हता. तेव्हा मी त्या 'सर्कल' मधला नसल्याने वागणुकीत औपचारिकताच होती. तेव्हा आता कोणीही माझ्याशी माझ्या खाजगी वैयक्तिक प्रश्नांबद्दल बोलू शकत नव्हता, मला काहीही विचारू शकत नव्हता. त्यांच्या प्रत्येकाच्या मनात तर्ककुतर्क असणारच, त्यांच्या बैठकात यावर उलटसुलट चर्चा होत असणारच. फक्त ते माझ्यापर्यंत पोहोचलं नाही.

फेअरवेल पार्टीची शक्कल कोणाच्या डोक्यातून निघाली मला समजलं नाही; पण सर्वांच्या शंकांचं निरसन करण्याची ही एक नामी कल्पना होती यात संशय नाही.

असे समारंभ अनेकांनी पाहिले आहेत. त्यांच्या वर्णनात वेळ घालवत नाही. ऑफिसचीच जागा. तिथल्याच एका टेबलावर पसरलेली पांढरी चादर. टेबलावर एक फ्लॉवर पॉट. एक तांब्याभांडं. मागे तीन खुर्च्या, एकीत मी, दुसरीत अध्यक्ष आणि तिसरीत 'संचालन' करणारे. इथे दामले नावाचे एक सीनिअर क्लार्क, बोलण्यात मोठे हुशार.

'गेली पंधराहून अधिक वर्षं मी रा. वज्रे यांच्याबरोबर काम करीत आहे; पण पहिल्या दिवशी होतो तितकेच आम्ही जवळ आणि दूर आहोत. जवळ म्हणजे पाच-सात फुटांवरच्या टेबलामागे बसणारे... आणि दूर म्हणजे एकमेकांबद्दल काहीही माहिती नसलेले...' (जराशी हसण्याची खसखस) 'आपण रा. वज्रे यांना अगदी गृहीतच धरून चाललो होतो. आता पुढच्या महिन्याच्या पहिल्या तारखेस त्यांची खुर्ची रिकामी दिसली की, आपल्याला जाणवणार आहे... अरे! काहीतरी चुकतंय! आणि मग ध्यानात येईल... आज वज्रे नाहीत!'

जरा थांबून... 'आपले हे वज्रे जरा मागे मागेच, जरा पार्श्वभूमीवरच राहणाऱ्यांपैकी एक आहेत; पण ऑफिसचे काम सुरळीतपणे चालण्यासाठी त्यांचाही अबोल पण महत्त्वाचा हातभार लागलेला आहेच, हे कधीही विसरून चालणार नाही. कोणताही गाजावाजा न करता आपलं काम चोख आणि तत्पर करणारांपैकी वज्रे हे एक आहेत.' (टाळ्या) 'त्यांच्या आजवरच्या सहकार्याची एक लहानशी पावती म्हणून त्यांचा सर्व सदस्यांतर्फे मी अध्यक्षांना विनंती करतो की, त्यांनी ही लहानशी भेट रा. वज्रे यांना द्यावी.'

अध्यक्ष माझ्या हातात सोनेरी फुलांचं डिझाईन असलेल्या कागदात लपेटलेली एक जरा मोठ्या आकाराची, पण चपटी आणि हलकी पेटी देतात (टाळ्या). पेटी हातात घेऊन मी सर्वांना वाकून नमस्कार केला. (घरी आल्यावर पेटी उघडी तेव्हा दिसलं की, आत एक छानपैकी वॉल क्लॉक होतं. मला सुचवण्यासाठीच की, आता वेळ जाण्याचीच माझ्यासमोर अडचण येणार आहे!)

दामले पुढे बोलायला लागले, 'मनाशी काहीतरी हिशेब करूनच रा. वज्रे यांनी हा निर्णय घेतला आहे. त्यांच्या मनात शिक्षादानासारखं काही सामाजिक कार्य करायचं असेल. कदाचित ते एखाद्या राजकीय पक्षातही जातील (हंशा). मी रा. वज्रे यांना विनंती करतो की, त्यांनी आपला मनोदय आम्हा सर्वांना सांगावा... कोणी सांगावं आपल्यापैकी एवढ्यातच निवृत्त होणारांनाही काही उपयोगी सल्ला मिळेल!'

टाळ्यांच्या गजरात दामले खाली बसले. शेवटच्या पाच-सात वाक्यातल्या त्यांच्या कोपरखळ्या मला समजल्या होत्या आणि टोचल्याही होत्या. सुरुवातीस मी मनाशी ठरवलं होतं की, ही औपचारिक वेळ आहे, शेवटपर्यंत ती तशीच औपचारिक ठेवायची. पण दामल्यांच्या शब्दांनी मला राग आला होता. स्वस्तातल्या टाळ्या मिळवण्यासाठी त्यांनी विनाकारण मला टोमणे मारले होते. मी दोन शब्द बोलण्यासाठी उभा राहिलो तेव्हा आधी मनाशी ठरवलेलं सर्वकाही विसरून गेलो.

'तुमच्या सर्वांच्या आपुलकीबद्दल मी आभारी आहे.' आधी जरा घसा साफ करावा लागला. 'माझ्या स्वेच्छानिवृत्तीबद्दल अनेकांच्या मनात अनेक तर्ककुतर्क आहेत हे आता उघड झालं आहे. आता मी खरी गोष्ट सांगतो म्हणजे सर्वांचंच समाधान होईल.'

त्यांना मनाशी नवल वाटत असणार... हा वज्रे आता सांगतो तरी काय?

'खरी गोष्ट ही आहे की, चार महिन्यांपूर्वी मला सरकारी लॉटरीमध्ये तीन लाख रुपयांचं बक्षीस लागलं. तेव्हा आता मला नोकरीची गरज नाही आणि म्हणून मी नोकरीचा राजीनामा दिला आहे. राजकीय वा सामाजिक वा शैक्षणिक कार्य करण्याचा कोणताही उच्च, उदात्त विचार माझ्या मनात नाही. मी पूर्वीसारखाच एक सामान्य असामी आहे आणि तसाच राहणार आहे.'

सर्वांना शेवटचा नमस्कार करून मी खुर्चीवर बसलो.

माझे शब्द कोणी कसे घेतले काय सांगणार? ज्याच्या त्याच्या स्वभावाप्रमाणे त्याची त्याची प्रतिक्रिया झालेली असणार.

पण मी मात्र विलक्षण समाधानी होतो.

***

सुरुवाती-सुरुवातीस घरच्यांना माझ्याशी कसं वागावं हेच समजलं नव्हतं.

वास्तविक प्रत्यक्षात काय फरक पडला होता? मला काय सैतानासारखी शिंगं आणि खूर आले होते? मला काय देवदूतासारखे पंख फुटले होते? मी काय एखाद्या राक्षसासारखा अक्राळविक्राळ दिसत होतो? पण ते बिचकत होते ही गोष्ट खरी. माणूस जगाची प्रतिमा कशी काय मनात वागवतो आणि त्याच्या प्रतिक्रिया काय होतात हे खरोखरीच एक कोडंच आहे.

सुलेखा आणि सुरेश यांच्या हातात मी शंभर शंभर रुपयांच्या नव्या कोऱ्या नोटांची पाच-पाच हजारांची बंडलं ठेवली तेव्हा सुरुवातीस त्यांच्या चेहऱ्यावर आनंद दिसण्याऐवजी आश्चर्य आणि अविश्वासच होता.

रोजच्यासारखं साडेनऊला मी जेवणासाठी स्वयंपाकघरात हजर झालो तेव्हा गायत्रीही जराशी हबकलीच. 'गायत्री', मी म्हणालो, 'अजून चार आठवडे मला ऑफिस आहे. अजून चार आठवडे पहिल्यासारखंच रुटीन राहणार आहे. माझी जी काय रजा असेल त्यापैकी जेवढी एन्कॅश करता येईल तेवढी करणार आहे आणि मग नाइलाज झाला तरच शेवटचे काही दिवस रजा घेणार आहे; पण तोपर्यंत कार्यक्रम पहिल्यासारखाच!'

पण गायत्री आणि मुलं यांना बोल कशाला लावायचा? मला स्वतःलाही एक वेगळेपणाची जाणीव होत नव्हती का? नोकरीच्या दिवसांची पूर्वीही मनात मोजणी चाललेली असायची... आताही चाललेली होती; पण वेगळ्या अर्थाने. पूर्वी निवृत्तीनंतर काय? हा प्रश्न मनाला भेडसावत असायचा. आता केव्हा एकदा या पाशातून मुक्त होतो अशी एक अधीरता होती; पण अजूनही नोकरीतून मोकळं झाल्यावर पुढे काय? हा प्रश्न अनुत्तरितच होता.

राजकारणात पडणार नाही. समाजसेवेचं व्रत घेणार नाही. सहकाऱ्यांना त्या दिवशी ठासून सांगितलं होतं. नोकरी नसली, ऑफिस नसलं तरी घरात तुला माझी अडगळ होऊ देणार नाही... गायत्रीला मोठ्या फुशारकीनं सांगितलं होतं.

पण मी करणार होतो तरी काय? दिवसाचे बारा तास कसे काढणार होतो? शेवटशेवटचे काही दिवस मनात हा विचार सतत यायचा आणि या प्रश्नाचं उत्तर जरी मला रस्त्यावर मिळणार नसलं तरी ऑफिसात जाताना किंवा इतरत्र कोठेही जाताना रस्त्यावर दुतर्फा लागलेल्या व्यावसायिकांच्या पाट्या वाचण्याचा मला एक शौकच जडला.

किती विविध व्यावसायिकांच्या नावाच्या पाट्या होत्या.

वकील, डॉक्टर, अकाऊंटंट, आर्किटेक्ट हे तर होतेच. गायन-वादन शिकवणारे होते. हस्तसामुद्रिक जाणणारे होते. फलज्योतिष वर्तवणारे होते. योगविद्या शिकवणारे होते. मसाजिस्ट होते. जुन्या वस्तूंची खरेदी-विक्री करणारे होते. चामड्याची वाद्यं विकणारे आणि मृदंग-तबला-डग्गा यांना शाई लावण्याचं एक दुकान दिसलं...

एक नवीन सत्य माझ्या डोळ्यांसमोर उलगडत होतं.

या अवाढव्य आणि बहुरंगी मानवी समाजात इतकी वर्षं मी अगदी एखाद्या आंधळ्यासारखा किंवा ढापणं लावलेल्या बैलासारखा वावरत आलो होतो. माणसाच्या गरजा किती विविध असतात! शारीरिक, बौद्धिक, मानसिक...

आणि त्याच्या मनात आधी इच्छा निर्माण करून मग त्या इच्छेचं गरजेत रूपांतर करणारे चाणाक्ष हुशार जाहिरातदार होते.. चैनीच्या मानल्या गेलेल्या गोष्टी पाहता गरजेच्या होत होत्या आणि त्या मिळवण्यासाठी माणूस श्रम आणि आणखी श्रम करीत होता...

कधी क्षणभरही थांबून स्वतःशी विचार करीत नव्हता.

काल ही गोष्ट आपल्याला आवश्यक वाटली नाही, एकाएकी आज ती हस्तगत करणं इतकं महत्त्वाचं का वाटायला लागलं?

जरा मागे नजर टाकली तर साध्या राहणीत समाधान मानणारा माणूस दिसत होता... त्याच्या मागे... त्याच्याही मागे...

मानव स्वतःच्या उत्क्रांतीचा कधी विचार तरी करतो का?

आपण कोण होतो, कोठून आलो, कोठे चाललो आहोत, या प्रवासाची परिणती कशात होणार आहे याचा माणूस कधी विचार तरी करतो का?

मी तरी कोण? येथे या शहरात कसा आलो? प्रत्यक्ष मी नाही; पण माझे पूर्वज... कोठून आले? महत्त्वाकांक्षेने आले की, गरजेपोटी आले?

विश्वास ठेवा अगर ठेवू नका - त्या एका क्षणात मनात ती कल्पना आली आणि पक्की रुजली. मनोव्यापारात आपण अनभिज्ञ आहोत. केवळ मीच नाही, तर मोठे मोठे तत्त्ववेत्तेही हेच म्हणतात.

मनाच्या पृष्ठावर आलेला विचार दिसतो; पण त्याची उत्पत्ती कोठे आणि कशी झाली हे कायम अज्ञातच राहतं.

एकदा मनात ती कल्पना आल्यावर जसाजसा मी जास्त विचार करायला लागलो तसतशी ती जास्त जास्त आकर्षक वाटायला लागली. जमेच्या बाजू या होत्या. हा व्यवसाय नव्हता, उद्योग नव्हता. एक खाजगी कार्य होतं. मला एकट्याला ते करता येण्यासारखं होतं. घरच्या घरी बसून पत्रव्यवहाराने गोष्टी साध्य होण्यासारख्या होत्या. पोस्टाचा काय खर्च येईल तोच.

मागाहून लक्षात आलं. केवळ अनुभवीपणामुळेच आपण हे मनाशी आडाखे बांधले होते.

४.

माझ्याकडे टेलिफोन नव्हता, तेव्हा डिरेक्टरी नव्हती; पण ऑफिसमधली डिरेक्टरी होती. डिरेक्टरीत फक्त एकच वज्रे हे नाव होतं. त्यांचा पत्ता लिहून घेतला. आणखीही वज्रे असतील; पण ते माझ्यासारखेच फोनचा खर्च न परवडणारे असतील. त्यांच्याशी संपर्क कसा साधणार? म्हणजे वर्तमानपत्रात जाहिरात किंवा निवेदन देणं आलं. वर्तमानपत्राच्या कार्यालयात चौकशी केली तेव्हा जाहिरातीचा दर सेंमीचा भाव किती कडाडला आहे ते समजलं. अगदी कमीत कमी मजकूर द्यायचा तरी शंभराखाली काम होणार नव्हतं आणि एकाच वर्तमानपत्राच्या एकाच अंकात जाहिरात देऊन भागणार नव्हतं. बऱ्यापैकी खप असलेली इतरही वर्तमानपत्रं होती, त्यांचाही विचार आवश्यक होता. हे फक्त पुणे-मुंबई-नागपूर यासारख्या शहरांपुरतं झालं. शिवाय जिल्हापातळीवरची वर्तमानपत्रं होतीच. त्यांचाही उपयोग करायला हवा. ही आमची वज्रे मंडळी कोणकोणत्या शहरगावातून मुक्काम करून असतील याला काहीच मर्यादा नव्हत्या.

तेव्हा प्रथम या फोनवाल्या वज्रेची भेट.

मी रविवारची सकाळ निवडली. भेटले नाहीत तर पुढच्या भेटीची वेळ ठरवून येता येईल. भेटले तर मग काय बोलायचं ते आयात्यावेळी पाहू एवढीच मनाची तयारी ठेवली होती. आजकाल पत्ते सोसायट्यांचे असतात. केवळ नावावरून काहीच कल्पना येत नाही. काही काही ओनर ऑक्यूपायरच्या असतात...

स्वतंत्र आलिशान बंगल्यांच्या. काही काही बारा किंवा चोवीस चोवीस फ्लॅटच्या इमारतींच्या रांगाच्या रांगा असतात.

मजजवळच्या पत्त्यावर मी पोहोचलो आणि ती आलिशान इमारत पाहून मनाचा धीर जवळजवळ खचलाच. कंपाऊंड वॉलला दोन फाटकं होती. एक मोठं, गाडीसाठी; दुसरं लहान, पादचाऱ्यांसाठी बाहेर पितळेची पण चकचकीत; पण एकशब्दी पाटी होती. 'वज्रे'. पाटीत नावाखाली धंदा, व्यवसाय इत्यादीचा काहीच उल्लेख नव्हता. फाटकावर 'कुत्र्यापासून सावध राहा!' ही पाटी होतीच आणि मी फाटकापाशी थांबताच आतून (भला मोठ्या वाटणाऱ्या) एका कुत्र्याच्या घशातली गुरगुर कानावर आलीच. मी फाटकाला हात लावताच तो जबरदस्त काळा अल्सेशियन व्हरांड्याच्या पायऱ्या उतरून खाली आला. अर्थात आता घंटा वाजवण्याचं प्रयोजन नव्हतंच.

पंचवीसच्या आसपासाची एक तरुणी व्हारांड्यातून खाली आली, तिने त्या कुत्र्याला हाताने ढकलत बंगल्याच्या मागच्या बाजूला नेलं आणि जाताजाता तिने वळून माझ्याकडे पाहत हाताने 'आता तुम्ही आत जाऊ शकता' अशी खूण केली.

फाटक उघडून मी आत आलो. अंगणात सुंदर बगिचा होता. बगिच्यामधून वेड्यावाकड्या फरशांची पायवाट गेली होती. त्या वाटेवरून मी व्हरांड्यात आलो. तिथेच घराचं मोठं प्रवेशद्वार होतं. मी दारापाशी पोहोचल्याची चाहूल आत कोणालातरी लागली असली पाहिजे.

'यस? कोण आहे?' आतून प्रश्न आला.

पडदा दूर करून मी खोलीत नजर टाकली. अत्यंत सुंदर आणि सुबक सामानाने सजवलेला तो दिवाणखाना होता. टीव्हीचा आवाज येत होता. त्या रोखानं मी पाहिलं. उजव्या भिंतीपाशी टीव्ही होता आणि पाच-दहा फुटांवरच्या सोफ्यावर टीव्ही पाहणारे गृहस्थ बसले होते. ते आता माझ्या दिशेला पाहत होते. किंचित कृश, बराचसा वयस्कर चेहरा. डोक्यावर टक्कल, फक्त कानांमागून मागे गेलेले पांढरे केस. डोळ्यांना जाड काळ्या फ्रेमचा चष्मा.

आता त्यांनी चष्मा खाली घेतला आणि ते म्हणाले, 'यस?'

मी दोन पावलं आत गेलो, घसा साफ करून म्हणालो, 'नमस्कार.' आणि मग जरा थांबून, 'आपणच राजश्री वज्रे?'

'हो.'

'माझं आपल्याशी जरा काम होतं. तुम्ही मला पाच-सात मिनिटं देता का?'

हातातल्या रिमोटने त्यांनी समोरचा टीव्ही बंद केला आणि शेजारच्या खुर्चीकडे बोट दाखवत ते म्हणाले, 'या. बसा.'

मी त्या खुर्चीत बसलो. माझी नजर साहजिकपणेच सर्व खोलीवरून फिरली.

मी काही बोलण्याची ते वाट पाहत होते.

मी म्हणालो, 'माझं नाव वज्रे आहे.'

त्यांनी कशाची अपेक्षा केली होती सांगता येत नाही; पण याची खासच नाही. त्यांच्या ओठांच्या कडा जरा दुमडल्या, पण ते काहीच बोलले नाहीत.

'वज्रेसाहेब, मी तुमचा अजिबात वेळ घेणार नाही. माझं काय काम आहे ते अगदी थोडक्यात सांगतो. मी एवढ्यातच नोकरीच्या पाशातून मोकळा झालो आहे. आता माझ्याकडे कोणत्याही जबाबदाऱ्या नाहीत. मनात साहजिकच विचार आला - आपलं हे वज्रे घराणं मुळात कोठलं? इकडे केव्हा स्थायिक झालं? आपल्या घराण्याच्या आणखी शाखा आहेत का? असल्या तरी त्या कोठे आहेत? आपल्या घराण्याचा कुलवृत्तांत लिहिण्याची योजना मी मनाशी आखली आहे आणि टेलिफोनच्या डिरेक्टरीत तुमचं एकमेव नाव आहे. तेव्हा तुमच्यापासूनच सुरुवात करण्याचा विचार मनात आला. म्हणून तुमची गाठ घेतली.'

मघाशी किंचित अस्फुट असलेलं त्यांच्या चेहऱ्यावरचं हास्य आता अगदी स्पष्ट झालं होतं. 'तुमचं नाव काय आहे? म्हणजे आडनाव वज्रे आहे, पण तुमचं...?'

'सदानंद.'

'मग सगळे तुम्हाला सदूभाऊच म्हणत असणार!' ते हसत म्हणाले आणि मग हात वर करून माझे शब्द थांबवत ते म्हणाले, 'सदूभाऊ, मी तुमची मस्करी करीत नाही आहे. केवळ डिरेक्टरीत नाव, पत्ता पाहून तुम्ही माझ्याकडे आलात?'

'हो.' माझा प्रांजलपणा शब्दात आणि माझ्या चेहऱ्यावरही दिसत असला पाहिजे. शेवटी आम्ही सरळमार्गी, मध्यमवर्गीय, पापभीरू लोक. 'तुमचा बंगला आहे का ब्लॉक आहे का भाड्याची जागा आहे, तुमचा व्यवसाय काय आहे, मला यापैकी काहीच कल्पना नव्हती.'

'ठीक आहे. मला सगळे नाना म्हणतात. तुम्हीही नाना असंच म्हणा.'

ते सोफ्यावरून उठले. 'वेळ आहे ना? एखादा कप चहा? ठीक आहे. चला आत बसू या... जरा निवांतपणे बोलता येईल.'

उजवीकडे भिंतीत उघडणाऱ्या दारापाशी ते उभे राहिले आणि मला हाताने आत जाण्याची खूण केली. स्वतः मात्र पुढे जाऊन (ते स्वयंपाकघर असावे) दोन कप चहा टाकायची सूचना करून ते माझ्या मागोमाग खोलीत आले. ही लेखन, वाचन, पत्रव्यवहार इत्यादीची खोली होती. मध्ये एक टेबल, मागे कुशनची फिरती खुर्ची, समोर आणखी तीन-चार वेताच्या खुर्च्या, भिंतीना दाटीने उभी असलेली पुस्तकांची खच्चून भरलेली कांचदारांची कपाटं, टेलिफोन...

'या, सदूभाऊ या, बसा.' त्यानी टेबलामागची खुर्ची घेतली नाही. खिडकीजवळच्या दोन खुर्च्यात आम्ही समोरासमोर बसलो. त्यांच्याच बोलण्याची मी वाट पाहत होतो. एक तर वयाने ते मोठे होते, अनुभवी होते आणि माझा मनोदय त्यांना समजला होता. त्यांची काय प्रतिक्रिया होते याची मी वाट पाहणार होतो.

'सदूभाऊ, तुमच्या कल्पनेवर तुम्ही कितपत विचार केला आहे?'

'नानासाहेब...' पण माझा एक शब्द होताच त्यांनी मला थांबवलं.

'हे नानासाहेब प्रकरण नको, मला नुसतं नाना म्हणा.'

'ठीक आहे. तर मग नाना, ज्याअर्थी तुम्ही मला बोलायची संधी देत आहात, त्याअर्थी माझ्या कल्पनेबद्दल तुमचं मत अगदीच प्रतिकूल नसावं. तेव्हा मी माझ्या कल्पनेमागची पार्श्वभूमी सांगतो. मला आपल्या घराण्याचा काही खास अभिमान आहे किंवा पंधराव्या-सोळाव्या शतकातले युरोपमधल्या लहान-लहान संस्थान राज्यांचे राजे एखाद्या वंशशास्त्रज्ञाला पाचारण करून, संशोधन करायला लावून आपली वंशकुळी गतकाळातल्या एखाद्या महान व्यक्तीशी अथवा घराण्याशी जोडण्याचा प्रयत्न करीत असत, त्यातलाही हा प्रकार नाही. काही एका योगायोगाने मी संसाराच्या आर्थिक जबाबदारीतून मोकळा झालो आहे. आता मला हवा तेवढा वेळ आहे. मी चांगला ॲक्टिव्ह आहे. मला कामाचा कंटाळा नाही, हेच माझं भांडवल आहे.'

'थोडासा पुढचा विचार केला नाहीत?'

'अं... नाही.'

'जरा विचार केला असतात तर तुमच्या ध्यानात आलं असतं की, ही कल्पना दिसायला सोपी आहे; पण प्रत्यक्षात उतरवायला खूपच कठीण आहे. पाहा... तुम्हाला खूप मोठ्या प्रमाणावर जाहिराती द्याव्या लागतील, खूप पत्रव्यवहार करावा लागेल. काही वेळा नुसत्या पत्रांनी कामं झाली नाहीत तर प्रत्यक्ष प्रवासही करावा लागेल. मग कोणाकोणाकडे काही जुने सरकारी उतारे, रेव्हेन्यूचे दाखले, काही जुना पत्रव्यवहार असेल तर त्यासाठी जावं लागेल. त्याचा खरेखोटेपणा पडताळून पाहावा लागेल, त्याच्या नकला करून आणाव्या लागतील.'

एक बाई (बहुधा स्वयंपाकीणबाई असाव्यात) ट्रेमध्ये चहा घेऊन आल्या. आम्ही हातात कप घेताच ट्रे टेबलावर ठेवून त्या गेल्या.

'कार्ड इंडेक्ससारखं एखादं इंडेक्स बनवावं लागेल.' नाना पुढे म्हणाले, 'वंशावळीचे तक्ते करावे लागतील. माहितीत जसजशी भर पडत जाईल तसतशा त्यात सुधारणा कराव्या लागतील.'

माझं आश्चर्य माझ्या चेहऱ्यावर अगदी उघड दिसत असलं पाहिजे. नाना मोठमोठ्यानं हसले. 'याचा विचार केला नव्हतात ना? पण हे तर काहीच नाही. पुढे समजा ग्रंथ प्रकाशित करायचा ठरवलात तर त्यासाठी एखादा फंड उभा करावा लागेल. पैशाचा व्यवहार आला, की कमिटी आली, हिशेबनीस आला, तपासनीस आला. कमिटीच्या बैठका आल्या, अहवाल आले, वेगवेगळ्या पदांच्या निवडणुका आल्या, सर्व सव्यापसव्य आलं.'

माझ्या तोंडून नकळत एक दीर्घ सुस्कारा निघाला.

'नाना, यापैकी कशाचा मी विचारही केला नव्हता. तुमचीच पहिली भेट घेतली हे चांगलं झालं. वेळीच पाऊल मागे घेता येईल.'

'पाऊल मागं कसलं घेता?' नाना आवेशाने म्हणाले, 'अहो सदूभाऊ, तुम्हाला आत बोलावलं ते काही नकार द्यायला नाही. मग ते बाहेर हॉलमध्ये सांगू शकलो नसतो का?'

'मला तुमच्या शब्दांचा अर्थच कळत नाही.'

'मग सांगतो ऐका. मला स्वतःला तुमची कल्पना पसंत पडली आहे. मीही तुमच्याबरोबर काम करायचं ठरवलं आहे.'

'पण नाना! असं एकाएकी?'

'एकाएकी नाही किंवा असेलही. थट्टेत म्हणतात ना की, डोक्यात ट्यूबलाईट लागला म्हणून? पण काही काही वेळा खरोखरीच तसं होतं. तुमचे सुरुवातीचे शब्द ऐकले आणि लगोलग वाटलं... का नको? असा शोध घेण्यात काय वावगं आहे? आणि त्या क्षणापासूनच साधकबाधक विचार मनात येत आहेत.'

'पण नाना! तुमचा व्यवसाय...?'

'माझा व्यवसाय काय आहे माहीत आहे तुम्हाला सदूभाऊ?'

अर्थात मी मूकपणे नकारार्थी मान हलवली.

'मग सांगतो. आमच्या घराण्यात वडिलोपार्जित अशी तीस-पस्तीस एकर जमीन चालत आली होती. तशी मोठी सुपीक नव्हती; पण बारमाही पाण्याची एक विहीर होती आणि शहरापासून सात-आठ किलोमीटरवरच होती. नशीब म्हणजे ती आम्ही कोणा खंडकऱ्याला खंडाने दिली नव्हती. एक-दोन माणसं नेमून आम्ही स्वतःच जशी जमेल तशी पिकं घेत होतो. पाच-सात नारळी होत्या, चांगल्या प्रतीची चिकूची झाडं होती, एक दोनखणी पडळही बांधलेली होती. वर्षाचा सारा नक्कीच निघायचा आणि केव्हातरी पाच-पंचवीस एकराने घेतलेली ती जमीन आता शहराचा परीघ तिथपर्यंत पोहोचल्यावर भाव चौरस फुटावर बोलले जाऊ लागले. मी ती जमीन विकून टाकली. इथे प्लॉट खरेदी केला, हा बंगला बांधला आणि आरामात राहतो आहे. आता कुलवृत्तांत लिहिणारच आहात तेव्हा माझ्या घरचीही माहिती देतो. पत्नी मागेच निधन पावली. थोरली मुलगी आहे. ती विवाह होऊन आपल्या घरी गेली आहे आणि तिच्या पाठीवरचा मुलगा तो इथेच माझ्याबरोबर राहतो आहे. त्याचा विवाह झाला आहे. मघाशी पाहिलीत ती माझी सूनबाई. त्यांना एक छोकरा आहे. मुलाच्या टुरिस्ट टॅक्सी आहेत, पण त्याचं गॅरेज आणि ऑफिस शहरात आहे, इथे नाही. या सर्व ऐशआरामाचा उगम त्या जमिनीत झाला आहे. आमच्या त्या कोणा पूर्वजाने ती विकत घेऊन ठेवली त्याचे आमच्यावर हे अनंत उपकार आहेत का नाहीत? त्या पूर्वजांची कोठेतरी नोंद व्हायला हवी... तरच त्यांचं ऋण काही प्रमाणात फिटेल.'

संभाषणाने ही अगदी वेगळीच कलाटणी घेतली होती. हे नाना म्हणजे मोठे तडफेचे गृहस्थ वाटत होते. एकदा हे औपचारिक एकमत होताच नानांनी पुढच्या कामाची आखणीही सुरू केली.

'सदूभाऊ, बंगल्याच्या आवारात मागच्या बाजूस दोन खोल्या आहेत. आता माळी, रखवालदार, ड्रायव्हर यांनाही वापरायला द्यायची सोय राहिली नाही. केव्हा उलटतील आणि भाडेकरू म्हणून जागा बळकावून बसतील याचा नेम नाही. सांगायची गोष्ट म्हणजे आपल्याला ऑफिस म्हणून वापरता येण्यासारखी जागा आहे. एक-दोन दिवसांत मी तिथे टेबलखुर्ची, कपाट इत्यादीची सोय करतो. फोनचंही एक्स्टेंशन तिथे घेऊ.'

या नानांनी मला अगदी अवाक्च करून टाकलं होतं.

'आज एवढं पुरे. आता पुन्हा केव्हा येता?' नानानी विचारलं.

'ऑफिसचा हा शेवटचा महिना आहे. या आठवड्यात कोणतीही सुटी नाही. पुढच्या रविवारी. याच वेळेला?'

'छान! मला काही कल्पना सुचल्या तर त्यांची नोंद करून ठेवतो. तुम्हीही तसंच करा. मग रविवारी ठरवता तर? अच्छा!'

मी त्यांचा निरोप घेऊन बंगल्याबाहेर पडलो. साध्या औपचारिक भेटीचं रूपांतर अशा भागीदारीत होईल याची मी स्वप्नातही कल्पना केली नव्हती.

+++

५.

अर्थात पुढचा सर्व आठवडाभर मनात नानांच्या भेटीबद्दलचेच विचार होते. अगदी सुरुवातीस असं वाटलं होतं की, खरी कल्पना आपली, पण आता त्याचं सारं श्रेय हे नाना घेऊ पाहत आहेत; परंतु त्या विचारातला स्वार्थीपणा लागोलाग पटला. कल्पना अनेकांच्या मनात येतात... पण त्या प्रत्यक्षात आणायला आवश्यक ती साधनं, यंत्रणा किंवा सुविधा असल्याखेरीज त्या नुसत्या कल्पनेला काय अर्थ होता? नानांनी सहज सहज पुढच्या काही अडचणी आणि आवश्यकता यांचं वर्णन केलं होतं. आणखीही काही काही नव्याने उभ्या राहण्याची शक्यता होती. त्यांच्याशी मुकाबला करण्याची ताकद माझ्या एकट्यात होती का? अर्थात नाही.

दरम्यान, घरचं आणि ऑफिसचं रुटीन पूर्वीसारखंच चाललं होतं.

मनातल्या कुलवृत्तांताची कल्पना मी घरातल्या कुणापाशीच उघड केली नव्हती. सुरुवातीचे काही दिवस त्यांनीही माझं निरीक्षण केलं असेल. या अचानक हाती आलेल्या संपत्तीचा माझ्यावर काही परिणाम झाला आहे का ते पाहायला.

पण एकदा गायत्रीच्या नावावर त्या पैशाची गुंतवणूक केल्यावर माझ्या मनातून त्या पैशांचा विचार पार गेला होता. मनासमोर सतत असणाऱ्या आर्थिक विवंचनेपासून जी एक संपूर्ण सुटका लाभली होती, त्यासाठी ही किंमत अगदीच कमी वाटत होती.

ऑफिसमध्येही हीच गोष्ट होती. प्रत्यक्षात बदल असा काहीच झाला नव्हता. बदल झाला होता तो माझ्यात... किंबहुना जगाकडे बघण्याच्या माझ्या मानसिकतेत. ऑफिसचं काम ही आता गुलामी वाटत नव्हती. नोटिशीऐवजी महिन्याच्या पगारावर पाणी सोडून केव्हाही स्वतंत्र होण्याची वाट मला खुली होती; परंतु म्हणूनच मी ती वाट घेतली नाही. एक उदाहरण देतो. पटतं का पाहा. बँकेतल्या तुमच्या खात्यात जर तीन लाखांची शिल्लक असेल तर मारुती गाडी वापरणाऱ्याचा तुम्ही कधीही हेवा करणार नाही; कारण मनात आणलं तर आपणही अशी गाडी घेऊ शकतो हे तुम्हाला मनोमन माहीत असतं. असो. तात्त्विक चर्चा नको. मी ऑफिसमध्ये मोकळेपणाने वावरत होतो. माझ्याकडे जे काय काम असेल ते अगदी काटेकोरपणे, वक्तशीरपणे पूर्ण करीत होतो.

इतरांना माझ्या वागणुकीचं कदाचित नवल वाटत असेल, पण माझा त्याच्याशी काहीही संबंध नव्हता.

***

नानांची भेट झाल्याला पाहता-पाहता आठवडा उलटला आणि दुसरा रविवार आला. त्यांची भेट घ्यायचा दिवस आला.

साधारण दहाच्या सुमारास मी नानांच्या बंगल्यावर हजर झालो.

नाना व्हरांड्यातच उभे होते. मला पाहताच ते पायऱ्या उतरून खाली आले आणि एका हाताने मला आपल्यामागे यायची खूण करून ते बंगल्याच्या मागच्या भागाकडे निघाले.

कुत्र्याला कोठेतरी बांधून ठेवला असेल अशी आशा (आणि प्रार्थना) करीत मी त्यांच्या मागून गेलो.

समोरच्या मागच्या कोपऱ्यात दोन गाड्यांचं गॅरेज होतं. त्याच्या शेजारीच तशाच आणखी दोन खोल्या होत्या. रांगेतल्या शेवटच्या खोलीत नाना आणि त्यांच्यापाठोपाठ मी असे आलो.

खोली सुमारे बारा बाय वीसची असावी. एवढ्यातच साफ केलेली दिसत होती आणि ऑफिससारखी सजवली होती. डाव्या भिंतीला खिडकी होती. त्या खिडकीपाशीच एक टेबल होतं. मागे खुर्ची होती. खोलीत आणखी तीन-चार खुर्च्या होत्या. मागच्या भिंतीला लागून एक मोठं कपाट होतं आणि एक तीन खणांचं उघडं शेल्फ होतं.

टेबलावर टेलिफोन होता. एका नक्षीदार चिनीमातीच्या जगमध्ये दोन पेनं, दोन बॉलपेन्स, दोन पेन्सिली होत्या. एका पसरट ट्रेमध्ये कागद, पाकिटं, स्टेपलर, पिना इत्यादी स्टेशनरी होती.

'बसा सदूभाऊ.' स्वतः एका खुर्चीत बसत नाना म्हणाले.

'नाना, तयारी तर जय्यत केली आहे!' मी खरं तेच सांगत होतो.

'अहो, यात नवीन काहीच नाही. तो एक टेलिफोन सोडला तर बाकी सर्व काही घरात इथे तिथे होतंच. ते जमा केलं. खोली साफ करून घेतली एवढंच. एखादी गोष्ट करायची असं ठरवल्यावर मग उशीर कशाला करायचा?'

खुर्चीवरची मांडी बदलत ते म्हणाले, 'हं... मग काय? तुम्ही काही नवीन विचार केलात की नाही?'

'नाही.'

'मी विचार करीत होतो... आणि करतोही आहे. मागच्या खेपेस बोलताना ती कल्पना सुचली नव्हती ती मागून सुचली. अहो आपली ही नाशिक, त्र्यंबकेश्वरसारखी तीर्थक्षेत्रं आहेत ना? तिथल्या उपाध्यायांकडे पिढ्यान्‌पिढ्यांची अगदी नावनिशीवार जंत्री असते. आपल्या वज्रे घराण्यातलं कोणी ना कोणी केव्हातरी या तीर्थावर गेलेलं असणारच नाही का? तेव्हा आपल्या घराण्यासंबंधी माहिती मिळवण्याचा हा एक अगदी जवळचा हमखास सोर्स आहे, हो की नाही?'

अर्थात नाना म्हणत होते ती गोष्ट अगदी बरोबर होती.

'तेव्हा सदूभाऊ, तुम्ही एकदा तुमच्या नोकरीतून मुक्त झालात, की हे काम तुमच्याकडे.' आणि त्यावर मी काही टिकाटिपणी करण्याआधीच हात वर करून मला थांबवीत ते म्हणाले, 'सदूभाऊ, एक गोष्ट आधीच सांगायला हवी होती ती आता सांगतो. खर्चाविषयी आहे. सुरुवातीस सर्व खर्च मीच करणार आहे. पत्रव्यवहार आहे, जाहिराती आहेत, परगावचे प्रवास, मुक्काम आहेत. आणखीही काही काही निघेल. आपण एक करूया. सर्व खर्चाची तपशीलवार नोंद ठेवूया. कदाचित असंही होईल, आपल्या घराण्यातली काही हौशी आणि धनवान मंडळी आपल्याला भेटतील. मग आपल्याला एखादा निधी उभारता येईल. मग त्यामुळे खर्चाची आपोआप व्यवस्था होईल; पण ते पुढचं आहे. आता त्याची विवंचना आवश्यक नाही.'

नानांनी घरात अर्थातच सूचना देऊन ठेवली असावी; कारण तेवढ्यात बाई चहाचा ट्रे घेऊन आली. चहाबरोबर एखादी डिश असती तर माझी मोठी चमत्कारिक अवस्था झाली असती. डिश घ्यावी तरी पंचाईत, न घ्यावी तरी पंचाईत.

चहा झाल्यावर ट्रे खिडकीत ठेवत नाना म्हणाले,

'तुम्हाला आणखी एक दाखवायचं आहे सदूभाऊ.'

नानानी उठून टेबलावरचा ड्रॉवर उघडला आणि आतलं एक रायटिंग पॅड काढलं. वेष्टण उलटून त्यांनी पॅड माझ्यापुढे धरलं.

पानावर सुवाच्य अक्षरात पुढील मजकूर होता -

वज्रे घराण्याचा कुलवृत्तांत संकलित करण्याचा
जाहिरातदारांचा मानस आहे. वज्रे आडनाव
असलेल्या सर्वांनी कृपया खालील पत्त्यावर
संपर्क साधावा.

'जाहिरातीचा मजकूर कसा वाटतो?' नानानी विचारलं. पुणे-मुंबई-नाशिक-सातारा-कोल्हापूर-नागपूर-रत्नागिरी अशा शहरांतून दैनिकात सलग आठवडाभर जाहिरात देण्याचा मानस आहे. बघू या काय रिस्पॉन्स मिळतो तो. जाहिरात प्रसिद्ध होऊन मग योग्य लोकांपर्यंत पोहोचल्या तर त्यांचा प्रतिसाद यायला या महिन्याभराचा अवधी तरी लागेलच. बघा, सदूभाऊ! तुम्हाला नोकरी सुटता सुटताच कामाला लावणार आहे!' नाना हसत म्हणाले.

'पण नाना...! एवढ्या ठिकाणी आणि इतक्या वेळा ही जाहिरात द्यायची...'

'खर्चाचं म्हणता ना? अहो सदूभाऊ, अर्धवट प्रयत्न करणं म्हणजे तो पैसा अगदी फुकट घालवणं आहे. हाफ मेजर्सचा काही उपयोग नाही. करायचंच असलं तर ते अगदी व्यवस्थित करायला हवं.'

'तुम्ही सगळं ठरवूनच ठेवलेलं दिसतंय?'

'सदूभाऊ, खरं सांगू का? मला तुमचे उपकारच मानायला हवेत. नाहीतरी आताशा वेळ अगदी कंटाळवाणा जायला लागला होता हो. माझा काही समाजसेवकाचा पिंड नाही. तशा वेगवेगळ्या चॅरिटी असतात. त्यांना मी माझ्या कुवतीप्रमाणे काहीबाही देत असतोच. शिवाय काही नैसर्गिक आपत्ती आली की, मदतीसाठी फंड जमवले जातात. तिथेही मी मागे सरत नाही; पण एकदा

चेक दिला की संपलं, नाही का? अर्थात स्वयंसेवी संघटना आहेत. त्यांना मदतीसाठी माणसांची गरज असतेच; पण ते काही आपल्याला जमायचं नाही. तेव्हा तुमची ही कल्पना अगदी योग्य वेळी आली! आता आपल्या घराण्याचं म्हणजे घरचंच काम, हो की नाही? बरं त्यात काही चार पैशाचा फायदा होण्यासारखा आहे अशातलीही गोष्ट नाही. तेव्हा तोही आरोप यायला नको!'

तेवढ्यात सहा-सात वर्षांचा एक गोरटेला मुलगा खोलीच्या दारात आला.

'आजोबा, डॅडी आलेत,' तो म्हणाला.

'ठीक आहे. बाबाना सांग मी येतोय.' मग नाना माझ्याकडे वळून म्हणाले, 'सदूभाऊ घरातल्यांचीही तुमच्याशी ओळख करून देतो. आता तुमचं नेहमीच येणं होणार आहे... चला!'

अर्थात नाही कसं म्हणणार?

बंगल्यातला वळसा घालून आम्ही मोठ्या दारातून हॉलमध्ये आलो.

कोचावर तो छोकरा त्याच्या आई-वडिलांच्यामध्ये बसला होता.

'हा अरविंद, ही सुधा आणि हा जयंत... माझा नातू.' आणि मग माझ्याकडे हात करीत नाना म्हणाले, 'अरविंद-सुधा हे सदूभाऊ वज्रे. यांनाच आधी आपल्या वंशकुळाचा इतिहास शोधण्याची कल्पना सुचली आणि त्यांनी माझी गाठ घेतली.'

नाना सोफ्यावर बसले. मला त्यांनी शेजारी बसवून घेतलं. त्या दोघांना मी एक औपचारिक नमस्कार केला होता. अरविंद पस्तीशीचा असावा. गोरा होता, उंच होता. शरीरयष्टी कमावलेली दिसत होती. कपडे उत्तम फॅशनचे होते. चेहऱ्यावर श्रीमंतीचा आणि आत्मविश्वासाचा ठसा होता. त्याच्या व्यवसायात तो खूपच यशस्वी झाला असला पाहिजे. सुधा, त्याची पत्नी जरा साशंक नजरेनं माझ्याकडे पाहत होती.

'बाबांनी मागच्या आठवड्यात तुमची भेट झाल्याचं सांगितलं.' अरविंद म्हणाला, 'हा घराण्याचा इतिहास... कुलवृत्तांत म्हणा, लिहायचा म्हणजे सोपी गोष्ट नाही. खर्चाचं, पायपिटीचं, यातायातीचं काम आहे.'

मला अशी शंका आली की, त्याच्या स्वरात जरा नाराजी आहे. कदाचित त्याची अशीही समजूत झाली असण्याची शक्यता होती की, मीच त्याच्या वडिलांना (माझ्या काहीतरी स्वार्थी हेतूसाठी, अर्थात!) नादाला लावलं आहे. या

सर्व बाबतीत मी स्वतः इतका प्रामाणिक होतो की, माझ्या वागण्याचं त्याच्यापाशी समर्थन करण्याची कोणतीही आवश्यकता मला भासली नाही. मीही तशाच औपचारिक आवाजात म्हणालो,

'हो, तुम्ही म्हणता त्यात तथ्य आहे खरं.'

'म्हणजे आता मला असं म्हणायचं आहे की, बाबांचं वय बरंच झालं आहे.'

'त्यांना ही दगदग सोसायची नाही अशा अर्थी?'

'ते उघडच आहे, नाही का?'

आता स्पष्टच बोलायची वेळ आली होती.

अरविंदराव, तुमचा काहीतरी गैरसमज झालेला दिसतो आहे. हा कुलवृत्तांत लिहिण्याची माझी कल्पना होती ही गोष्ट खरी आहे; पण मी तुमच्या वडिलांकडे, म्हणजे नानांकडे केवळ चौकशीसाठी आलो होतो. कारण, त्यांचं नाव 'वज्रे' आहे आणि टेलिफोन डिरेक्टरीत त्यांचा पत्ता मिळाला म्हणून... त्यांना माझी कल्पना पसंत पडली, त्यात त्यांनी वैयक्तिक सहभाग घेण्याचा निर्णय घेतला, स्वतःच्या बंगल्यातली एक खोलीही रिकामी केली; पण हे सर्व त्यांचे स्वतःचे निर्णय आहेत... आता मी त्यांना या विचारापासून परावृत्त करण्याचा प्रयत्न केला नाही हे तुमच्या मते अयोग्य असेल... पण मला प्रामाणिकपणे वाटतं की, त्यांना आपले निर्णय घेण्याचा पूर्ण अधिकार आहे.'

अरविंदच्या डोळ्यात क्षणमात्र राग दिसला; पण नाना मात्र हसत होते आणि हाताने टाळ्या वाजवण्याचा आविर्भाव करीत होते. त्यांचे घरातले परस्पर संबंध काय होते याची मला कल्पना नव्हती. अरविंद जरासा रागाने नानांकडे पाहत होता.

'सदूभाऊ, या अरविंदची खरोखरच अशी कल्पना झाली होती की, हे कुलवृत्तांताचं काहीतरी निमित्त करून मला काहीतरी गंडा घालण्याचा तुमचा कावा आहे.'

'बाबा!' अरविंद मोठ्याने म्हणाला.

'अरविंदा, हे तुझ्याच तोंडचे शब्द आहेत. मला वादविवाद करायचा नाही. फक्त तुला एवढंच दाखवायचं होतं की, सगळेच स्वार्थी किंवा फसवे नसतात. अर्थात तू मला सावधगिरीची सूचना दिली होतीस ती माझ्या भल्यासाठीच होती हे मला समजलं आणि या सदूभाऊंसमोर तुझा कोणताही अपमान करण्याचीही

माझी इच्छा नव्हती. फक्त हे सदूभाऊ कसे आहेत हे तू पाहावेस एवढीच माझी इच्छा होती; कारण आता या ना त्या निमित्ताने त्यांचं आपल्याकडे बरंच येणं होणार आहे.

परिस्थितीतील ताण नानांनी मोठ्या कौशल्याने दूर केला होता. अरविंद उभा राहिला आणि माझ्याकडे पाहत एक हात वर करून म्हणाला, 'बाबा म्हणाले त्यात सर्वकाही आलं. तुमच्याबद्दल माझ्या मनात कोणताही वैयक्तिक राग नाही एवढं ध्यानात घ्या; पण आजकालचे दिवस माणसाने चोवीस तास सावध राहण्याचे आहेत.'

ही जर वक्र मार्गाची ॲपॉलॉजी असली तर त्याने माझं समाधान झालं नाही. कारण सावध राहणं वगैरे ठीक आहे; पण आधी नीट माहिती करून घेतल्याखेरीज एखाद्याचा संशय घेणं हेही चूक आहे असं माझं मत होतं.

ते तिघं खोलीतून निघून गेले.

मीही नानांचा निरोप घेऊन निघालो.

'नाना, आता मी नोकरीतून मोकळा झालो की, मगच येईन तुमच्याकडे.' मी म्हणालो, 'कारण आपली बहुतेक चर्चा झालेलीच आहे.'

'आणि तुमच्याशी कॉंटॅक्ट करायचा झाला तर कसा?' नाना हसत म्हणाले, 'तुमच्याकडे टेलिफोन नाही म्हणता. तुम्ही पत्रही लिहिलेलं नाहीत. तुमचा पत्ता देऊन ठेवा की!'

मध्ये एका हौसेने पत्त्याची स्टिकर्स करून घेतली होती. पाकिटात दोन-तीन नेहमी असायची. त्यातली दोन मी त्यांना काढून दिली आणि मग त्यांचा निरोप घेतला.

घरी परत येता येता अरविंदचा किंवा त्याच्या मनात माझ्याबद्दल आलेल्या शंकेचा विचार आपोआपच येत होता. मी संपूर्ण प्रामाणिक असताना माझा एखाद्याला असा संशय यावा याचा मला संताप आला होता; पण प्रामाणिकपणा काय शरीराची नाडी, उंची, वर्ण यासारखा बाहेरून थोडाच दिसतो? आणि वरून अगदी सभ्य माणसासारखे वागणारे, वाटणारे शेवटी अट्टल भामटे निघाल्याची उदाहरणं काय कमी आहेत?

मला तर विशेषच विचार करावा लागणार होता. कारण या घराण्याच्या निमित्ताने मला अनेक अनोळखी ठिकाणी जावं लागणार होतं. अनेकांना त्यांचं

मूळ गाव, आई-वडील, इतर नातेवाईक यांच्या संबंधात विचारावं लागणार होतं. मला माझ्या घराण्याबद्दल एक कुतूहल निर्माण झालं होतं; पण सर्वांनाच ते वाटत असेलच असं गृहीत धरून चालणं चूक ठरण्याचा संभव होता. आताच एक प्रसंग आला होता; पण वेळ सांभाळून न्यायला नाना हजर होते म्हणून कडवटपणा टळला होता; पण आपल्याबद्दल लोकांची अशी कल्पना होणं शक्य आहे आणि त्यांना त्याबद्दल एकदम दोष देणंही योग्य ठरणार नाही हा विचार सतत मनात ठेवायला हवा होता.

६.

महिन्याचे शेवटचे पंधरा दिवस राहिले होते. त्यानंतर मात्र खऱ्या अर्थाने मी मोकळा होणार होतो. घरच्यांना अजूनपर्यंत तरी माझ्या कुलवृत्तांताच्या योजनेची काहीही कल्पना दिली नव्हती.

नानांना भेट दिल्याच्या रविवारनंतरच्या आठवड्यात शुक्रवारी माझ्या पत्त्यावर एक जाड लिफाफा पोस्टाने आला. मी ऑफिसमधून परत येईपर्यंत लिफाफा माझीच वाट पाहत बाहेरच्या टेबलावर होता.

पत्र नानांकडून आलं होतं.

चहा, कपडे बदलणं झाल्यावर मी पाकीट फोडलं.

आतल्या मोठ्या कागदांना वर एक लहान चिट्ठी टाचली होती.

सदूभाऊ,

जाहिरातींना काही प्रतिसाद आल्यास त्यांना पाठविण्यासाठी एक माहितीपत्रक लिहून तयार केलं आहे. मसुदा सोबत आहे. काही सूचना असल्यास कळवा. कोणाचे पत्र आल्यास उत्तरादाखल या पत्राची एक झेरॉक्स प्रत पाठवली म्हणजे काम होईल.

नाना.

मग मी मागचा मोठा कागद पुढे घेतला.

नानांच्या सुवाच्य अक्षरात पुढील मजकूर होता -

सप्रेम नमस्कार विशेष,

आपल्या पत्रास उत्तर म्हणून हे माहितीपत्रक पाठवीत आहे. आपणही आमच्याच वज्रे घराण्यात जन्मलेले आहात. आपल्या या वज्रे घराण्याचा संपूर्ण इतिहास, उदाहरणार्थ या घराण्याचं मूळ स्थान, त्याचा आजपर्यंत झालेला विस्तार, देशाच्या वेगवेगळ्या भागात स्थापन झालेल्या तुमच्या शाखा, आपल्या घराण्यातील व्यक्तींनी कोणत्या एका क्षेत्रात, उदाहरणार्थ शैक्षणिक, सामाजिक, राजकीय, व्यावसायिक केलेले योगदान इत्यादीची माहिती त्यात येईल.

त्याचप्रमाणे आजमितीस आपल्या घराण्याचा विस्तार किती आहे, याची तपशीलवार माहिती येईल. याबाबतीत आपण पुढील प्रकारांनी आम्हास सहकार्य करू शकता.

खाली दिलेल्या यादीपैकी जेवढी काही माहिती आपणास उपलब्ध असेल तेवढी संपूर्ण तपशिलासह कळवावी.

१) आपल्या स्वतःच्या वंशाची माहिती.

२) आपल्या आडनावाचे इतर कोणी असतील तर त्यांची माहिती.

३) घराण्यासंबंधातील जुनी कागदपत्रे आणि दस्तऐवज उदाहरणार्थ - बक्षीसपत्रे, इनामनामे, सनदा, ताम्रपट थोडक्यात आपल्या घराण्याशी संबंधित अशा भूतकाळातील घटनांचे पुरावे असल्यास शक्यतो त्यांच्या नकला पाठवाव्यात. हे शक्य नसल्यास त्यांची माहिती द्यावी.

४) घराण्यातील पूर्वजांची छायाचित्रे, तैलचित्रे इ. असल्यास किंवा त्यांच्या समाध्या आदींवर काही उल्लेख असल्यास ती माहिती द्यावी.

शेवटी एक विनंती. हे सर्व काम खूप श्रम आणि पैसा घेणारे आहे. श्रमाच्या अथवा पैशाच्या रूपाने आपल्याला या कार्यास जर काही हातभार लावता आला तर त्याचे मनःपूर्वक स्वागत होईल.

असं हे पत्रक होतं. संपर्कासाठी खाली नानांचा पत्ता होता.

तसं म्हटलं तर या बाबतीत आम्ही दोघंही नवखेच होतो आणि मला नाही वाटत या विषयात कोणी तज्ज्ञ असतील. कारण घराण्याचा इतिहास माणूस वारंवार थोडाच लिहिणार? एकदाच लिहिणार... म्हणजे एकच अनुभव.

मला वरच्या मजकुरात काहीही सुधारणा किंवा भर आवश्यक वाटत नव्हती. खरं म्हणजे या नानांची कमाल होती. त्यांचे विचार आणि त्यांच्या कल्पना सतत माझ्यापुढे दहा पावलं असायच्या.

***

संध्याकाळी कोणाच्यातरी वाचनात ते पत्र आलं. तसं मी काही ते लपवून ठेवलं नव्हतं आणि जेवायला बसताच तो विषय निघालाच. सुरेशच्या हातात ते पत्र होतं. तो हात वर करून ते हवेत हलवत होता.

'बाबा! हे कोण वज्रे? कोणी नात्यातले आहेत का?' त्याने विचारलं.

'नाही; पण आपल्या कुळातले आहेत.' कदाचित हा शब्दप्रयोग त्यांना कोड्यात टाकणारा असावा. या महिनाअखेर माझं ऑफिस काम संपणार आहे. नोकरी सोडायची हे मी आधीच ठरवलं होतं. पण दिवसाचे चोवीस तास रिकामा राहिलो तर त्या तासांचा डोक्यावर बोजा झाला असता. अनेक दिवसांच्या विचारानंतर मी मनाशी ठरवलं आहे की, निवृत्तीनंतर आपल्या कुळाचा इतिहास लिहिण्याचं काम हाती घ्यायचं.'

'आपल्या कुळाचा? आपल्या घराण्याचा?' सुरेश नवलाने म्हणाला.

'मला माहीत आहे आपण सामान्य आहोत.' मी जरासा हसत म्हणालो, 'पण आपलं नाव जरा अनकॉमन आहे असं नाही वाटत तुला? जोशी, शहा, कुळकर्णी, देशपांडे... टेलिफोनच्या डिरेक्टरीत या मंडळींनी पानंच्या पानं व्यापलेली दिसतील; पण वज्रे? डिरेक्टरीत एकच वज्रे आहेत. तेच ते नाना वज्रे. मी त्यांची गाठ घेतली होती आणि या कामात बरंचसं साहाय्य करण्याचं त्यांनी ठरवलं आहे. खरंतर त्यांनीच आता पुढाकार घेतला आहे.'

'पण हे कसं काय जमणार?'

'जाहिराती द्यायच्या. पत्रव्यवहार करायचे. तीर्थक्षेत्रातल्या पुरोहितांकडे यात्रिकांच्या नावनिशीवर नोंदी असतात त्या पाहायच्या. शिवाय कोणाकोणाकडे ऐतिहासिक दस्तऐवज किंवा जुन्या नोंदी असतील त्यांचा अभ्यास करायचा.'

'म्हणजे प्रवास आला!' गायत्री म्हणाली.

'आणि खिशालाही तोशीस आली!' सुरेश म्हणाला.

'अर्थात त्याचा विचार मी आधीच केला आहे आणि माझ्या पेन्शनची रक्कम मी त्यासाठीच स्वतःसाठी ठेवणार आहे.' पुढे केव्हातरी हे सांगावं लागलंच असतं. अनायासेच आता विषय निघाला होता. 'सुरेश, सुलेखा, आता तुम्ही दोघं मोठे झाला आहात. जाणते झाला आहात. पालकांनी तुमच्यावर आता व्यक्तिगत लक्ष ठेवण्याचे दिवस मागे गेले आहेत. माझ्यावर फक्त आर्थिक भार होता, त्याची सोय मी करून ठेवली आहे. तेव्हा आता माझं आयुष्य मला हवं तसं जगण्याचा अधिकार आहे का नाही?'

'पण स्वतःपलीकडे आणखी कोणाचा विचार कराल की नाही?' गायत्री म्हणाली, 'आतापर्यंत तुमच्यावर संसाराच्या जबाबदाऱ्या होत्या, नोकरी होती. तेव्हा हौसेमौजेपायी खर्च करायला पैसे नव्हते आणि वेळही नव्हता; पण आता दोन्ही हाताशी आहेत ना? व्याजाचे हिशेब केलेत, एक तारखेला हातात रक्कम घेण्याची सोय केलीत, सगळं मान्य; पण माझा काही विचार केलात का? इतकी वर्षं मी जसा जमला तसा काटकसरीचा संसार केला. आपली आर्थिक स्थिती मलाही समजत होती; पण सुदैवाने हाताशी असे लाख दोन लाख आले आहेत. मुलं मोठी झाली आहेत. तुम्ही हा नाही विचार केलात की, हिच्याही मनात काहीतरी इच्छा असतील... की, हिलाही या एकसुरी आयुष्याचा कंटाळा येत असेल किंवा हिलाही आठ-पंधरा दिवसांसाठी कोठे प्रवासाला, कोठे यात्रेला जाण्याची इच्छा होत असेल? एक तारखेस हातात पैसे आले आणि त्यात महिनाभर घर अगदी बिनबोभाट चाललं म्हणजे त्यात सगळं आलं का? जेव्हा काही दुसरा मार्गच नसेल, इतर काही निवड करायची संधीच नसेल तेव्हा मग प्रश्नच नाही. आजवर मी असं काही बोलूनच दाखवलं नाही. कारण मला माहीत होतं ते केवळ अशक्य आहे; पण आता? का आताही तुमची हीच इच्छा आहे का, आजवर करत होते तशीच यापुढेही मी या चार भिंतीच्या आत राहून ही संसाराची दुनियादारी करावी? मला असं विचारायचं तुमच्या मनात आलं नाही की, गायत्री, तुला काही हवं का? तुझी काय इच्छा आहे? पण हो... तुम्ही असं म्हणत असाल की, ते पैसे तुम्हाला मिळाले आहेत, त्यात माझा काहीही वाटा नाही.'

'गायत्री!' मोठ्याने बोलून मी तिला थांबवलं.

संभाषणाने एकदम अनपेक्षित आणि गंभीर वळण घेतलं होतं.

'तू म्हणतेस ते सर्व खरं आहे. मी हा विचार केला नव्हता आणि ते चूक होतं. फक्त आता एकच सांगतो, हे कुलवृत्तांताचं काम हाती घेतलं आहे. ते एकदा पूर्ण झालं की, मग मी मोकळा आहे... मान्य?'

गायत्री समाधानाने हसली.

आणि मी सुटकेचा निःश्वास टाकला.

***

ऑफिसचा शेवटचा दिवस. सहकारी ही शेवटी माणसंच होती. नेहमी जरा आढ्यतेने वागणारा, जरा कुचाळकी करणारा साठे नावाचा क्लार्क होता. वेळ संपल्यावर तो म्हणाला, 'आता उद्यापासून तुमची ऑफिसात गाठभेट होणार नाही, वज्रे. कधी काही लागेल असं बोललो असेन तर कृपा करून विसरून जा. तुम्हाला दुखवायचा अजिबात हेतू नव्हता. केवळ टाळ्या मिळवण्यासाठी कधी कधी माणूस असं बोलतो. यू आर लकी. कितीकांना असं भाग्य लाभतं? तुम्ही आमच्यासारखे थिल्लर नाहीत, गंभीर सिरिअस आहात. मनाशी काहीतरी योजना आखलेली असणारच. ती काहीही असू द्यात. ती यशस्वी होऊ द्यात!'

'साठे, खरोखरीच आभारी आहे.'

'आणि वज्रे!' त्याचा मूळ स्वभाव थोडाच बदलणार? 'आता मुलं मोठी होतील... लग्नकार्य होतील... तेव्हा आमची आठवण ठेवा! दहा-पंधरा वर्षे आपण एकत्र काढली आहेत. अगदी गुण्यागोविंदाने काढली नसतील; पण हाणामाऱ्याही झाल्या नाहीत... हो ना?'

'हो, आठवण अवश्य ठेवीन.' त्याक्षणी तरी मी या बाबतीत प्रांजल होतो. पण शब्द देताना माणूस खरोखरीच प्रांजल असतो. पुढे काही कारणाने तो शब्द पाळता आला नाही तरी त्याचा प्रांजलपणा हा काही खोटा नसतो.

✦✦✦

७.

नानांना एक कार्ड पाठवून मी कळवलं होतं की, तीन तारखेच्या सोमवारी सकाळी दहा वाजता मी त्यांच्याकडे येत आहे. त्यांना त्या दिवशी सवड नसली, इतर काही महत्त्वाचं काम असलं, तर मला त्याची आगाऊ कल्पना देण्याइतकी सवड मी त्यांना दिली होती; पण त्यांच्याकडून काहीच पत्र आलं नाही तेव्हा मी समजलो की, ही वेळ त्यांना सोयीची आहे.

नाना फाटकापाशी माझी वाटच पाहत होते. त्यांचा तो जबरदस्त अल्सेशियन कुत्रा त्यांच्या पायाजवळ उभा होता. मी फाटकापाशी पोहोचताच त्याच्या घशात खोलवर गुरगुर सुरू झाली होती.

'टायगर!' नाना म्हणाले, 'टायगर नो!'

मी फाटकाबाहेरच थांबलो होतो. नानांनी मला आत यायची खूण केली. त्यांचा एक हात टायगरच्या डोक्यावर होता. मी आत येताच त्यांनी टायगरला गळ्यातल्या पट्ट्याने ओढत पुढे आणले आणि त्याला माझा वास घ्यायला लावला. त्यांनी कसं काय ट्रेनिंग दिलं होतं मला माहीत नाही; पण टायगरच्या अंगावरचे ताठ झालेले केस खाली गेले. कदाचित मित्र म्हणून त्याने माझा स्वीकार केला नसेल; पण शत्रूंच्या यादीतून माझं नाव नक्कीच कमी केलं होतं.

टायगर व्हरांड्यात जाऊन बसला. आम्ही दोघं मागच्या खोलीत आलो.

नानांनी माझ्यासमोर एक कागद ठेवला. कागदावर महाराष्ट्रातल्या सुमारे बावीस वृत्तपत्रांची यादी होती. त्याखेरीज राष्ट्रीय पातळीवरची तीन इंग्रजी आणि दोन हिंदी वृत्तपत्रांचीही नावं होती.

'हे काय आहे नाना?'

'इतक्या सगळ्या वर्तमानपत्रांतून आपली जाहिरात देण्याची व्यवस्था केली आहे. अर्थात मी नाही; पण एका जाहिरात एजन्सीमार्फत या आठ-पंधरा दिवसांत वेगवेगळ्या ठिकाणी त्या येतीलच. मग पाहू.'

बाई चहा घेऊन आल्या. त्या गेल्यावर मी म्हणालो.

'नाना, हे दरवेळेस चहा वगैरे योग्य आहे का?'

'कपभर चहाचा काय विचार करता हो? सदूभाऊ, तुम्हाला एक सांगतो, तुमची ही योजना ऐकल्यापासून माझं मलाच एकदम उत्साही वाटायला लागलं आहे. आज काहीतरी करायचं आहे अशा अपेक्षेतच दिवस उजाडतो. तसं मी आजवर आयुष्यात काय केलं हो? ही माझी संपत्ती, बाग-बगिचा-बंगला-गाड्या हे काही स्वकष्टार्जित नाही. कोण्या शहाण्या पूर्वजाची देणगी आहे. म्हणजे मी काय केलं असेल ते एवढंच... पैशाची उधळपट्टी केली नाही. पैशांची गुंतवणूक डोळसपणे केली. अजूनही हा शेअरबाजार, कंपन्या, म्युच्युअल फंड या सर्वांवर माझी नजर असते. तो सकाळचा तासभराचा उद्योग, त्याही आधी सकाळचा फिरायला जातो. नियमाने येणारे इतरही काही आहेत. ओळखी झाल्या आहेत; पण त्यांच्या त्या गप्पांत मला काही रस वाटत नाही. सगळे तेच पेपर घरी वाचतात. त्याच बातम्या किंवा संपादकीय यावर तीच ठराविक चर्चा होते, नाहीतर घरगुती सुख-दुःखाच्या गोष्टी. मला त्यात खरोखर इंटरेस्ट नाही. त्यांच्यापैकी कोणीकोणी व्यवसाय केले. कोणाकोणाची दुकानं आहेत, कोणीकोणी सरकारी, खाजगी नोकऱ्या केल्या, दोघंतिघं परदेशात वास्तव्य करून आलेले आहेत; पण काही केल्या त्यांच्या कंपनीत मन रमत नाही. इतरवेळी बागेत काम करतो; पण ते आपलं अम्यॅच्युअरचं काम. तो काही माझा छंद नाही. संध्याकाळच्या क्लबमध्ये जातो. जरासं माइल्ड गॅम्बलिंगच. तिथे सिगारेट, ड्रिंक, बायकांची लफडी सगळं काही चालतं. पण मी आपला दोन-तीन तास मजेत घालवण्यासाठी जातो. वर्तमानपत्रात नेहमी काहीतरी असामान्य कार्य कोणीतरी दीर्घ चिकाटीने केल्याच्या बातम्या येतात. त्या वाचल्या की, वाटायचं या सगळ्यात आपण कोठे आहोत? आतापर्यंत आपण काय साध्य केलं? जगतो आहोत, कोणाला त्रास, उपद्रव देत नाही एवढंच... खरंतर आपल्या या जगण्याला काही अर्थ आहे का? सदूभाऊ, एखादे वेळी अगदी खरोखर डिप्रेशन यायचं... शेवटी माणूस म्हणजे

तीनचाकी गाडी आहे. शरीर, मन आणि बुद्धी... तहान, भूक, विश्रांती, व्यायाम, तंदुरुस्ती या शरीराच्या गरजा. आसपास जिव्हाळ्याची माणसं, मागे काळज्या नाहीत, मन कोणत्याही गोष्टीत मोडावं लागत नाही. या मासिक गरजा; पण त्याखेरीज बौद्धिक गरजा आहेतच की! बुद्धी हे यंत्रच आहे. सारखं चालतं, फिरतं ठेवलं पाहिजे... नाहीतर गंजून जाईल, दात्यात दाते अडकून बसतील. क्वचितप्रसंगी मोडतीलसुद्धा! आता जाणवतं, ही बौद्धिक भूक भागत नव्हती आणि सदूभाऊ, तुम्ही असे अचानक समोर येऊन उभे राहिलात. या नव्या कल्पनेने मी इतका झपाटला गेलो आहे... नवल नाही त्या अरविंदाला संशय आला... बापरे! केवढं मोठं लेक्चर झोडलं मी!'

आमचा चहा झाला. कप ट्रेमध्ये गेले. आम्ही दोन खुर्च्या घेतल्या.

'नाना,' मी म्हणालो, 'माझ्या घरच्यांनाही गेल्या आठवड्यापर्यंत मी हे असलं काही काम करायचं मनात योजलं आहे याची कल्पना नव्हती. तुमचं पत्र मुलाने वाचलं आणि अर्थात मग मी त्यांना माझी कल्पना सांगितली.'

'मग? त्यांच्या काय प्रतिक्रिया?'

'तसं त्यांना आपल्या घराण्याशी, नात्यागोत्यातल्या लोकांशी काहीही देणंघेणं नाही. पैशाचा आणि वेळेचा अपव्यय आहे. मागे विनाकारण काहीतरी झेंगट लावून घेतलं आहे अशी त्यांची भावना आहे; पण अर्थात उघडपणे टीका करण्याचं धाडस कोणी दाखवलं नाही.'

'आपण या कामात अगदी अनभिज्ञच आहोत, नाही का?' नाना म्हणाले, 'इतर अनेक घराण्यांचे इतिहास, वृत्तांत प्रसिद्ध झाले आहेत. त्यांनी हे काम कसं काय पार पाडलं ते पाहायला हवं. हे ग्रंथ कोठे मिळतात का ते पाहायला हवं. तुमच्या माहितीतल्या लेखकांना विचारा... मीही विचारतो.'

एक मागची आठवण अचानक समोर आली. क्रमिक पुस्तकांच्या आणि गाईडांच्या किमती जेव्हा अवाच्या सव्वा वाढल्या, तेव्हा सुरेशसाठी मी सेकंडहँड पुस्तकं विकत घेत असे. जुन्या पुस्तकांचा, पदपथावर किंवा दुकानाच्या ओट्यावर वर्षानुवर्षं व्यवसाय करणारे लोक आहेतच. सुरेशसाठी पुस्तकं पाहत असताना अशा अनेक ठिकाणी मी थांबलो होतो. अशा ठिकाणी आम्हाला हवं असलेलं पुस्तक सापडणं सहज शक्य होतं.

मी नानांचा निरोप घ्यायला उठलो.

'आता पुन्हा केव्हा येणार?' त्यांनी विचारलं.

'सध्या प्रत्यक्ष काम काहीच नाही. तुमच्याकडून जर काही खास समजलं नाही तर पंधरा दिवसांनंतरच्या मंगळवारी येईन. ठीक आहे?'

'छान.'

बंगल्याचं अंगण ओलांडत असताना डाव्या हाताच्या खिडकीचा पडदा जरासा हललेला दिसला. अरविंद-सुधा यांच्या मनातला माझ्याबद्दलचा गैरसमज दूर झाला नसता तर त्यांच्यापैकी एखादं कोणीतरी खिडकीच्या मागे असण्याची शक्यता होती.

***

ऑफिसचा पाठीमागचा व्याप संपताच माझ्या दिवसाच्या कार्यक्रमात एकदम बदल झाला होता. इतके दिवस सकाळचा रिकामा वेळच मिळत नसे. दाढी-स्नान इत्यादी विधी, इंग्रजी-मराठी पेपर वाचणे, की लागलीच पावणेदहाच्या सुमारास जेवण असं रुटीन असायचं. आता कशाचीच घाई नव्हती.

मग एक गोष्ट माझ्या ध्यानात आली. माझ्या रुटीनमध्ये बदल झाल्याने बाकीच्या सगळ्यांचा गोंधळ होत होता. नऊनंतरची माझी अनुपस्थिती गृहीत धरून त्यांनी आपापले कार्यक्रम आखले होते. कोणालाही कोणत्याही गोष्टीबद्दल जाब विचारायचा नाही, कोणतीही सूचना द्यायची नाही हा नियम मात्र मी कसोशीने पाळला. त्याने वाद झाला नाही हीच जमेची बाजू.

***

पदपथावरचे पुस्तक विक्रेते आणि जुन्या पुस्तकांची दुकानं यातून शोध घेण्याची नानांची सूचना अगदी व्यवहार्य होती. जेव्हा मी शहराच्या रस्त्यावरून सकाळ-संध्याकाळच्या चकरा मारायला लागलो तेव्हा दिसलं की, हा व्यवसाय करणारे कितीतरी आहेत. काही पुस्तकांचे जाणते होते, तर काही चांगल्या बाइंडिंगचे, चांगल्या कागदावर छापलेलं पुस्तक किमती समजणारे होते. मग तो पाच-सात वर्षांपूर्वीच्या एखाद्या दुर्बोध विषयावरच्या सेमीनारचा अहवाल का असेना!

आता मी जेव्हा त्या विक्रेत्यांच्या फुटपाथवर, दुकानाच्या चौथऱ्यावर, बंद दुकानाच्या फळीवर मांडलेला जुन्या पुस्तकांचा पसारा जरा डोळस नजरेने पाहू

लागलो तेव्हा त्या इंग्रजी म्हणीचा पुरा प्रत्यय आला, दे लूक ॲट इट बट दे डोंट सी इट!

कोठून कोठून आली ही पुस्तकं? कोणा ग्रंथप्रेमीने पदरमोड करून जमवलेली सर्व पुस्तकं त्याच्या पश्चात बायका-मुलांनी वजनावर किलोच्या भावाने रद्दी म्हणून विकून टाकली असतील! एकेकाळी काचकपाटात बंद असलेली, फडका मारून स्वच्छ साफ ठेवलेली ती पुस्तकं पोरक्या अवस्थेत उघड्यावर, धुळीत पसरलेली होती.

माझी वाचनाची मर्यादा सर्वसामान्य रहस्यकथा, थरारक युद्धकथा किंवा हलक्याफुलक्या विनोदी कथा यांच्यापलीकडे जात नाही; पण पुस्तक कोणत्या पातळीवरचं आहे, टीकात्मक आहे का वैचारिक आहे का वैज्ञानिक आहे एवढी समज मला नक्कीच आहे.

आतापर्यंत रस्त्याने जाताना या जुन्या पुस्तकांच्या विक्रेत्यांकडे आणि त्यांनी समोर मांडलेल्या पुस्तकांच्या पसाऱ्याकडे मी कधी वळूनही पाहिलं नव्हतं; पण आता मी काही खास पुस्तकांच्या शोधात होतो, तेव्हा थांबून पुस्तकं हाताळावीच लागली. एक गोष्ट ध्यानात आली. पुस्तकं हातात घ्यायला, उलटीसुलटी करून पाहायला, त्यातली दोन-चार पानं वाचायला विक्रेत्यांची हरकत नव्हती.

बंद दुकानाच्या पायरीवर, फळीवर, शटरला लावून पुस्तकांच्या रांगाच्या रांगा मांडल्या होत्या आणि आता प्रथमच डोळसपणे मी त्या पुस्तकांकडे पाहत होतो. त्यांची मांडणी विषयानुसार नव्हती, आकारानुसार नव्हती. मोठ्या थैल्यातून त्यानं जसजशी काढली होती तसतशी मांडून ठेवली होती. अगदीच जीर्णशीर्ण, पुढचं मागचं वेष्टण गेलेली अशी मात्र एका बाजूस वेगळी ठेवली होती.

त्या पुस्तकांच्यात काय नव्हतं? शब्दकोश होते; वीस-तीस-चाळीस वर्षांपूर्वीच्या इंग्रजी कादंबऱ्या होत्या; दुर्बोध अशी दोन जर्मन पुस्तकंही होती; गुजराथी लिपीतली गीतेवरची टीका होती; इंजिनिअरिंगसाठीची पुस्तकं होती. (अर्थात संपूर्ण कालबाह्य झालेली); पाच-सात-दहा वर्षांपूर्वीचे मासिकांचे दिवाळी अंक होते आणि इतरही अनेक... मला त्यांच्यात रस नव्हता; पण किमती विचारल्या जात होत्या. थोडीशी घासाघीस होऊन सौदे पटत होते.

असा एका विक्रेत्यापाशी आलेला अनुभव.

अर्थात याचीच पुनरावृत्ती सर्वत्र होत होती.

माझा शोध सुरूच राहिला.

***

विक्रीसाठी ठेवलेला असा कुलवृत्तांत किंवा घराण्याचा इतिहास काही माझ्या पाहण्यात आला नाही. अर्थात कुलवृत्तांत छापले जात असतानाच आणि त्यांचे ग्राहक अर्थात त्याच आडनावाची माणसं असणार. कदाचित सुरुवातीस वर्गणी, अनुदान अशा स्वरूपात निधी जमवून मग प्रत्येकाला एक दोन अशा प्रती मिळत असतील. त्याच्या अर्थकारणाची मला काडीचीही कल्पना नव्हती; पण असली पुस्तकं इतर पुस्तकांसारखी सर्वसामान्यांच्या खरेदीसाठी पुस्तकांच्या दुकानातून विक्रीसाठी ठेवलेली नसणारच... त्या आडनावाचं असल्याखेरीज इतरांना त्या इतिहासात काय स्वारस्य असणार?

आपल्या आसपासच्या एकदीड किलोमीटरच्या परिसरात असे वीसपंचवीस पुस्तक विक्रेते होते. प्रत्येकाला दोन-तीनदा भेट दिल्यावर माझ्या ध्यानात आलं की, निदान या भागात तरी आपला शोध यशस्वी होण्याची काही आशा नाही.

मग मी हा शोध थांबवला.

पण एक-दोन दिवस नुसताच घरी बसताच एक गोष्ट ध्यानात आली. तुमच्यासमोर काही ठराविक हेतू नसेल, कोणतीही गोष्ट मग ती अगदी क्षुल्लक का असेना... साध्य करायची निकड नसेल तर आयुष्यच एकाकी, निरर्थक होतं. जाग आली की, चहा... दाढी... स्नान... पेपर वाचणं... दुपारचं जेवण... मग आळसावल्यानं झोप... मग चहा... एखादी चक्कर... की रात्र. नाना म्हणत होते ती बौद्धिक भूक हीच. शरीराच्या तक्रारी नव्हत्या. मनाला कोणतीही काळजी नव्हती; पण आयुष्य रिकामं वाटत होतं.

नानांच्या पत्राची वाट पाहत राहणं एवढंच हाती होतं.

अर्थात मी त्यांच्याकडे गेलो असतो तर त्यांनी माझ्या भेटीचं स्वागतच केलं असतं; पण काही खास कारण असल्याशिवाय जाणं मला उचित वाटलं नाही. एकतर पत्र आल्यावर येईन असं मीच त्यांना सांगितलं होतं आणि त्यांच्या मनात माझ्याबद्दल अगदी एवढीशीही उपेक्षा आहे अशी जरी नुसती शंका मनात आली असती तरी मला त्यांचा संपर्कच असह्य झाला असता.

+++

८.

नानांचं पत्र आलं.

'भेटीस तीन आठवडे होऊन गेले. एकदा चक्कर मारा. काही काही जाहिराती छापून आल्या आहेत; पण अजून प्रतिसाद नाही. मंगळवारी सकाळी दहाच्या सुमारास वाट पाहत आहे.'

आयुष्याचं अडलेलं चक्र पुन्हा फिरायला लागलं होतं.

दहाला एक-दोन मिनिटं कमी असताना मी नानांच्या बंगल्यापाशी पोहोचलो. फाटकाची वरची कडी काढताना ठण्! आवाज झाला. तो टायगर व्हरांड्यात असला पाहिजे. मोठ्यानं गुरगुरत तो खाली अंगणात आला. मी फाटकाबाहेरच उभा होतो. टायगर फाटकापर्यंत आला; पण त्याची गुरगुर थांबली होती. त्याची परीक्षा घेण्याचा एक उपाय होता, फाटक उघडून सरळ आत जाणं, न भीता. म्हणे बेडरपणे वाघसिंहांच्या नजरेला नजर दिली की तेही मागे सरतात. असेलही तसं. कोठेतरी वाचलं होतं की, माणूस भ्यायला तर शरीरात काही रासायनिक बदल होतात आणि फेरोमोनसारखा या अतिअति अल्पप्रमाणात उत्सर्जित होणाऱ्या रसायनांनी जनावराला कळतं की, समोरची व्यक्ती (वा सावज) भ्यायलेलं आहे.

मी आत जाताच टायगरने एक-दोनदा शेपटी हलवली आणि तो परत व्हरांड्याच्या दिशेने गेला.

मागच्या खोलीत नाना माझी वाटच पाहत होते.

टेबलावर दोन इंग्रजी आणि तीन-चार मराठी वर्तमानपत्रांचा गठ्ठा होता.

नानांनी हाताने वर्तमानपत्रांकडे निर्देश केला.

खुर्चीवर बसून मी वर्तमानपत्रे एकामागून एक अशी चाळली.

मग सर्व पेपर्स परत टेबलावर ठेवून दिले. गेले सात-आठ दिवस जो एक विचार मनात घोळत होता तो मी आता नानांसमोर उघड केला.

'नाना, तुम्हाला एक विचारायचं आहे.'

'मग विचारा की! त्यात परवानगी कशाला हवी?'

'नाना, पहिल्या भेटीत मी कुलवृत्तांताची कल्पना सांगताच तुम्हाला ती एकदम आवडली आणि तुम्ही अगदी हौसेने, तडफेने तिचा पाठपुरावा करता आहात!'

'हो, खरं आहे. पुढे?'

'आता स्पष्टच बोलतो. पुढच्या एकूण खर्चाचा विचार केला आहात का? आपल्या घराण्यातील काही मंडळी सधन असतील, दानशूर निघतील. आपल्या या उपक्रमाला सढळ हाताने मदत करतील हे नुसते तर्क आहेत. आपले कुलबंधू मोठ्या हौसेनं ग्रंथाच्या छपाईसाठी काही मदत करतील किंवा ग्रंथ छापून झाल्यावर पदरमोड करून विकत घेतील. हेही तर्कच आहेत. एव्हानाच खर्चाचा आकडा काही हजारांत गेला असेल. मी म्हणतो ते खरं आहे ना?'

'हो, खरं आहे.'

'काम अर्ध्यावर सोडता यायचं नाही. नाहीतर आधीचे खर्च झालेले सर्व पैसे पाण्यात जातील असं तुम्हीच म्हणाला होतात ना?'

'हो, म्हणालो होतो.'

'नाना, मी एवढेच म्हणतो... यापुढे पाऊल टाकण्याआधी दहा वेळा विचार करा.'

'सदूभाऊ, आता मी तुम्हाला एक प्रश्न विचारतो त्याचं उत्तर द्या. आपल्या कुलवृत्तांताची मूळ कल्पना तुमची आहे. माझं जरा वय झालं आहे. पण तुम्ही अजून चांगले ॲक्टिव्ह आहात. तुम्हाला कामाचा कंटाळा नाही, हे तुमचेच शब्द आहेत ना?'

'हो.'

'खरंतर तुमच्या या शब्दावर विसंबूनच मी माझा निर्णय घेतला. पुढे काय खर्च येईल, तो मला झेपेल का नाही याचा विचार मी अवश्य करीन; पण त्याआधी मला एक सांगा. कामाचा कंटाळा येऊन तुम्ही काम अर्ध्यावर सोडणार नाही ना? शेवटी हा कायदेशीर करार नाही. व्हॉलंटरी काम आहे. तोंडाने दिलेल्या शब्दावरच विसंबून राहायचं असतं. तेव्हा सांगा. तुमच्या बाजूचं काम तुम्ही पुरं करणार आहात का? तुम्हीही दहा वेळा विचार करून मगच सांगा.'

नानांनी माझं आर्ग्युमेंट माझ्यावरच उलटवलं होतं. जरासा हसत मी म्हणालो, 'नाना, माझ्या ध्यानात तुमच्या शब्दांचा अर्थ आला. माझं काम मी केलं तर इतर कशाचीच फिकीर करण्याचं कारण नाही, असंच ना?'

'सदूभाऊ, पैशाची खरोखरच फिकीर करू नका. आमच्या चिरंजीवांचे त्या दिवशीचे शब्द तुम्हाला चांगलेच झोंबलेले दिसतात. मला समजतं, तुमचा हेतू प्रामाणिक आहे; पण प्रामाणिकपणाचं काही लेबल गळ्यात अडकवून हिंडता येत नाही. माझ्यापुरती माझी खात्री झालेली आहे. तेव्हा आपण हा वाद आता एवढ्यावरच सोडू या. ओके? आज तुम्हाला बोलावलं त्याचं आणखी एक कारण आहे.'

नानांनी टेबलाच्या ड्रॉवरमधून एक पोस्टकार्ड काढून ते माझ्यापुढे सारलं.

पत्र काळ्या शाईत अत्यंत सुवाच्य, फर्डेबाज अक्षरात होतं. अनोळखी व्यक्तीचं पत्र आलं की, माणूस आधी खालची सही वाचतो. मीही तेच केलं. खाली सही होती वि. रा. पाटणकर.

मग मी पत्रं वाचलं. पत्रं असं होतं -

> 'वर्तमानपत्रातली वज्रे कुलवृत्तांतासंबंधातली आपली जाहिरात वाचली. त्या संदर्भात मी आपली भेट घेऊ इच्छितो. कृपया सोयीची वेळ कळवावी.
>
> आपला,
>
> वि. रा. पाटणकर

'सदूभाऊ, या पाटणकरांना मी आजच साडेदहाच्या सुमाराची वेळ दिली आहे. ते एवढ्यात येतीलच.'

आमच्या मागच्या खोलीतही टायगरच्या भुंकण्याचा आवाज आला.

'आलेले दिसतात,' नाना म्हणाले.

बहुधा सूनबाईंनी किंवा स्वयंपाकीणबाईंनी गेट उघडलेलं दिसलं. दोन-तीन मिनिटात खोलीबाहेर पायताणांचा आवाज झाला. आम्ही दाराच्या दिशेने पाहिलं. दारात सुमारे पन्नाशीच्या वयाचे गृहस्थ उभे होते. अर्थात हेच पाटणकर. उंची मध्यमच होती. दारातून नमस्कार करून ते म्हणाले,

'मी पाटणकर. तुम्ही आजची साडेदहाची वेळ दिली होतीत.'

'या... या... पाटणकर.' नाना म्हणाले, 'या बसा.'

पाटणकर माझ्या शेजारच्या खुर्चीवर येऊन बसले. त्यांचा वेश म्हणजे गुरूशर्ट टाईपचा राखी रंगाचा झब्बा, खाली पँट. खांद्याला शबनम थैली.

'मी माझी ओळख करून देतो.' पाटणकर म्हणाले, 'वज्रे घराण्याचा कुलवृत्तांत लिहिण्याची आपली योजना आहे?'

'हो.'

'अर्थात आपल्याला त्या कामाचा काहीही अनुभव नसणार?'

'अर्थात नाही. तो काही व्यवसाय नाही. माणूस ते आयुष्यात एकदाच करणार, हो की नाही?'

'हो, ते खरं आहे. वज्रे, तुम्हाला एक माहिती आहे का? केवळ महाराष्ट्रातच आणि त्यातल्या त्यात कोकणस्थ घराण्यातच ही कुलवृत्तांत तयार करण्याची कल्पना रुजलेली दिसते. एकोणीसशे दहा-अकरापासून ही प्रथा दिसून येते. तुम्ही नवल करीत असाल, माझा यात कुठे संबंध येतो ते?'

'सांगा.' नाना म्हणाले.

'जो आद्यप्रवर्तक असतो, तो पायोनियर असतो. त्याची वाट नेहमीच खडतर असते. पदरमोड करून, वेळ आणि श्रम खर्च करून अवहेलना, टिंगलटवाळी सोसून त्यांनी काम केलं. तसे आपण कोकणस्थ जरा तुसडेच, नाही का?' पाटणकर जरासे हसत म्हणाले, 'पण जमलं तसं त्या लोकांनी काम केलं. त्यांच्यापासून स्फूर्ती घेऊन इतरही घराण्यांनी आपले इतिहास छापून प्रसिद्ध केले. त्यावेळी आजच्यासारख्या सोयी नव्हत्या. एसटी नव्हती. रस्ते नव्हते. काहींनी आपल्या प्रवासाची वर्णनं लिहून ठेवली आहेत. कधी छकड्याने जा, कधी चामड्याच्या गळत्या नावेतून जा, कधी डोंगर दऱ्यातून पायपीट करीत जा. शेवटी आपली मूळगावं कोकणातच आहेत की नाही?'

मला तर या पाटणकरांच्या बोलण्याचा रोखच समजत नव्हता.

'पण काही वर्षांतच त्या कामाला एक साचा आला. अर्थात नुसती इच्छा असून काय उपयोग? सर्व वेळ खर्च करणारा, कामाची, प्रवासाची दगदग सोसेल असा कोणीतरी ठाम माणूस हवा की नाही? हे काही निवृत्त झाल्यावर फावल्या वेळात करायचं काम नाही.'

आमच्या दोघांच्या जराशा गोंधळलेल्या आणि प्रश्नार्थक चेहऱ्यांकडे पाहत जरा हसत पाटणकर म्हणाले, 'तुम्ही नवल करीत असाल, नाही? हा कोण उपटसुंभ गृहस्थ आला आहे आणि भाषणबाजी करत आहे? तर सांगतो. ही कुलवृत्तांताची हौस तर अनेकांच्या मनात निर्माण झाली. सुदैवाने अशांना मार्गदर्शन आणि प्रत्यक्ष मदत करणारी अशी अनेक माणसं मागच्या पिढीत पुण्यात होऊन गेली. एक दाजीशास्त्री परांजपे, दुसरे फडके... अनेक कुलवृत्तांताच्या प्रस्तावनेत यांच्या सहकार्याचा आणि मदतीचा कृतज्ञतापूर्वक उल्लेख आहे. त्यामुळे इतरही मदतीसाठी त्यांच्याकडेच वळले तर त्यात काही नवल नाही. त्या शास्त्रातले ते तज्ज्ञच झाले. तुम्ही दोघंही वज्रेच नाही का? मग आता सांगतो, पत्र लिहून तुमची भेट कशासाठी घेतली ते. मीही जवळजवळ त्याच प्रकारचं काम करीत असतो. कुलवृत्तांत लिहिण्याची इच्छा असलेल्यांना आवश्यक वाटलं तर साहाय्य करायला मी तयार असतो.'

'आणखीन जरा स्पष्ट करून सांगा.' नाना म्हणाले, 'सहाय्यक म्हणजे कोणत्या स्वरूपाचं साहाय्य?'

'तुम्ही जाहिरात दिलीत इथपर्यंत ठीक आहे. लोकांचा अनुभव असा आहे की, साध्या वर्तमानपत्रातल्या जाहिरातीला अगदी नाममात्र प्रतिसाद मिळतो. त्यामागे आपल्या समाजाचा आळशी स्वभाव असावा. आपल्यालाच आधी ही माहिती जमा करावी लागते आणि मग नावपत्ते मिळाले की, पत्रव्यवहार करावा लागतो आणि तरीही एका पत्राने काम होतच नाही. पुन्हा पुन्हा स्मरणपत्रे पाठवावी लागतात. आता ही नावांची माहिती कोठून मिळणार? एक जागा, निवडणुकीच्या मतदार याद्या. त्या तपासून पाहायच्या; पण हे तुम्हाला फक्त स्थानिक पातळीवरच शक्य आहे नाही का? मी आणखी काही बोलू का, की तुम्हाला माझ्या बडबडीचा कंटाळा आला आहे?'

'नाही... नाही.' नाना म्हणाले, 'पाटणकर, या उपक्रमाची तुम्हाला खरोखरंच खूप माहिती आहे असं दिसतं. आम्हाला मदत तर हवी आहेच. सांगा.'

'अगदी नावं सापडली, आपण त्यांची गाठ घेतली आणि त्यांनी सहकार्य द्यायचं मान्य केलं तरी त्यांची माहिती त्यांच्या आधीच्या एखाददुसऱ्या पिढीपर्यंतच मर्यादित असणार नाही का? दुसरा मार्ग म्हणजे आपल्या नाशिक, त्र्यंबकेश्वर, पैठण इत्यादी क्षेत्रातील उपाध्यायांकडच्या नोंदी. मी स्वतः या क्षेत्रोपाध्यायांना अनेक वेळा भेटी दिल्या आहेत. आजकालच्या कॉम्प्युटरसारखी त्यांची योग्य ती फाईल काढण्याची पद्धत जलद आणि अचूक आहे. पंधराव्या-सोळाव्या शतकापर्यंत, क्वचितप्रसंगी त्याच्याही मागेपर्यंत त्यांच्याकडच्या नोंदी जातात. शक्यतो त्या प्रत्यक्ष यात्रिकाच्याच हस्ताक्षरात असतात. त्यात गोत्र, प्रवर, जवळचे आप्तेष्ट इत्यादी माहिती मिळते. या क्षेत्रोपाध्यायांनी पूर, अवर्षण, परकीयांच्या स्वाऱ्या, राज्यक्रांत्या, अनागोंदीचा काळ इत्यादी अनेक संकटांतून या याद्या मोठ्या हिकमतीने सांभाळून ठेवल्या आहेत. खरं तर तो आपल्या ज्ञातीचा इतिहासाचा अमूल्य ठेवा आहे. दुर्दैवाने आताशी या तीर्थक्षेत्रांकडे जरा हेटाळणीनंच पाहिलं जातं. तेव्हा यापुढे माहिती साठवली जाणार नाही हे तर उघडच आहे. असो. पुढचं पुढे. तर हा आणखी एक मार्ग झाला. माहिती कुठे आहे ते ठाऊक असूनही किंवा तो कागद प्रत्यक्ष हातात घेऊनही ती माहिती अज्ञातच राहील... का माहीत आहे? पूर्वीचं जवळजवळ सर्व लेखन मोडीत आहे.'

मी व नाना, दोघांनी चकित होऊन एकमेकांकडे पाहिलं. आता लक्षात आलं. खरंतर याची कल्पना आपल्याला आधीच यायला हवी होती. अगदी अगदी १९१० पर्यंतची काही काही खरेदीखतं मोडीत आहेत. नाना शेवटी म्हणाले,

'मग तर आम्हाला तुमच्यासारख्यांची मदत लागणारच!'

'आणखी एक आहे. आपल्या महाराष्ट्रातल्या जवळ जवळ सत्तरच्या वर कुळांचे कुलवृत्तांत प्रसिद्ध झाले आहेत. त्यात वंशावळी असतात. प्रत्येक पिढीतल्या मुलींच्या विवाहाची नोंद असते. त्यांच्यात शोध घेऊन तुमच्या घराण्यात त्यांच्या घराण्यातल्या काही मुली आल्या आहेत का हे कळेल. आणखी माहिती हाती येईल.'

जरासे हसत नाना म्हणाले, 'पाटणकर, तुम्ही आपण होऊन आमच्याकडे आलात हे छानच केलंत. आता तुम्ही कशाप्रकारे मदत करणार ते सांगता का?'

'आणखी एक सांगायचं राहूनच गेलं. आपल्याकडच्या पेशवे दप्तर, रास्ते दप्तर, भारत इतिहास संशोधन मंडळ इत्यादी ठिकाणी ऐतिहासिक अस्सल कागदपत्रांचा फार मोठा संग्रह आहे. पूर्वीच्या सनदा, इनाम, लवाद, निकाल इत्यादी कागदपत्रात तुमच्या पूर्वजांची काही नोंद सापडण्याची शक्यता आहे, या सर्व ठिकाणी माझं सतत जाणं असतं. तुमच्या वज्रे घराण्याच्या ज्या काही नोंदी मला सापडतील त्या मी तुमच्याकडे आणून देईन. इतर कामांबरोबरच हे काम होईल. त्यासाठी मी काही खास जाणार नाही.'

नाना घसा साफ करत म्हणाले, 'अं... पाटणकर... या व्यतिरिक्त, म्हणजे या माहिती गोळा करण्याव्यतिरिक्त तुमचा आणखी काही व्यवसाय असेल ना?'

'नाही... नाही... इतर काही नाही.'

'प्रश्न जरा नाजूक आहे... पण राग मानू नका. ही कामं तुम्ही केवळ परोपकाराच्या दृष्टीने खासच करीत नाही. तुमचा वेळ खर्च होतो. शिवाय प्रत्यक्षातही काही खर्च होत असणार... द्रव्याचा किंवा मोबदल्याचा विषय काढायला तुम्हाला संकोच वाटतो, अवघड वाटतं असं दिसतं...'

पाटणकरांची मान खाली गेली होती.

नाना एकदम उठून त्यांच्याजवळ आले आणि त्यांच्या खांद्यावर हात ठेवत म्हणाले, 'पाटणकर, आमच्या घराण्यासाठी तुम्ही जे काही श्रम घ्याल, जी काही मेहनत कराल, त्या सर्वांची अगदी पुरेपूर भरपाई होईल असा मी तुम्हाला माझा शब्द देतो आणि आता इथेच थांबा. हे सदूभाऊ सोबतीला आहेतच. मी चहाचं सांगून येतो.'

'अहो...' पाटणकर एकदम म्हणाले.

पण नाना त्या आधीच खोलीबाहेर पडले होते. पाटणकरांना जरा अवघडल्यासारखं वाटत होतं हे उघड होतं. 'पाटणकर,' मी म्हणालो, 'गेला महिनाभर आम्ही दोघं भेटतो आहोत आणि ही कुलवृत्तांताची मोहीम आखतो आहोत. पण तुम्ही त्यातले खरे तज्ज्ञ आहात. इतक्या नवीन गोष्टी तुमच्याकडून समजल्या आहेत... खरंच तुमचे उपकारच मानायला हवेत.'

तेवढ्यात नाना परत आले. 'येईलच चहा एवढ्यात. पाटणकर, जरा विचार केला तेव्हा तुमचं म्हणणं पटलं. पत्रव्यवहाराने किंवा प्रत्यक्ष भेटीत मिळणारी सर्व माहिती आप्तांची, वर्तमानकाळातली असणार. आपल्या घराण्याचा भूतकाळ माहीत हवा.'

'तेच मी म्हणत होतो; पण सांगायचं राहून गेलं.' पाटणकर म्हणाले, 'ज्या जुन्या कागदपत्रांवरून घराण्याचा मूळ पुरुष कोण, त्याने मूळ वसती कुठे केली, नंतर वेगवेगळ्या ठिकाणी घराण्यातली माणसं कशी विखुरली याची पूर्ण कल्पना येते.' पाटणकर आता चांगले सावरलेले दिसत होते. बाई चहा घेऊन आल्या. चहा झाल्यावर पाटणकर जायला उठले. 'मग आता मी तुमच्या कामाला सुरुवात करतो तर.' ते म्हणाले, 'तुमच्या त्या जाहिरातींना काहीना काही उत्तर येईलच. शिवाय आणखी एक गोष्ट करण्यासारखी आहे. तुमच्या परिचितांपैकी अनेकांकडे त्यांच्या कुलवृत्तांताच्या प्रती असतील. त्या आणून वाचून पाहा. त्यांच्या प्रस्तावना वाचण्यासारख्या असतात. अडचणी काय आल्या, बरेवाईट अनुभव काय आले याची चांगली कल्पना येईल. कारण तुम्हाला त्यातूनच जायचं आहे. बरं आहे तर, येतो मी.'

दोघांना नमस्कार करून पाटणकर निघून गेले.

***

त्यांच्या पश्चात त्यांचा विषय आमच्या बोलण्यात येणं अपरिहार्य होतं.

'हे पाटणकर चांगले अनुभवी आहेत यात शंकाच नाही.' नाना म्हणाले, 'आणि आपल्याला त्यांची खूपच मदत होणार आहे हेही खरं आहे. म्हणजे आपण अननुभवीच, नाही का? आणि सदूभाऊ, मला त्यांची एक गोष्ट आवडली. मोबदल्याचा विषय त्यांनी स्वतः काढला नाही. उलट मी काढल्यावर त्यांची कशी अवस्था झाली पाहिलीत ना? त्यांना द्रव्याची आवश्यकता आहे हे तर उघड आहे. पण त्याबद्दल बोलायला त्यांना किती अवघड जात होतं! हे किती चूक आहे! तुम्ही एखादी सर्व्हिस देता... मग त्याचा योग्य तो मोबदला घेण्यात काय गैर आहे? सगळ्याचीच किंमत पैशाने करता येत नसली तरी ज्याची करता येते ती तर करायला हवीच, हो की नाही?'

मी काहीच बोललो नाही, कारण मला त्यातला अनुभव नव्हता.

'असो, मला हे पाटणकर आवडले.' नाना म्हणाले, 'तुमची त्यांची भेट व्हावी त्यासाठीच तर आज सकाळी मुद्दाम तुम्हाला बोलावून घेतलं होतं.'

त्या भेटीचा उद्देश सफल झाला होता. मीही जाण्यासाठी उठलो.

'सदूभाऊ, आताच सांगून ठेवतो. पुढच्या मंगळवारी याच वेळेस याल का? आणि पाटणकरांचा तो सल्ला लक्षात असू द्यात. मित्रमंडळीत कुणाकडे कुलवृत्तांत आहेत का चौकशी करा. मीही करणार आहे.'

एवढ्यावर मी त्यांचा निरोप घेतला.

९.

माणूस स्वतःतच गर्क असतो. त्याला जाणीवही नसते की, इतर लोक आपली वागणूक पाहत आहेत. त्यामागच्या कारणाने भलेबुरे तर्क लढवत आहेत. ज्या दिवशी सकाळी नानांच्याकडे पाटणकरांची गाठ पडली होती त्याच दिवशी रात्रीच्या जेवणात हा विषय निघाला. हा विषय म्हणजे मी माझ्यामागे लावून घेतलेला कुलवृत्तांताचा व्याप.

जरा धीर करून बोलणारा सुरेशच. मला अशी शंका आली की, मी हजर नसताना त्या तिघांत त्या विषयावर चर्चा होत असावी.

'हं बाबा... काय म्हणतोय वज्रे कुलवृत्तांत?' सुरेशनं विचारलं. प्रश्नामागचा त्याचा हेतू अगदी सरळ नसला (किंचित उपहासाचा असला तरी) तरी तो प्रश्न अगदी गंभीरपणे घेऊन त्याला प्रामाणिक आणि सविस्तर उत्तर देणं सर्वांत श्रेयस्कर.

'वाटली इतकी ती गोष्ट सोपी नाही, सुरेश.' मी म्हणालो, 'घराण्याची माहिती अनेक ठिकाणांहून गोळा करून आणावी लागते. आम्ही वेगवेगळ्या वर्तमानपत्रांत जाहिराती तर दिल्या आहेत. आपण होऊन कोणाची उत्तरं आली तर त्यांच्याशी पत्रव्यवहार आला; पण घराण्याच्या अगदी सुरुवातीचा शोध घ्यायचा म्हणजे ऐतिहासिक कागदपत्रांचा अभ्यास करावा लागेल. ही कागदपत्रं मोडीत असतात. शिवाय वेगवेगळ्या तीर्थक्षेत्रात क्षेत्रोपाध्याय असतात. यात्रेकरूंच्या

नोंदी त्याच्या दप्तरी असतात. आपल्या वझे मंडळीपैकी कोणी पूर्वज नाशिक, त्र्यंबकेश्वर, पैठण, काशी, डाकोर अशा तीर्थक्षेत्रांची यात्रा करायला गेला असेल तर त्या उपाध्यायांच्याकडे त्यांची नोंद असेल. यात्रेकरू बहुधा आपले संपूर्ण नाव, गाव, जवळचे नातेवाईक यांची माहिती नोंदवून ठेवतो. भूतकाळातला शोध घ्यायचा म्हणजे अशीच साधनं वापरायला हवीत. थोडक्यात, झटपट काही होणार नाही. धीर हवा, चिकाटी हवी, वेळ पडल्यास प्रवासाची तयारी हवी. संकल्प तर केला आहे. बघू या काय जमतं ते.'

सुरेशने कोणत्या उत्तराची अपेक्षा केली होती मला माहीत नाही; पण या अशा तपशीलवार खुलाशाची खासच नाही. तो जरासा वरमल्यासारखा झाला. वडील म्हणून माझी त्याच्या मनात काय इमेज होती? त्याला तरी स्पष्ट कल्पना होती का? गायत्री, सुलेखा दोघीही आमच्याकडे पाहत होत्या. मनात एकाएकी विचार आला... आपल्या घराण्याचा दोन-तीनशे वर्षांपूर्वीचा इतिहास आपण शोधायला निघालो आहोत; पण आपलं हे चौघांचं घर... चौघांनी खरोखर एकमेकांना जाणून घेतलं आहे का?

पण मला वाटलं ही चांगली संधी आहे. केव्हा तरी याची चर्चा आवश्यकच होती. त्या तिघांकडे पाहत मी म्हणालो, 'एका गोष्टीची मला जवळजवळ खात्री आहे. माझ्या पश्चात तुमच्यात नक्कीच चर्चा होत असणार... यांनी हे काय नसतं खूळ डोक्यात घेतलंय! चांगली चार आकडी पगाराची नोकरी सोडली आणि आता इतिहास संशोधनाच्या मागे लागले आहेत. माझी कल्पना योग्य असेल, अयोग्य असेल, मला त्यावर काही बोलायचं नाही. माझ्या मनात ती इच्छा आहे; पण अर्थात प्रत्येकालाच इच्छेप्रमाणे वागण्याचं नशीब लाभतंच असं नाही. कारण प्रत्येकास आर्थिक, कौटुंबिक, मानसिक अशा काही जबाबदाऱ्या असतात. उद्या गायत्री म्हणाली, मला नोकरी करायची आहे. ती जर अशी घराबाहेर पडली तर आपल्या घराचं वाटोळं होईल. प्रत्येकावर जबाबदारी आहे. प्रत्येकाला हक्कही आहे. माझा निर्णय कदाचित तुम्हाला अयोग्य वाटत असेल. फक्त एवढंच लक्षात ठेवा की, मी अजिबात बेजबाबदारपणे वागलेलो नाही. या कामानिमित्त कदाचित मला बाहेरगावच्या प्रवासासाठी जावंही लागेल. माझ्या इतक्या वर्षांच्या नोकरीत कधी फिरतीची वेळ आलेली नाही. एखाद्या भोज्यासारखा मी या एकाच ठिकाणी रुतून बसलेलो आहे; पण या नव्या कामात कदाचित

तीही वेळ येईल. तो अनुभव मला आणि तुम्हालाही नवा असेल. फक्त आधी पूर्वसूचना देऊन ठेवत आहे.'

'काय कुळाचा इतिहास लिहायचा असेल तो लिहा.' गायत्री म्हणाली, 'पण एक मात्र खरं... तुम्ही बदलला आहात एवढं बरीक खरं.'

मला ती कल्पना येऊ शकत होती. लग्नाच्या दिवसापासून रोज सकाळी दहा वाजता घराबाहेर पडून सहाला परत येणारा, संध्याकाळी बाजारहाट करणारा, मुलांच्या शाळाकॉलेजच्या ॲडमिशनची व्यवस्था करणारा, बाकी कशात फारशी दखल न घेणारा एक निरुपद्रवी जीव एवढीच त्यांना माझी ओळख होती. मी जरा हसत म्हणालो.

'बदललो आहे म्हणतेस, बदल चांगला आहे का वाईट आहे?'

'चांगलं वाईट मी काही म्हणत नाही; पण आता तुमचा पूर्वीसारखा भरवसा राहिला नाही.'

'भरवसा राहिला नाही म्हणजे?'

'केव्हा उठाल आणि काय खूळ डोक्यात घेऊन त्याच्यामागे लागाल काही सांगता येत नाही.' तिच्या शब्दात जराशी टीका होती; पण जरासा आदरही होता.

'गायत्री, मी फक्त नोकरीचा राजीनामा दिला आहे.'

'रिटायर व्हायची वेळ आली असती, मग नोकरी संपल्यावर फावल्या वेळेचा उद्योग म्हणून असं काही काम अंगावर घेतलं असतंत तर समजण्यासारखं होतं; पण नुसती नोकरी सोडली नाहीत. आता कोणकोण नातेवाईक शोधून काढणार आहात. भाराभर पत्रे लिहिणार आहात, मग प्रवासावर जाणार आहात. दोन महिन्यांपूर्वी माझा त्यावर विश्वासच बसला नसता.'

'खरं सांगायचं तर माझ्याबद्दल असं भविष्य कुणी वर्तवलं असतं तर माझाही त्याच्यावर विश्वास बसला नसता.' मी जरा विचार करीत म्हणालो, 'मनात कुठेतरी अशी सुप्त इच्छा असली पाहिजे... जी संधी मिळताच वर आली.'

ज्याक्षणी माझी खात्री झाली होती की, आपल्याला खरोखरचं तीन लाखाचं बक्षीस मिळालं आहे त्याक्षणीची मनःस्थिती मी गायत्रीला कशी वर्णन करून सांगणार? त्या एका क्षणात मी स्वतंत्र झालो होतो. भोवतालचे सर्व पाश, सर्व साखळ्या गळून पडल्या होत्या. अर्थात भावनांचा आवेग टिकत नाही; पण

भावनावेगाचा तो क्षण माणूस साऱ्या आयुष्यात कधी विसरू शकत नाही आणि ती केवळ त्याच्या एकट्यासाठीच असलेली, संपूर्ण खाजगी बाब असते.

***

पाटणकरांच्या सांगण्याप्रमाणे मी मित्रांकडे, परिचितांकडे चौकशी केली आणि तीन कुलवृत्तांत वाचनासाठी उपलब्ध झाले. मी त्या घराण्यांची नावं सांगत नाही. सर्व चित्पावन घराणी होती. सर्वांना आपल्या चित्पावनपणाचा विलक्षण अभिमान होता. सर्वांच्या प्रस्तावनेत चित्पावन हे मूळ कोण, कोठून आले, केव्हा आले, त्यांना चित्पावन हे नाव कसे आणि केव्हा पडले, या गोष्टींचा ऊहापोह होता. 'चिती पावन करणारे' (सागर मागे सारून जमीन मशागतीसाठी योग्य करणारे) ते 'चित्पावन' अशी एकात उपपत्ती होती. एक गोष्ट सर्वांनी नमूद केली होती, या कोकणस्थांचा पिंड घाटावरच्या लोकांपासून भिन्न होता. गोरे, घाऱ्या डोळ्यांचे, उभट सरळ नाकांचे, अंगाने शिडशिडीत, कष्टाळू, चिवट; पण गरीब. १७१० च्या सुमारास भटभानू मंडळी घाटावर आली आणि मग त्यानंतर कोकणस्थांतून अनेक राजकारणी, मुत्सद्दी मंडळी नावारूपास आली. काहींनी रणांगणावर मर्दुमकी गाजवून सरदारकी मिळवली, काहीनी संस्थानं स्थापन केली. थोडक्यात म्हणजे इतके दिवस आडबाजूस पडलेली ही जमात महाराष्ट्राच्या मुख्य राजकीय, सामाजिक, शासकीय प्रवाहात समाविष्ट झाली.

हे कुलवृत्तांत साधारणपणे १९३० ते १९४० च्या दरम्यान प्रसिद्ध झालेले दिसले. तीनशे-सव्वातीनशे डेमी साईजच्या ग्रंथांची किंमत चाळीस ते पन्नास रुपये होती. आजच्या घटकेला या पुस्तकांच्या किमती तीनशे रुपयांपेक्षा कमी असणार नाहीत. ती किंमतसुद्धा ना नफा ना तोटा तत्त्वावर विक्री केली तरच. या प्रकाशनाच्या अवस्थेपर्यंत आमचा वृत्तांत येऊन पोहोचला तर पुढे काय काय आर्थिक अडचणी उभ्या राहणार होत्या याची ही झलक होती.

प्रस्तावनेतला आणखी एक भाग लक्षणीय होता. कुलबंधूंची प्रतिक्रिया. सहकार्य देणारे होते, नाही असं नाही; पण हिणवणार नाहीत, खुसपटं काढणार नाहीत तर ते कोकणस्थ कसले? पत्ता मिळाला आणि भरून पाठवण्याकरिता माहितीपत्र पाठवले की, अशी उत्तरं आली होती. तुम्ही हा खटाटोप कशासाठी मांडला आहे? आमच्या घरदार, नातेवाईक, कुटुंबीय, व्यवसाय यांची चौकशी

करणारे तुम्ही कोण? नाहीतर... आम्हाला प्रसिद्धीची हाव नाही. जास्त पत्रव्यवहार करू नये. नाहीतर असे काही... कमरेला पंचा, डोळ्याला चाळिशी आणि कानामागे बोरू ठेवून कारकुनी करणारे आम्ही. आमची कसली चरित्र लिहिता? नाहीतर हा नमुना पाहा - कुलवृत्तांत ही काय कथा-कादंबरी आहे काय? कोण तुमचं हे पुस्तक वाचणार आहे? आणि अगदी अलीकडचा एक प्रतिसाद- आमची मुलं इंग्लिश मीडियममध्ये शिकतात, त्यांच्यापैकी कोणी हे पुस्तक हातातसुद्धा धरणार नाही.

प्रतिक्रिया बोलक्या होत्या. मीही त्याच वाटेवरून जाणार होतो. मलाही वाटेवर हे खुणेचे दगड सापडण्याची शक्यता होती. ते ग्रंथ प्रसिद्ध झाल्याला आता पन्नासच्यावर वर्षं उलटली होती; पण समाजाच्या मानसिकतेत काही फरक पडला असेल का?

प्रत्येक वृत्तांतात वेगवेगळ्या घराण्यांच्या वंशावळी होत्या. त्यांच्यात मला स्वारस्य नव्हतं; पण ऐतिहासिक कागदपत्रांचा विभाग मात्र मी नीट वाचला. भाषा मराठीच होती; पण अनेक फारसी शब्दांचा भरणा होता. भाषेचं वळणही वेगळं होतं. सर्व तारखा हिजरी सनात होत्या. ग्रंथकर्त्याने भाषांतर केलं होतं. म्हणून समजलं की, अमूक उतारा सोळाशे नव्वदचा आहे, तर अमूक उतारा सतराशे दहाचा आहे. हे काम खरोखर किती कठीण होतं याची आता आता जराशी कल्पना यायला लागली होती. आधी भाषा जुनी, त्यात लिपी मोडी आणि शिवाय फारसी शब्दांचा भरणा!

एका प्रस्तावनेत खालील अर्थाचा मजकूर होता. इंग्रजी कुटुंबात बायबलची प्रत पिढ्यान्‌पिढ्या घरात जपून ठेवलेली असते. त्या प्रतीच्या शेवटच्या कोऱ्या पानावर घराण्यात जन्मलेल्या प्रत्येक व्यक्तीची जन्मवेळ, तारीख आणि निधनाची तारीख मांडलेली असते. त्या एका प्रतीमध्ये दहाबारा पिढ्यांचा इतिहास आपोआप उपलब्ध होतो. ग्रंथकार म्हणतो, आपल्याकडे गीतेच्या एखाद्या प्रतीच्या शेवटच्या पानावर अशी घराण्याची तपशीलवार माहिती नोंदवून ती प्रत देवाच्या देव्हाऱ्यात ठेवावी.

***

माझ्याऐवजी आणखी कोणी एखाद्या वज्रे कुलोत्पन्नाने हा कुलावृत्तांत लिहिण्याचं ठरवून माझ्याकडे प्रश्नावली पाठवली असती तर? मी त्यातले कोणते रकाने भरू शकलो असतो? आपल्या घराण्याची तरी मला कुठे माहिती होती? वडिलांनी शेवटपर्यंत रेव्हेन्यूत नोकरी केली. माझा जन्म एकोणीसशे छप्पनचा. माझ्या वयाच्या चोविसाव्या वर्षी वडील रिटायर झाले. म्हणजे एकोणीसशे ऐंशी साली. शेवटपर्यंत ऑफिसमध्ये जाताना त्यांचा एकच पोशाख. पांढरा फूल स्लीव्हचा शर्ट, पांढरी पँट, करड्या रंगाचा कोट आणि पायात ब्राऊन शूज. पुढे टेरेलीनचे कपडे आले; पण बाबांनी आपला पोशाख बदलला नाही. आई माझ्या लहानपणीच गेली होती. माझ्या मनात तिची आठवण अगदी पुसट आहे आणि मी त्यांचा एकुलता एक मुलगा. त्यांना भाऊ-बहीण कोणीही नव्हतं. त्यांनी काही छंद जोपासल्याचं आठवत नाही. निवृत्त झाले आणि एकदम खचल्यासारखेच झाले (मी जर हा कुलवृत्तांताचा व्याप माझ्या मागे लावून घेतला नसता तर रिटायर झाल्यावर माझी अवस्था तरी काय वेगळी झाली असती?). त्यांच्या मनात काय विचार येत असतील? आता माझा मुलगा मोठा झाला होता. मी स्वतःला त्यांच्या जागी कल्पून विचार करू शकत होतो; पण आमच्यात कधी या विषयावर मोकळेपणाने चर्चा झाल्याचं आठवत नाही; पण सुरेश आणि मी तरी कधी असे बोललो आहोत का? का पिढ्यापिढ्यातली दरी सततच असते? वडिलांना पेन्शन होतं; पण निवृत्तीच्या वेळचा पगारच इतका कमी होता की, पेन्शनमध्ये कितीही वाढ झाली तरी ती रक्कम तुटपुंजी होती (प्रत्येक वेळी मी माझी तुलना त्यांच्याशी करीत होतो आणि ध्यानात येत होतं की, केवळ या लॉटरीच्या बक्षिसाने आपल्या आयुष्यात असा फरक पडला आहे. नाहीतर माझंही आयुष्य त्याच त्या रटाळ मार्गावरून गेलं असतं). तसे वडिलांचे माझ्याशी किंवा गायत्रीशी वाद झाले नाहीत; पण आता आठवतं, वडिलांनी कधीही स्वतःच्या मताचा आग्रह धरला नाही. वीजबिल, टेलिफोन भरण्याइतकंही त्यांची पेन्शन नव्हती. त्यांच्या मनात ती टोचणी सतत असेल? त्यांना जर अजिबातच पेन्शन नसती तर माझी वागणूक कशी राहिली असती? आज मला चार आकडी पेन्शन मिळाली असती; पण सुरेश, समजा इंजिनिअर झाला तर ॲप्रेंटीसशिपमध्येच त्याला दहा-बारा हजारांचं स्टायपेंड मिळणार होतं. कामाला लागल्यावर त्याचा पंचवीस-तीस हजारांचा पगार, त्याची बायको कमावती असली तर तिचा बारा-

पंधरा हजारांचा पगार, त्यांच्या मोपेड, त्यांचा वीकएंडला एखाद्या रिसॉर्टला मुक्काम, त्यांची बदललेली लाईफस्टाईल. मी आणि गायत्री, आम्हाला त्या संसारात जागा असणार होती का? असली तरी ती मानाची असणार होती का? पण मग त्याच्या उच्च शिक्षणासाठी गरज पडली तर मी माझ्याजवळचे लाख-दीडलाख रुपये खर्च करायचे नाहीत का? का त्याला साधी डिग्री देऊन स्वतःचं जसं जमेल तसं कर म्हणून सांगून जगात सोडून द्यायचा?' मा फलेषु कदाचन...' गीतेतला उपदेश ठीक आहे. प्रत्यक्ष आचरणात आणणं सोपं आहे का? का, 'ताट द्या; पण पाट देऊ नका' या उक्तीप्रमाणे मी आणि गायत्रीने आमच्याच ब्लॉकमध्ये वेगळं राहायचं? शेवटपर्यंत जमेल तशी एकमेकांना साथ द्यायची? तुम्ही म्हणाल, कशासाठी हे विचारमंथन? पण कुलवृत्तांताचा विचार मनात आला. मग नजर जशी कुळाच्या भूतकाळाकडे जाते तशी भविष्यकाळाकडे जाणार नाही का? कोठून आलो हा तात्त्विक प्रश्न आहे. कोठे जाणार आहोत हा तर व्यावहारिक प्रश्न होता; आणि माझ्यापाशी याक्षणी तरी त्याचं उत्तर नव्हतं.

१०.

पूर्वी मी रविवारची किती आतुरतेनं वाट पहायचो. तो एक दिवस असा असायचा की, ज्या दिवशी वेळेवर कोणतंही बंधन नसायचं. केव्हाही उठा, केव्हाही दाढी करा, आरामात पेपर वाचत बसा, नाहीतर हवा छान असली तर एखाद्या छोट्या रपेटीवर जा. तीच घरं, तोच रस्ता; पण तुम्ही वेगळ्या वेळी तिथून गेलात तर अगदी वेगळा दिसतो. मला वाटतं शहरातल्या रस्त्यांवरून वेगवेगळ्या वेळी भेटणाऱ्या लोकांचे वेगवेगळे प्रकार असतात. पहाटे सातपर्यंत भेटणारे, नेमाने हिंडायला जाणारे, दूध, पेपर, पाव, टोस्ट आणणारे. मग शाळा कॉलेजमध्ये जाणारे, आपल्या मुलांना शाळेत पोहोचवणारे, मग ऑफिसला जाणारे... प्रत्येकजण सवयीचा गुलाम झालेला असतो. त्याच कामासाठी तो नेमका त्याच वेळी घराबाहेर पडतो. जे मीही आजवर करत आलो होतो. आता मी जेव्हा त्या चौकटीबाहेर आलो तेव्हा मला तो पॅटर्न दिसला, ज्यातला एक बिंदू मी आजवर होतो. अर्थात हे सर्व भोंगळ तत्त्वज्ञान म्हणजे रिकाम्या मनाचे चाळे होते. कारण मागे काही उद्योग नव्हता. मंगळवारपर्यंत तरी. त्या दिवशी नानांची भेट घ्यायची होती.

***

एव्हाना नानांच्याकडे चार-पाच वेळा गेलो होतो. आपोआपच वागण्यात एक सराईतपणा आला होता. मुख्यतः मी स्वतःशी इतका प्रामाणिक होतो. या

कुलवृत्तांताच्या कामाखेरीज नानांच्या घरा-दारात, पैशा-अडक्यात, गाडी-नोकर-बंगला यात मला अगदी काडीचंही स्वारस्य नव्हतं. अर्थात केसांना, त्वचेला जसा रंग असतो तसा प्रामाणिकपणाला काही रंग नसतो, की बाहेरून माणूस प्रामाणिक दिसावा. नानांचा मुलगा आणि सून यांच्या मनातील माझ्या विषयीची शंका दूर झाली की नाही कळायला काही मार्ग नव्हता.

मागच्या खोलीत नाना माझीच वाट पाहत होते. नाना आज खुशीत दिसत होते. त्याचं कारणही लगोलग समजलं. त्यांच्या टेबलावर पंचवीस-तीस पत्रं, पाकिटं, इनलॅन्ड यांचा एक गट्ठा होता. त्या पत्रांकडे बोट करीत नाना म्हणाले, 'सदूभाऊ, आपल्या खेरीज आणखीही वज्रे आहेत कुठे कुठे! गेला आठवडाभर रोज पत्रं येताहेत. पुढं काही का होईना; पण रिन्स्पॉन्स पाहून बरं वाटलं बरं का? आपण मारे इथे ऑफिस उघडून जामानिमा करून बसायचं आणि मला तर वाटायचं काही दादच मिळणार नाही. म्हणजे आपलं आडनाव जरा अनकॉमन आहे ना, म्हणून...'

मी नानांच्या टेबलासमोरच्या खुर्चीत बसलो.

'मी वाचली आहेत, तुम्ही पाहा.' पत्रांचा गट्ठा माझ्याकडे सारत नाना म्हणाले, 'मी जरा चहा सांगून येतो.' या दरवेळच्या चहाबद्दल नानांना काही सांगायचं मी सोडून दिलं होतं. उघड होतं, त्यात त्यांना समाधान मिळत होतं आणि ते काही आपल्या श्रीमंतीची मिजास मिरवत नव्हते. मी पत्रांची चळत पुढे ओढली. म्हणजे ही सर्व वज्रे कुलोत्पन्न मंडळी बरं! पत्राने का होईना; पण इतक्या सर्व नव्या मंडळींशी माझा परिचय होणार होता. ही एक चांगली भावना होती आणि केवळ हेच दाखवत होती की, आतापर्यंत माझं आयुष्य अगदी सीमित होतं. काही एका ठराविक मर्यादेच्या आतच घालवलं होतं.

तेव्हा मग हे वेगवेगळे वज्रे. पत्रं महाराष्ट्रातून वेगवेगळ्या गावांकडून आली होती. पत्रं लिहिणारात नोकरदार होते, छोटे व्यावसायिक होते, शिक्षक होते, एकदोघं निवृत्त होते. बहुतेकांनी स्वतःला वज्रे कुलासंबंधी माहीत असलेला सर्व तपशील दिला होता. एकूण सर्वांचा पवित्रा सहकार्याचा होता. कार्यक्रमाची निदान सुरुवात तरी चांगली झाली होती.

नाना परत आले. त्यांच्या मागोमाग गडी चहाचा ट्रे घेऊन आला. ट्रे टेबलावर ठेवून तो निघून गेल्यावर नाना म्हणाले, 'सदूभाऊ, एक गोष्ट मी मुद्दाम मागे ठेवली होती. जरा नवलाची आहे आणि जरा अनपेक्षितही आहे. हे पाहा...'

टेबलाचा ड्रावर ओढून त्यांनी त्यातून काढलेलं एक पोस्टकार्ड माझ्यासमोर ठेवलं. आतापर्यंतच्या पत्रांपेक्षा हे एकदम वेगळं होतं. मजकूर एकदोन ओळींचाच होता. वर श्री वगैरे काही नाही, मायना नाही, तारीख नाही, खाली सही नाही, वर अथवा मागे पाठवणाराचा पत्ता नाही आणि मजकूर एवढाच.

आपण हाती घेतलेलं काम कठीण आहे. अडचणी खूप येतील; पण जिद्द न सोडल्यास खूप फायदा होईल.

'अनपेक्षित आहे हे खरंच.' मी म्हणालो, 'पण निराश करणारा खासच नाही. उलट जरा आशा देणाराच वाटतो, नाही का? पत्र लिहिणारा जाणता वाटतो. कदाचित आपल्या वज्रे घराण्यातलाही असेल; पण काठावर उभा राहून वाचवणारांपैकी वाटतो. स्वतः प्रवाहात उतरून अंग भिजू न देण्याची काळजी घेणारांपैकी.'

'इतका प्रतिकूल विचार करू नका, सदूभाऊ. त्याने आपल्यासमोर एक आव्हानच ठेवलं आहे नाही का? हा पत्र लेखक कोण आहे आपण शोधून काढू की!'

'पण नाव नाही, पत्ता नाही...'

'सदूभाऊ, पत्राची मागची बाजू बघा. मागे पोस्टाचा शिका आहे... धानापूर एवढी तरी माहिती मिळाली का नाही?'

'पण नाना! केवळ गावाचंच नाव कळून काय होणार आहे?'

'जहा चाह वहा राह, सदूभाऊ! पाहू या तर खरं... हे धानापूर कोठे आहे, केवढं आहे; पण मग मात्र तुम्ही दिलेला शब्द खरा करून दाखवायची आता वेळ आली आहे.'

'काय शब्द दिला होता?'

'या आपल्या कुलवृत्ताच्या निमित्ताने कुठे प्रवास वगैरे करायची वेळ आली तर त्याला मी तयार आहे म्हणाला होतात, आठवतं?'

'पण ते कुलवृत्तांताच्या कामासंबंधात होतं.'

'मग हेही त्यातलंच आहे.'

'जरा स्पष्ट शब्दात बोलता का नाना?'

'सांगतो... सांगतो. हा जो कोणी आपल्याला निनावी पत्राने इशारा देतो आहे तो धानापूरला असतो. मग आता या कामावर जायला तुमच्या व्यतिरिक्त आपल्याकडे कोण आहे?'

क्षणभर काय बोलावं तेच मला सुचेना. कुठलं धानापूर गाव...

त्याचं नावसुद्धा मी या क्षणापर्यंत ऐकलं नव्हतं. आता हे नाना मला तिथे पाठवायला निघाले होते आणि तिथे जाऊन त्या इसमाचा शोध घ्यायला सांगत होते. ज्याचं नाव, पत्ता यातलं काहीही माहीत नव्हतं. ही तर जासूसगिरी झाली! नाना अजूनही माझ्याकडेच पाहत होते. त्यांना माझी प्रतिक्रिया काय होते ते पाहायचं होतं. प्रकृती धडधाकट आहे, मी शारीरिक कष्टांना मागे सरणार नाही हे माझेच शब्द होते. मग मनात आलं, नाहीतरी एखाद्या 'वज्रे' नावाच्या कोणाचं अशा अपरिचित गावाहून पत्रं आलं आणि त्याची गाठ घ्यायची वेळ आली, तर ते काम माझ्यावरच येणार नव्हतं का? मग आता मागे कशासाठी यायचं? माझ्या चेहऱ्यावरचे भाव नानांनी बरोबर ओळखले.

'सदूभाऊ, मला माहीत होतं तुम्ही नाही म्हणणार नाही. आता एक गोष्ट सांगतो. खर्चाची सर्व जबाबदारी माझी आहे. एकूण एक खर्चाची व्यवस्था मी करणार आहे... समजलं? माझाही शब्द मला पाळलाच पाहिजे, हो की नाही? मग हे ठरलं तर. मी त्या गावाची सर्व माहिती काढून आणतो. कुठे आहे, रेल्वेने जावं लागेल का एसटीने, लोकसंख्या किती आहे, सोयी काय काय आहेत, सर्व काही, मग आपण काहीतरी ठरवू या. ठीक आहे?'

'हो.' मी म्हणालो आणि मग जरा हसत म्हणालो, 'नाना, मला कल्पनाही नव्हती आज असं काही घडणार आहे. समजा या धानापूरला जायची वेळ आलीच तर तो एक अगदी नवा अनुभव असणार आहे. सारा जन्म मी या एकाच शहरात ऑफिस एके ऑफिस करत काढला आहे. जवळचे नातेवाईकही नाहीत, की ज्यांच्या घरच्या लग्न, मुंज अशासारख्या कार्यक्रमासाठी दोन-चार दिवस कुठे परगावी जावं लागेल. नोकरीही फिरतीची नाही. आता सगळंच बदलणार आहे.'

'सदूभाऊ, तुम्ही म्हणता ते खरं आहे. खरोखर आपण एक अगदी चाकोरीतलं, आखीव आयुष्यच जगत असतो. या टीव्हीवर हे नॅशनल जिऑग्रफिक, नाहीतर डिस्कव्हरी, नाहीतर ॲनिमल प्लॅनेट असे कार्यक्रम असतात ना-त्यात एक एक छंद घेऊन त्यासाठी जगभर भटकंती करणारे लोक दाखवलेले असतात. कोणी आफ्रिकेतल्या सिंहामागे हिंडत असतो, कोणी विषारी सापांचा शोध घेत असतो, कोणी ज्वालामुखीचे फोटो घेत हिंडत असतो, तर कोणी जंगलातले चमत्कारिक

कीटक-पक्षी अभ्यासत फिरत असतो. मलाही काही काही वेळा वाटलं, आपल्यापाशी खूप पैसा आहे, आपण का नाही एखादा छंद जोपासला? पण ते क्षणिक असतं-शेवटी तसा पिंडच असावा लागतो. ठीक आहे. तुमचं जायचं ठरलं तर. आता घरातल्यांच्या सोयीने वेळ ठरवा. तुम्ही जाईपर्यंत ते पाटणकर कदाचित आणखी एखादी चक्कर टाकतील. बघू या ते काही नवी माहिती आणताहेत का ते.'

आता अधिक बोलण्यासारखं काहीच राहिलं नव्हतं. जाण्यासाठी मी उठलो.

'सदूभाऊ, मी आता या पत्रांची वर्गवारी करतो. पुन्हा केव्हा भेटता?'

'पुढच्या मंगळवारी?'

'राइट. तोपर्यंत या धानापूरचीही काही माहिती हातात आलेली असेल. या आठवडाभरात आणखीही काही वज्रे कुलबंधूंची पत्रं येतील. पाटणकरही कदाचित एखादी भेट देतील. मंगळवारी या. याच वेळेस. ओ. के.?'

'ठीक आहे.'

११.

या मधल्या दहा-बारा मिनिटांत माझ्या मनःस्थितीत एक विलक्षण आश्चर्यकारक बदल झाला होता. हे कोणतं धानापूर गाव आहे तिथं जायच्या कल्पनेनेच आधी माझ्यावर केवढं तरी दडपण आलं होतं; पण ते केव्हाच गेलं होतं. उलट ती कल्पना मला खूपच आकर्षक वाटायला लागली होती. ते एखादं मोठं गाव असेल, लहान शहर असेल-मला काहीच माहीत नव्हतं. कशाचीही कल्पना नव्हती, जे काही असेल ते नवीनच असेल; पण आजकाल वीज-पाणी-बस हे अगदी लहान गावापर्यंतही पोहोचलेलं आहे. कंदिलाचा प्रकाश आणि विहिरीचं पाणी असा प्रकार अगदी अगदी लहान खेड्यातच असेल. धानापूरला हॉटेल-लॉज-खानावळ या सर्व सोयी असणार. जास्तीत जास्त काय होईल? माझा शोध अयशस्वी होईल; पण त्याने काही मोठं नुकसान होणार नव्हतं. या प्रवासाकडे एक नवा अनुभव म्हणून पाहायला काय हरकत होती? खरंतर मनात एव्हानाच जराशी उत्सुकता निर्माण झाली होती. कदाचित प्रवासावरही जावं लागेल—मुलांना मोठ्या दिमाखात सांगितलं होतं— आता प्रवासासाठी बॅग पॅक करायला लागलो की, त्यांना समजेल— आपले बाबा काही नुसत्या पोकळ बढाया मारत नव्हते. गायत्रीलाही समजेल— आपला नवरा काही अगदीच घरबशा नाही. आता मला जाणवतं— पत्नी आणि मुलं यांच्या मनात आपली काय प्रतिमा असेल याबद्दल मनोमन मी जरा साशंकच होतो. आजवरचं माझं आयुष्य खऱ्या अर्थाने सामान्य होतं. ते जगत आलो होतो, कारण दुसरा पर्याय नव्हता. समाजाच्या

बांधणीत कदाचित आमच्यासारख्या लेखणीघाश्यांचं अस्तित्व आवश्यक असेलही; पण ते एखाद्या भिंतीतल्या विटेसारखं. माणूस स्वतःबद्दल सतत विचार करीत असतो. हे आत्मभान हेच तर मानवाचं वैशिष्ट्य आहे. म्हणून काही असमाधानी होतात, परिस्थितीत बदल घडवून आणतात, समाजाला पुढे रेटतात. अर्थात मी काही अशा युगप्रवर्तकांपैकी नव्हतो; पण माणूस इतरांशी स्वतःची तुलना कळत-नकळत नेहमीच करीत असतो. अफलातून साहसं करणारांबद्दल सतत टीव्ही-वर्तमानपत्रं यांच्यात बातम्या येतच असतात. मनातल्या मनात माणसाने स्वतःला त्या सनसनाटी भूमिकेत पाहिलं तर त्यात काय नवल? हे एक निरुपद्रवी स्वप्नरंजन होतं. मी एवढंच म्हणेन की, रोजच्यापेक्षा वेगळं काहीतरी करण्याची संधी आता माझ्याकडे चालून आली होती— ती मी नाकारणार नव्हतो. ही काही मोठी साहसी मोहीम नव्हती- की मोठ्या थरारक संकटांशी सामना करायची वेळ यावी; पण माझ्या दृष्टीने वेगळी आणि आकर्षक होती. सरळ सपाटीवरून चालणाराला एखादी लहानशी टेकडीसुद्धा एक आव्हानच वाटतं. शेवटी माणसाला भविष्य माहीत नसतं आणि त्याचे अनेक अंदाज चुकतात.

***

अलमारीवर मागे सारून ठेवलेली सुटकेस खाली घेतली आणि फडकं मारून साफ करायला लागलो तसा गायत्रीचा अपेक्षित प्रश्न आलाच—

'आता बॅग कशासाठी हवी तुम्हाला?'

'मी म्हणालो नव्हतो- की या कुलवृत्तांताच्या पायी एखादेवेळी लहान-मोठ्या प्रवासावरही जावं लागेल म्हणून?'

'मग काय आताच निघालात की काय?'

'आताच नाही- पण आठवड्याभरात जावं लागेलसं दिसतं.'

'कुठे जाणार आहात? किती दिवसांसाठी जाणार आहात?'

तिचं कुतूहल समजण्यासारखं होतं. तिचे प्रश्नही योग्यच होते; पण दोन्ही प्रश्नांची उत्तरं मलाच माहिती नव्हती— तर तिला काय सांगणार?

'एक धानापूर म्हणून गाव आहे. कदाचित तिथे जावं लागेल. किती दिवस राहावं लागेल सांगता येत नाही; पण जास्त दिवस नाही.'

गायत्री समोरच्याच कॉटवर बसली.

'हे पाहा— मला काही तुमचा हा उद्योग बरा वाटत नाही.'

'अगं पण—'

'माहिती आहे. कुलवृत्तांत. काय एवढा वंशाचा पुळका आलाय हो तुम्हाला? टिळक-केळकर-रानडे-आगरकर-चिपळूणकर यांच्यासारखा एखाद कोणी कर्तबगार निघाला असता तर आपोआपच जगजाहीर झालं नसतं का? घरच्या घरी बसून पत्रापत्री करीत होतात ते ठीक होतं. काय पदराला झीज लागेल तेवढीच. आता मारे बाडबिस्तारा घेऊन प्रवासावर निघायची तयारी करता आहात- हे काही मला ठीक वाटत नाही.'

'अगं, लक्षावधी लोक रोज प्रवास करतातच की नाही?'

'लक्षावधी लोकांचं मला माहीत नाही; पण घरचं खाऊन अशा लष्कराच्या भाकरी भाजण्यासाठी खासच जात नसणार. काय हे घराण्याचं वेड शिरलं आहे तुमच्या डोक्यात कुणास ठाऊक?'

गायत्रीचा माझ्या जाण्याला एवढा का विरोध होता हेच मला समजत नव्हतं. एक खरं होतं— मी आजवर शहर सोडून कधी गेलोच नव्हतो. प्रवासाचा मला अनुभव नव्हता हे खरं होतं. पण एवढी साधी गोष्ट मला जमणार नाही असं जर तिला वाटत असलं तर त्याचा अर्थ हाच होता— माझ्या व्यवहारीपणावर तिचा विश्वास नव्हता. अर्थात हे काही मला मोठं भूषणावह नव्हतं— आणि तिचा विश्वास केवळ शब्दांनी खोडून काढता येण्यासारखा नव्हता. उपाय एकच होता— वेळ आली की त्या प्रवासावर जायचं, तिला दाखवून द्यायचं की तिचा नवराही हुशार आहे, व्यवहारी आहे.

'गायत्री, त्याचा वाद आता कशासाठी? एखादेवेळी कुठे जायची वेळही येणार नाही. बॅग शोधून ठेवली म्हणजे मी लगेच प्रवासावर निघालो असं नाही.'

'तुमचा आताशी काही भरवसा राहिलेला नाही. तुमच्याकडे माझं लक्षं नाही अशी का तुमची समजूत आहे? ते कोण नाना का कोण— त्यांची गाठ पडल्यापासून तुमचा सगळा नूरच बदलला आहे. आता हे मी सांगते ते खरं आहे की नाही?'

गायत्रीचे शब्द कसे नाकारणार? पण मला ही कल्पना नव्हती की मागे हा नवा व्याप घेतल्याने जगण्यात जो एक नवा उत्साह आला होता त्याच्या खुणा माझ्या वागण्याबोलण्यात इतक्या सहज आणि उघड दिसत असतील.

'गायत्री, तू म्हणतेस ते अगदी खरं आहे. नोकरीची शेवटची काही वर्षं आयुष्याला असा काही रटाळपणा आला होता की, एक एक दिवस ढकलायचा

म्हणजे ओझं वाटायला लागलं होतं आणि खरी झोंबत होती ती माझी अगतिकता, असहाय्यता. त्या आयुष्याला पर्यायच नव्हता. इच्छा असो ना नसो, ते आवडो न आवडो, तेच एक आयुष्य मला जगावं लागणार होतं आणि या पस्तीस-सदतीस वर्षांच्या खरडेघाशीनंतर काय? निवृत्ती! काय करणार निवृत्तीनंतर? म्हणे ज्येष्ठ नागरिकांनी आपल्या ज्ञानाचा आणि अनुभवाचा समाजाला फायदा करून द्यावा-आला अनुभव काही? जन्मभर फायलिंग आणि पोस्टिंग! माझा स्वभाव काय प्रौढ साक्षर वर्ग चालवण्याचा आहे? झोपडपट्टीतल्या किंवा प्लॅटफॉर्मवरच्या मुलांना संस्कार-शिक्षण देण्याचा आहे? ती कामं आवश्यक आहेत; पण ती मला जमण्यासारखी नाहीत. मग काय करायचं? इतर निरुद्योगी लोकांबरोबर पार्कमध्ये राजकारण-अर्थकारण यावर निरर्थक चर्चा करीत बसायचं? का एखाद्या खाजगी कंपनीत हजारबाराशेची पार्टटाइम नोकरी करायची? नाटक-सिनेमा-मालिका यांच्यातून आपण निवृत्तांची मानहानी, अवहेलना, अगतिकता मानसिक-सामाजिक-आर्थिक कोंडी यांची विदारक चित्रणं बघतोच की नाही? म्हणजे शेवटपर्यंत ही रटाळ नोकरीची आग आणि त्यांच्यानंतर हा निरर्थक निवृत्तीचा फुफाटा! गायत्री, या लॉटरीच्या बक्षिसाने आयुष्याला अशी एक विलक्षण कलाटणी दिली आहे की, सांगता येत नाही.

मान वेळावत गायत्री म्हणाली, 'जसे काही रिटायर होणारे जगातले तुम्ही पहिलेच आहात! मला कल्पना नव्हती रिटायर व्हायला एवढे भीत असाल! अहो, मी आहे, सुरेश आहे. तुम्ही काय जंगलात का पडणार होतात एकटे?'

बिचारी गायत्री! ती सर्वांवर मनापासून प्रेम करीत होती, सर्वांसाठी सारा दिवस राबत होती. सून-जावई-नातवंडं याची स्वप्नं पाहत होती. तिला तरी दोष कसा द्यायचा? पण आयुष्याच्या नव्या पानावर काय मजकूर असेल याची कल्पना देता येते का? स्वतःला तरी कल्पना असते का? आणि भविष्याविषयी माझ्या मनात जे काही विचार येत असत ते जर तिला सांगत बसलो तर ती माझी गणना वेड्यातच करील!

***

असा तो एकूण आठवडा गेला आणि मंगळवार आला. नानांच्या साप्ताहिक भेटीचा दिवस. मी दहाच्या सुमारास नानांच्या बंगल्यावर हजर झालो. खोलीत पाहतो तो काय, पाटणकरही हजर! मला पाहताच नाना म्हणाले,

'सदूभाऊ मुद्दामच या पाटणकरांना आजची सकाळची वेळ दिली. दोघांची गाठ आपोआपच पडेल. हे आताच पाटणकर येताहेत. या. बसा.'

पाटणकरांनी खांद्यावरची शबनम उतरवली होती. आता त्या पिशवीतून त्यांनी अनेक फायली, डायऱ्या, पाकिटं असं काढलं आणि त्यातून एक मध्यम आकाराचं पाकीट नानांच्या हाती दिलं. मला दिसलं की, त्या पाकिटावर सुवाच्य अक्षरात एवढंच लिहिलं होतं - 'वज्रे कुळाबद्दल समजलेली माहिती.'

'नानासाहेब,' पाटणकर म्हणाले, 'तशी मी काही तुमच्या कुटुंबाच्या तपासाची खास सुरुवात केलेली नाही; पण इतर उतारे आणि वंशावळ्या शोधता शोधता आता कोठे 'वज्रे' नाव दिसतं का इकडेही लक्ष असतं. ते संदर्भ मिळाले ते त्या पाकिटात आहेत. तसं तुमच्यासाठी काही खास काम केलेलं नाही; पण आता महिन्याभराने येईन तेव्हा मला काहीतरी हाती लागलेलं असेल.'

नानांनी टेबलाच्या ड्रॉवरमधून एक बंद पाकीट काढलं आणि ते पाटणकरांच्याकडे केलं. पाटणकर, तुम्ही आमच्या वज्रे कुळासाठी काम करणार आहात. त्याचा मोबदला काही तोलून मापून किंवा वजनावर किंवा शेकड्यावर ठरवता यायचा नाही. मी मनाशी एक हिशेब केला आहे त्याप्रमाणे तुम्हाला रक्कम देत आहे. कामाचा किंवा सेवेचा मोबदला घेण्यात काहीही गैर नाही. तुम्ही ती रक्कम पहा-कमी वाटली तर स्पष्ट शब्दात सांगा. तुमच्या वेळेचं आणि श्रमाचं मोल तुमचं तुम्हीच ठरवायचं आहे. त्याबाबतीत संकोच किंवा भीडभाड ठेवण्याचं काहीच कारण नाही. उचला ते पाकीट. पाहा.'

पाटणकरांनी पाकिटाची फ्लॅप बाहेर काढली, आत एक नजर टाकली.

'नानासाहेब-' ते एकदम म्हणाले.

नाना उठून त्यांच्यापाशी आले. त्यांच्या खांद्यावर हात ठेवून म्हणाले, 'पाटणकर, तुम्ही या क्षेत्रातले एक्स्पर्ट आहात, जाणकार आहात. पाटणकर, तुमचा मान तुम्ही स्वतः राखलात तर इतर राखतील. ती रक्कम योग्य आहे.'

सर्व कागदपत्र परत पिशवीत घालून पाटणकर जाण्यासाठी उठले.

'पाटणकर, चहा?'

'नको, आता निघतो.'

'ठीक आहे. एक लक्षात ठेवा. दर मंगळवारी सकाळी दहा वाजता आम्ही दोघं इथे हमखास असतो. त्यावेळी तुम्ही अगदी बेलाशक येत जा. काय?'

'हो. ही व्यवस्था चांगली आहे. मी निघतो तर.'

पाटणकर गेल्यावर नाना परत त्यांच्या खुर्चीवर येऊन बसले.

'किती संकोचाने वागत होते, नाही?' नाना म्हणाले, 'पण अर्थात त्याला कारणही असणार. कुलवृत्तांत म्हणजे काही भरभराटीस आलेला उद्योग नाही. हौशी लोकांचा तो फावल्या वेळातला उद्योग आहे. निकड आहे, अपरिहार्यता आहे असं काही नाही, म्हणून पाटणकरांची ही वागण्याची पद्धत; पण ते असो. सदूभाऊ, आपल्या त्या धानापूरबद्दल मी बरीचशी माहिती आणली आहे. जळगाव-सुरत लाईनवर ते गाव आहे. वस्ती दहा-पंधरा हजारांच्या आसपास असावी. तुम्ही झेलमने किंवा महाराष्ट्र एक्स्प्रेसने जळगावाला जाऊ शकता. तिथून पुढे चाळीस एक किलोमीटरचा प्रवास आहे. तुमचा विचार बदलला नाही ना?'

'नाही. मी जाणार आहे.'

'छान'. नानांनी ड्रॉवरमधून एक मोठा लिफाफा काढला. 'सदूभाऊ या पाकिटात तीन हजार रुपये आहेत. जाण्यायेण्याचा खर्च आहे. तिथे किती दिवस राहावे लागेल याचीही कल्पना नाही. लॉजिंग, बोर्डिंग आहे. शिवाय इतरही खर्च आहे. पैसे नाहीत म्हणून कोणतंही काम अडू देऊ नका. वेळ पडली तर स्वतःजवळचेही खर्च करा. ते आपण मागाहून सेटल करू. प्रकृतीची काळजी घ्या. फालतू काटकसर करू नका. मनी इज नॉट ए प्रॉब्लेम, समजलं?'

आता मीही पाटणकरांसारखंच 'अहो नाना-!' म्हणणार होतो का? आमच्यात श्रम आणि पैसा यांची वाटणी झाली होती. पैसा नानांचा. श्रम माझे. तेव्हा पैसे घेण्यात गैर काहीच नव्हतं. पुढेमागे जर कोणी श्रीमंत दानशूर वग्रे कूळबंधू भेटले तर या खर्चाची काही प्रमाणात भरपाई होईल. मी पाकीट हातात घेतलं.

'नाना, बहुतेक तीन-चार दिवसांत मी निघतोच. निघण्याची तयारी पक्की झाली की, तुम्हाला पत्राने कळवतो. पुन्हा प्रत्यक्ष भेटण्याची आवश्यकता वाटत नाही आणि धानापूरहून पत्र पाठवीनच. पुढचं सगळंच अनिश्चित आहे.'

'सदूभाऊ, आणखी एक ध्यानात ठेवा. उघड आहे की, आपला हा उद्योग काहीजणांना पसंत नाही. तेव्हा तुम्ही जरा सांभाळूनच राहा. म्हणजे आपण हाती घेतलेलं काम काही इतकं इरेस पडण्यासारखं नाही. मी अतिशयोक्ती

करीत नाही. आधी त्यांचं ते पत्र हीच अनपेक्षित गोष्ट आहे. आता एकच मंत्र ठेवा. यू एक्स्पेक्ट दी वर्स्ट-देन यू वुईल नेव्हर बी कॉट अनअवेअर्स-समजलं?'

***

रात्री जेवताना मी अगदी सहजपणे माझ्या जाण्याचा विषय काढला.

'मी मागे म्हणालो होतो ना-कदाचित कुठे-कुठे प्रवासावर जावं लागेल म्हणून? ती वेळ आता आली आहे. धानापूर नावाच्या गावाला मला जायचं आहे. परवाच्या गाडीचं तिकीट मी रिझर्व्ह केलं आहे. गायत्रीला थोडीबहुत कल्पना होतीच म्हणजे तिला गावाचं नाव किंवा तारीख सांगितली नव्हती; पण तिला कल्पना होती. हे धानापूर जळगाव–सुरत लाईनवर आहे - आज संध्याकाळी निघालं की, उद्या अकरापर्यंत तिथे पोहोचणार. पोहोचल्यावर पत्र टाकीनच. किती दिवस राहावं लागेल सांगता येत नाही.'

'पण या अशा लांबच्या गावी तुमचं काय काम असणार?' सुरेश.

'आपल्या वज्रे घराण्यासंबंधात काही माहिती मिळण्यासारखी आहे.' मी जरा मोघमच उत्तर दिलं. 'काही काही गोष्टी पत्रापत्रीने होत नाहीत. प्रत्यक्षच भेट द्यावी लागते.'

'म्हणजे बाबा, तुम्ही या सगळ्यात एकदम सीरियस होतात तर!' पुन्हा सुरेश.

'सुरेश, खरं सांगू का- ही काही माझ्यावर सक्ती नाही. पुढे मागे वाटलं की, आपल्याला हे झेपत नाही-तर सोडून देईन. स्वतःखेरीज इतर कुणालाही मी बांधील नाही.'

ते तिघं जरा अवाक्‌च झाले होते. कदाचित माझा हा नवा अवतार त्यांना संपूर्ण अनपेक्षित आणि अनाकलनीय असेल. त्या ओरीगामीमध्ये साध्या सपाट कागदाला अशा आणि अशा घड्या घालून त्याचा मोर नाहीतर वाघ बनवतात-घरच्याना माझ्यातला हा बदल असाच वाटत असला पाहिजे.

रात्री झोपण्यासाठी खोलीत आल्यावर गायत्रीची प्रश्नांची सरबत्ती अपेक्षितच होती. 'गायत्री', मी शेवटी म्हणालो, आमचा सध्या बराच पत्रव्यवहार चालू असतो. त्यातून ध्यानात आलं आहे की, या धानापूरला आपल्या कुळासंबंधात खूप महत्त्वाची माहिती मिळण्यासारखी आहे. माझ्या ओळखीचं तिथे कोणीही

नाही. मी एखाद्या चांगल्या लॉजमध्ये उतरणार आहे. जेवणाखाण्याची काहीही आबाळ करणार नाही. तुम्हाला पत्रं टाकीत जाईन. तू खरंच काळजी करू नकोस.'

तिला वाटणारी काळजी तिचा माझ्या कार्यक्षमतेवरच अविश्वास दाखवत होती; पण तिची माझ्याबद्दलची आत्मीयताही दाखवीत होती.

१२.

जळगावहून सुटणारी पॅसेंजर मला तासाभरातच मिळाली आणि दहाला गाडी धानापूर स्टेशनला लागली. उतरणारे वीस-पंचवीसच होते. मागे मागे राहत मी लायनीत शेवटचा आलो. चेकरच बहुधा एएसएम असावा. तिकीट त्याच्या हातात देता देता मी म्हणालो.

'माफ करा, मास्तर - मी इथे अगदी नवखा आहे. गावातल्या एखाद्या चांगल्या हॉटेलचं किंवा लॉजचं नाव सुचवाल का?'

तो जरासा हसत म्हणाला, 'साहेब, पुण्या-मुंबईतल्यासारख्या एखाद्या पॉश हॉटेलची अपेक्षा करीत असाल तर -'

'मुळीच नाही. मध्यवस्तीत हवा, स्वच्छ हवेशीर खोल्या असाव्यात- बाकी इतर काही अपेक्षा नाहीत.'

'मग बाहेरच्या चौकातच विजय लॉजिंग-बोर्डिंग आहे-तिथे पाहा ना!'

'धन्यवाद.' त्याला नमस्कार करून मी बाहेर पडलो.

बाहेरचा परिसर ठराविक साच्याचा होता. लांबच लांब एक मजली इमारतीसमोर मोठं मोकळं पार्किंग, मध्ये गोलाकार हिरवळीत एक (बंद पडलेलं) कारंजं, जाण्यायेण्याच्या दोन वाटा, समोरच्या रस्त्याच्या कडेने खांब आणि साखळ्यांचं रेलिंग.

समोरच्याच चौकात 'विजय'ची चारमजली इमारत होती. लॉजचं ऑफिस दुसऱ्या मजल्यावर होतं. सिंगल खोलीचा दर दोनशे रुपये होता. रजिस्टर पुढे

ओढून मी त्यावर 'दि. गो. देशपांडे' नावाने सही केली, चार दिवसांचे आठशे रुपये ॲडव्हान्स म्हणून दिले आणि तीनशे एक नंबरची किल्ली घेऊन वरच्या मजल्याची वाट धरली. दाढी-स्नान करताना, कपडे बदलताना मनाशी विचार चाललाच होता. वज्रे नाव मी मुद्दामच वापरलं नव्हतं. ती एक आपली साधी सावधगिरी होती. धानापूरमध्ये 'वज्रे' नावाला काहीतरी खास महत्त्व होतं. वज्रे नावाच्या मंडळीची चौकशी होऊ नये अशा मताचे कोणीकोणी गावात होते; पण ते ओळखणार कसे? एकाएकी मला ती कल्पना सुचली. मी खाली आलो. मॅनेजरच्या टेबलावरच टेलिफोन डिरेक्टरी होती. गावाची यादी चाळता चाळता धानापूर आलं. गावात पाच-साडेपाचशे फोन असावेत. काही घरगुती आणि काही दुकानं-कंपन्या यांचे साधारण बारा-पंधरा नंबर मी निवडले, त्यांची यादी केली. मॅनेजरच्यासमोर पन्नासची नोट ठेवली आणि कोपऱ्यातल्या टेलिफोनपाशी बसलो.

पहिला नंबर फिरवताच एक पुरुषी आवाज आला- 'हॅलो?'

काय बोलायचं ते मी ठरवलं होतं, 'हॅलो-मी देशपांडे बोलतो आहे- विजय लॉजमधून-वज्रे आहेत का?'

'वज्रे? इथे वज्रे कोणी नाही!' फोन खाली ठेवला गेला.

पुरुषांचे आवाज, बायकांचे आवाज, दुकानातल्या कारकुनांचे आवाज -

माझा तोच तो प्रश्न- आणि त्यांचं तेच ते उत्तर.

पण माझं काम झालं होतं, मॅनेजरकडून पन्नासातले उरलेले पैसे घेऊन मी खाली उतरलो. जेवणाची व्यवस्था खालीच होती. जेवण साधं पण चविष्ट होतं. जेवण झाल्यावर पोस्ट ऑफिसच्या शोधावर बाहेर पडलो. पोस्ट ऑफिस फर्लांगभरावरच होतं. दोन कार्डं घेतली, दोन्हीवर एवढाच मजकूर लिहिला- 'इथं व्यवस्थित पोहोचलो. प्रवास चांगला होता. वेळोवेळी खुशाली कळवीत जाईन. मुक्कामाचं नक्की नाही.' एकावर घरचा पत्ता लिहिला (त्या पत्राखाली बाबा अशी सही केली) आणि नानांना पाठवलेल्या पत्राखाली 'सदूभाऊ' अशी सही केली. पत्रं पोस्टात टाकून दिली. गावातून एक फेरफटका मारून लॉजवर परत आलो आणि प्रवासाचा शीण घालवण्यासाठी आरामात पडून राहिलो.

चारच्या सुमारास परत खाली आलो, चहा घेतला, बाहेर पडलो. भारतातल्या इतर लक्षावधी गावांसारखंच धानापूर हेही एक. पेठेत अडत व्यापारी होते.

त्यावरून समजत होतं - मुख्य उत्पन्न कपाशी, भुईमूग, मुलांचं हायस्कूल, मुलींचं हायस्कूल. एक सायन्स कॉलेज, सूतगिरण्या, ऑईल मिल्स, छोटे उद्योग, पंचायत, सहकारी बँक, सहकारी उत्पादक सोसायटी, एस.टी. आगार, दोन सिनेमा थिएटर; एक छान पार्क होता. पार्कमध्ये तास-दीडतास अगदी मजेत गेला. साडेसातच्या सुमारास परत आलो. खालीच जेवण केलं. बाहेरच्या खोलीत वर्तमानपत्रं होती-दिवसाच्या महत्त्वाच्या बातम्यांवरून नजर टाकली आणि साडेआठच्या सुमारास वर खोलीकडे आलो.

मला पाहताच मॅनेजर म्हणाले,

'हे पाहा देशपांडे आले! देशपांडे, तुम्हाला भेटायला हे कोणी थांबले आहेत.'

मॅनेजरसमोरच्या खुर्चीवर एक अतिशय वृद्ध गृहस्थ बसले होते. अंगात काळा कोट, खांद्यावरून उपरण्याची घडी, डोक्याला फेटा, खाली धोतर, हातात चांदीच्या मुठीची काठी. हल्ली केवळ नाटकातच अशा वेशातली माणसं दिसतात. दुसऱ्या क्षणी मनात विचार येऊन गेला, नव्वदीच्या पुढचे हे गृहस्थ! माझ्या भेटीसाठी मुद्दाम आले आहेत. त्यांना नमस्कार करीत मी म्हणालो, 'मी देशपांडे, आपल्याला वाट पाहत थांबावं लागलं त्याबद्दल सॉरी, या.' मी खोलीकडे निघालो. माझ्या मागोमाग ते आले. चालताना फरशीवर त्यांच्या हातातल्या काठीचा ठक्! ठक्! आवाज येत होता.

मी दार उघडून आत आलो. दिवा लावला. त्या गृहस्थांना खुर्चीवर बसण्याची खूण केली. दुसऱ्या खुर्चीवर मी बसलो. खुर्चीत बसून त्यांनी काठी दोन्ही पायांमध्ये उभी धरली आणि माझ्याकडे पाहत ते म्हणाले, 'देशपांडे, आज सकाळी तुम्ही अनेकांना फोन करून वज्रे यांची चौकशी करीत होतात.'

'चौकशी करीत होतो ही गोष्ट खरी आहे; पण अनेकांना फोन केले हे आपल्याला कसं काय कळालं? आणि त्या फोन संबंधातच आपण आला असाल तर आपण वज्रे आहात का?'

'पहिल्या प्रश्नाचं उत्तर - लहान गावात गोष्टी सर्वतोमुखी व्हायला वेळ लागत नाही. दुसऱ्या प्रश्नाचं उत्तर. मी वज्रे नाही; पण त्यांच्याशी तुमचा संपर्क साधून देऊ शकेन; पण त्याआधी एक सांगा... तुम्हाला या संबंधात एवढं स्वारस्य का?

'सांगतो, पुण्यात नानासाहेब वज्रे नावाचे गृहस्थ वज्रे कुलवृत्तांत संपादित करण्याची तयारी करीत आहेत. त्यांच्या वर्तमानपत्रातील जाहिरातीला इथून

एक जरा संदिग्ध प्रतिसाद आला होता. मी देशपांडे, त्यांच्यासाठी काम करीत असतो. त्यांनी मला या शोधासाठी पाठवलं आहे. पत्रामागे पोस्टाचा धानापूर असा शिक्का होता म्हणून मी इथं आलो.'

'पण केवळ गावाच्या नावावरून...'

'तुम्हीच म्हणालात ना, लहान गावात फारशी गुपितं नसतात म्हणून! आठ-दहा फोन करताच तुम्ही आलातच की नाही मला भेटायला?'

'तुमचा इथे किती दिवस मुक्काम आहे?'

'आवश्यकता पडेल तितके दिवस राहणार आहे. माझ्यावर सोपवलेलं काम शक्य तर पुरं करूनच जाणार आहे. आता मीही तुम्हाला विचारतो, तुम्ही स्वतः जर वज्रे नसाल तर या प्रकरणात तुमचा कसा काय संबंध येतो?'

म्हातारा तीक्ष्ण नजरेनं काहीवेळ माझ्याकडं पाहत राहिला आणि मग त्यांच्या कृश, सुरकुतलेल्या चेहऱ्यावर एक हास्य उमटलं.

'तुम्हाला पत्र मीच लिहिलं होतं.'

अर्थात मी याची अजिबात अपेक्षा केली नव्हती.

'तुम्ही?'

'हो, मी. तुमची जाहिरात वाचली; पण असे आरंभशूर खूप असतात. कामासाठी घाम गाळायची वेळ आली की, दम सोडून मागे सरणारेच जास्त. म्हटलं पाहूया तुमची जात कोणती आहे ती. पत्र मिळूनही गप्प बसलात तर पितळ आपोआपच उघडं पडलं. हो की नाही? पण तुम्ही इथे आलात, तपास करायला लागलात. म्हटलं ठीक आहे. मंडळी सिरीयस आहेत म्हणून तुमची भेट घेतली.'

'पण जी काय माहिती द्यायची ती तुम्हाला पत्रानेही देता आली असती की! असा आडवळणाचा मार्ग कशाला त्यासाठी?'

'सगळं पानावर आयतं वाढून कसं मिळणार हो? कोणत्याही गोष्टीसाठी जरा घाम गाळावा लागला म्हणजे तिची किंमत कळते.'

म्हातारा बोलण्यात काही मला हार जाणारांपैकी नव्हता आणि शेवटी एकमेकांवर केवळ शब्दांनी मात करण्याने काय पदरी पडणार होतं? मी इथे माहितीसाठी आलो होतो. शाब्दिक जुलबंदीसाठी नाही.

‘काका, तुमच्या परीक्षेत जर आम्ही उतरलो तर आता आमच्यावर मेहेरबानी करा की! आपलं नाव सांगा. इतर काय सांगायचं ते सांगा.’

‘माझं नाव जोशी,’ ते म्हणाले. जोशी, देशपांडे, कुळकर्णी महाराष्ट्रात खडा मारला तरी यापैकी कोणाला तरी लागेल. मी देशपांडे, हे जोशी! छान!

‘वज्रे घराण्याशी आमचा खूप जुना संबंध आहे; पण असं मी म्हणेन. ते... म्हणजे वज्रे म्हणणार नाहीत. तेव्हा देशपांडे...’

‘काका, जरा थांबा. तुम्हाला काही सांगायचं आहे. माझं नाव देशपांडे नाही.’

‘देशपांडे नाही? मग काय आहे?’

‘माझं नाव वज्रे आहे.’

‘पण मग...’

‘ते पत्र जरा रहस्यमय होतं, नाही का? नाव नाही, पत्ता नाही, मजकूर मात्र उत्कंठा वाढवणारा. मग म्हटलं आपणही जरा पडद्याआड राहूनच दोन पावलं टाकावीत; पण आता फॉल्स प्रीटेन्सेसखाली तुमची फसगत करणं अयोग्य होईल. माझं नाव वज्रे आहे. वज्रे कुलवृत्तांताच्या कामात मीही सामील आहे. आता तुम्हाला काय सांगायचं आहे ते सांगा.’

‘तुम्ही वज्रे!’ ते माझ्याकडे टक लावून पाहत होते. मग जरासे हसत, ‘शोभतं खरं ते नाव तुम्हाला! ते असो; पण आता तुम्ही वज्रे म्हणजे सगळा मामला बदलला, नाही का?’

‘जोशी काका, एक ध्यानात घ्या. आमचं नाव काही का असेना. जन्मभर आम्ही काय केलं? खरडेघाशीच केली ना...’

‘खरडेघाशी अहो, त्या कामामागे बोरू ठेवणाऱ्या नाना फडणवीसानेच राज्य उभी केली आणि उलथवली ना?’

‘आता त्या नाना फडणवीसांचा काय संबंध आला इथे?’

‘संबंध आहे ना... नाही कसा? त्या नाना फडणवीसांचा आहे, त्यांच्या आधीच्या पेशव्यांचा आहे. हे वज्रे म्हणजे काय साधी असामी समजलात काय तुम्ही?’

एखाद्याचा पाय खोल खोल रुततच जावा तशी जाणीव मला झाली.

'जोशीकाका, मी एक आणि आमचे नानासाहेब. बस दोनच वज्रे मला माहीत आहेत. तुम्ही इतके वेगवेगळे संदर्भ सांगताहात की, मला तर अगदी चक्रावून गेल्यासारखं झालं आहे. मी आता शांत बसतो. तुम्हाला जे काय सांगायचं आहे ते सांगा. मी सगळं काही शांतपणे ऐकून घेणार आहे. बोला...'

'गावाच्या बाहेर, साधारण सात-आठ मैलावर वज्रे यांची गढी आहे. चारीबाजूंनी वावभर जाडीचा कोट आहे. डोंगरातून वाहत येणारी नदी म्हणजे गढची एक सीमा आहे. कोटाची आता पडझड झाली आहे; पण आतली मुख्य चिरेबंदी इमारत दीडएकशे वर्षांपूर्वी बांधली तशीच आजतागायत भक्कम आहे. वज्रे म्हणजे त्या काळी खूपच मोठं प्रस्थ असलं पाहिजे. गढीचं आवार कित्येक चौरस मैलांचं असलं पाहिजे. पाच-सातशेची तैनाती फौज सहज मुक्काम करू शकत होती. मागे दोन विहिरी आहेत. दाणागोट्याची सोय आहे. इमारतीचा मुख्य दरवाजा घोड्यावर बसलेला स्वार सहज आत जाईल एवढा मोठा आणि उंच आहे. मराठेशाहीत आणि पेशवेशाहीत राजकारण कसं चालत असेल आपल्याला कल्पना नाही; पण या वज्रे घराण्यानेही अनेक चढउतार पाहिले असणार यात नवल नाही; पण इतिहासात सर्वांची नोंद होतेच असं नाही. तेव्हा हे वज्रे घराणं जरा दुर्लक्षितच राहिलं. लढाया करणारे, मोहिमांवर जाणारे, खंडणी-लूट म्हणून अमाप संपत्ती आणणारे आपण इतिहास घडवत आहोत या भावनेने काही जगत नसतात. तो त्यांचा काळ ते त्यांचं आयुष्य. मागाहून येणारे आपण त्याच्यात कार्यकारणभावाचे, आदर्शवादाचे, कारस्थान–प्रतिकारस्थानांचे रंग भरतो. आजचं आपलं आयुष्य अगदी सुरक्षित आहे. शेदीडशे वर्षांपूर्वीचा काळ अनिश्चिततेचा होता, धामधुमीचा होता, खडतर होता. मनगटात बळ असेल तो आपलं आणि आपल्यांचं संरक्षण करीत होता; पण सर्वांची... विशेषतः राज्यकर्त्यांची धर्मावर श्रद्धा होती; पण श्रद्धेला दुसरीही एक बाजू आहे... अंधश्रद्धेची. वस्तू जितकी मोठी तितकीच तिची सावलीही मोठी. जितकी श्रद्धा तितकीच अंधश्रद्धा. आजकालचा माणूस अगदी खेड्यापाड्यात राहणाराही वेगळ्या मार्गाने विचार करतो. देव आणि राजा यांच्यावरच काही त्याची भिस्त नसते. न्याय देणारी, दुर्जनांना, गुन्हेगारांना शासन करणारी अशी एक भक्कम यंत्रणा त्याच्यासमोर आहे. त्यावेळी असं नव्हतं. एखादा पराक्रमी, न्यायप्रिय, सद्वर्तनी राजा आलाच तर पंधरा-वीस वर्षे सुखशांततेत निश्चितपणे जात, मग परत आहेच मानेवर

जुलमी जोखड. सर्वसामान्य रक्षणकर्ता असा कुणी दिसतच नव्हता. अशा परिस्थितीत माणूस सन्मार्गाकडे वळतो. देवपूजा, नामस्मरण, तीर्थयात्रा, होमहवन... आणि कुमार्गाकडेही वळतो. गोवोगाव भटजी-पुजारी होते तसेच देवदेवस्की करणारे, जारणमारण करणारे, अंगारेधुपारे, ताईतगंडे देणारे मांत्रिकही होते. सामान्य माणसांना दोष देण्यात काय अर्थ आहे? हातात लहानशी मेणबत्ती, पणती घेऊन तो आयुष्य क्रमत होता. प्रकाशाच्या त्या लहानशा परिघाबाहेर अंधार होता. कशावरही त्याचा विश्वास बसू शकत होता. आज सर्वत्र लख्ख प्रकाश आहे. माणूस डोळसपणे वावरू शकतो. तसं तेव्हा नव्हतं. एवढं सर्व विस्ताराने सांगण्याचं कारण, हे वज्रे. बऱ्याचशा गोष्टी अज्ञातच आहेत. कारण काहीही असो, वज्रे मंडळींवर हुकमतीची मर्जी खप्पा झाली. कुटुंबातल्या सर्व पुरुषांना मुसक्या बांधून घेऊन गेले. काय कज्जे झाले, काय न्यायनिवडा झाला त्याची नोंद कुठे ऐतिहासिक कागदपत्रात असेल किंवा नसेलही. मागे राहिल्या त्या फक्त बायापोरी; पण एका सुनेला दिवस गेले होते. वज्र्यांचा गर्भ तिच्या पोटात वाढत होता. तो तेवढा वाचला. खेड्यापाड्यातल्या लोकांवर कधी कधी मोठे उपकार केले असतील. त्यापैकी एकाने तिला आसरा दिला. गढीवरून खरं तर नांगरच फिरायचा; पण ते थोडक्यात टळलं. वज्रे घराण्याचा हा शेवटचा वारस स्वतःच्या घरंदाज कुटुंबात लहानाचा मोठा झाला नाही. त्याच्यावर किती आणि कसे संस्कार झाले आपल्याला माहीत नाही. ज्या कोणी त्याच्या घरादाराची राखरांगोळी केली होती त्यांच्याबद्दल त्याला आईने लहानपणापासून पढवून ठेवलं असेल. तो मोठा झाला, वयात आला. राजकारणात शत्रूंचे मित्र होतात, मित्राचे शत्रू होतात. एक संपूर्ण पिढी उलटून गेल्यावर मागचं वैर विसरलं गेलं असेल; पण वैराला दोन बाजू असतात. एक बाजू विसरून जाऊ शकते... पण दुसरी? वज्र्यांचा हा वंशज घराण्यावर झालेला आघात कधीही विसरणार नव्हता. दामोदरपंत बिन केशव असं त्याचं नाव सांगितलं जातं. खटपटी लटपटी करून त्यानं मुलखाचं वतन परत मिळवलं; पण गढीला पूर्वीसारखं वैभव आलं नाही. पूर्वीसारखा तिथे बलुतेदार, भिक्षुक, उपाध्याय, भालदार-चोपदार, सैनिक-शिलेदार, आसपासच्या खेड्यातले कारागीर-व्यापारी उदीमवाले यांचा राबता राहिला नाही. या दामोदरपंताने काही सोयरीकही केली नाही. एकटाच्या एकटा गढीत राहायचा; पण गावकुसात कुजबूज व्हायला लागली... गढीवर कोणी

कोणी येतं; पण रात्रीचे येतात. एकदा अफवा पसरायला लागल्या की त्यांना आवर कोण घालणार? आणि आता काय नि पूर्वी काय, गावोगाव निरुद्योगी टारगट पोरं असायचीच. त्यांच्यातल्या एकादोघांनी रात्री गढीवर नजर ठेवली. आता मी सांगतो ती हकीकत कर्णोपकर्णी आणि पिढीजात चालत आली आहे. ती खरी असेल, कपोलकल्पित असेल किंवा पाचाचे पंचवीस करून वाढवून सांगितलेली असेल; पण सांगितलं जातं ते असं.

ते तिघं कोटाच्या भिंतीवर दबा धरून बसले होते. रात्र काळोखी होती. अमावास्येची असेल. ताऱ्यांच्या धूसर प्रकाशात जे काय दिसत होतं तेवढंच. त्या अर्धप्रकाशात नजर अगदी सहज फसते. वाऱ्याने झाडांच्या फांद्या हलायला लागल्या की, वाटतं एखादा ताडमाडासारखा माणूस हातच हलवतो आहे. वाऱ्याने झाडांची पाने सळसळली की, वाटायचं कानापाशी कोणीतरी कुजबूज करीत आहे. अंगावर घोंगड्या पांघरून ते गुपचूप बसले होते. माहीत होतं, माणसाच्या डोळ्यांना रात्रीच्या अंधारात ते सहजासहजी दिसणार नाहीत; पण रात्रीतून काय फक्त माणसंच वावरतात काय? तो काळच असा होता की, माणसाचा कशावर विश्वास बसेल याला सीमाच नव्हती. वडाच्या पारंब्यांना मुंजे लोंबकळत असत. पिंपळाच्या फांदीवर ब्रह्मसमंध बसलेला असायचा. स्मशानात विझत चाललेल्या चितेच्या आसपास डाकिणी पिंगा घालत असायच्या. ओली बाळंतीण वारली असेल तर अगदी पाळण्यापर्यंतसुद्धा पोहोचायची. हे सर्व काही त्यांच्यासाठी खरं होतं आणि अपेक्षा असेल तसं दिसतं म्हणतात. मग त्यांना एक खूप उंच माणसासारखा कोणीतरी येताना दिसला आणि मध्येच जोरदार वाऱ्याने त्याच्या अंगावरचा कपडा फडफडत वर गेला तेव्हा आता फक्त हाडांचा सांगाडाच दिसला. मग त्यांना चार पायांवर (किंवा ओणव्याने दोही हात दोन्ही पायावर) वाकडं वाकडं झोकांड्या खात येणारं काहीतरी दिसलं. कोटावर बसलेली पोरं त्याला दिसणं शक्यच नव्हतं; पण त्याला काहीतरी जाणवलं खास. ते दारापाशीच थांबलं. मान वर आली (आणि अगदी गडद काळोख असूनही) दोन मुठीएवढे फुललेल्या निखाऱ्यासारखे लाल लाल डोळे कितीतरी वेळ वरती त्यांच्या दिशेने रोखले गेले. मग मान खाली घालून ते आत गेलं. त्यांना आणखी बघण्याची इच्छा नव्हती; पण कोटावरून उतरून गावची वाट धरायलाही मन धजावत नव्हतं. गढीवर जी भुतावळ जमत होती ती अजून संपली नसली तर? वाटेत

आणखी एखादं अभद्र काहीतरी भेटलं तर? का रात्रभर तिथेच थंडीत कुडकुडत बसून राहायचं? शेवटी त्यातल्या एकाने हिंमत केली. बाहेरच्या भिंतीवरून तो कसातरी घसरत खाली उतरून धावत पळत, धापा टाकत गावात पोहोचला; पण तो एकटाच तेवढा परत आला. रात्रभर चुपचाप पडून राहिला. कुठे गेला होता, बरोबर कोण होतं, एक शब्द बोलला नाही आणि मग दुसऱ्या दिवशी सूर्य चांगला वर आल्यावर मित्रांच्या शोधासाठी गढीवर गेला; पण मित्र कुठे होते? त्यांचं नखही दिसलं नाही. पाच-पंचवीस वर्षे उलटल्यावर मग त्याच्या तोंडून ही हकीकत बाहेर पडली. बदलत बदलत आपल्यापर्यंत पोहोचली. म्हणून आधी सांगितलं... खरं किती, खोटं किती, कशाचीच खात्री नाही. असा हा दामोदरपंत बिन केसोजीपंत.'

जोशीकाकांच्या हकीकतीत जसजसा तपशील यायला लागला तसतशी माझी उत्सुकता आणि माझं कुतूहल वाढत चाललं. शेवटी ते सांगत होते ती हकीकत माझ्याच घराण्यातल्या पूर्वजांची होती. या दामोदरपंतांचं सर्व आयुष्यच वेगळं होतं. अगदी जन्माच्या क्षणापासून सरदार दरकदारांच्या वंशातला हा दामोदर एका झोपडीत जन्मला होता. त्याकाळी मुलांच्या लहानपणी त्यांच्यावर जे काही धार्मिक संस्कार होत-श्लोक, सुभाषितं इत्यादींचं पाठांतर, पुढे मौजीबंधन, मग संध्या आणि इतर आन्हिकं- या दामोदरला त्या कशाचा स्पर्शही झाला नव्हता. त्याला कदाचित आयुष्यातला अपघात म्हणता येईल; पण नंतर? मोठेपणी? मोठेपणी तरी त्याने जाणूनबुजून सन्मार्ग सोडला होता. तो कृष्णकिमयेच्या आहारी गेला होता. त्यामागे कदाचित सूडाची प्रेरणाही असेल; पण मग पुढं काय? मी जोशीकाकांच्या कथनात अजिबात व्यत्यय आणला नाही. शांतपणे ऐकत राहिलो.

'या मधल्या काळात पैशांसाठी अनेक वेळा मुसलमान सरदारांनी ब्राह्मणा-सावकारांमागे तगादे लावले होते. काही सावकारांनी पैसे दिले नाहीत म्हणून छळ करून मारल्याचीही उदाहरणं आहेत. पैसा मागायचे उधार; पण ती खंडणीच की! या दामोदरपंतांकडे पैसा अडका होता की नाही माहीत नाही; पण निदान तशी अफवा तरी असावी. जासूस, हेर, हरकारे काय सगळीकडेच होते. गढीवर दामोदरपंत एकटाच असतो ही गोष्ट काही गुप्त नव्हती. एका दुपारी पन्नास-साठ घोडेस्वारांसह कुणी मुस्तफा किंवा मुझफ्फर नावाचा मुसलमान सरदार

गढीवर हजर झाला. तो हजर झाला ही गोष्ट सत्य आहे. एवढे पन्नास-साठ घोडेस्वार, त्यांच्या हालचाली काय लपून राहणार? खेड्यातल्या बंद दारांमागून दिसलेच की, आणि मग त्यांच्या टापांचा आवाज क्षीण झाल्यावर काही हिंमतवान चोरून छपून त्यांच्या मागोमाग आले. कोटाच्या मोठ्या दरवाजातून घोडेस्वारांची फलटण आत जाताना दिसली आणि मग वाड्याच्या मुख्य दरवाजातूनही ती फलटण आत गेली. दिवसाढवळ्या गढीवर जाण्याची कुणाचीच हिंमत नव्हती. सुखरूप अंतरावरून ते दिवसभर गढीवर नजर ठेवून होते; पण काही हालचाल दिसली नाही. इतका माणसांचा खाण्यापिण्याचा इंतजाम व्हायचा असेल तर चूलभट्टी पेटायला हवी होती. तिच्याही धुराची काही खूण दिसली नाही. सारं कसं शांत शांतच. सूर्य कलला, उन्हं उतरली. सावल्या लांबत लांबत गढीवर पोहोचल्या. दिवस मावळला. अंधार पडला तरीही गढीतून काही आवाज नाही. गढीत काही हालचालही दिसली नाही. काळोख आणखी दाटून आला आणि मग ते आले. गढीच्या रोखाने आले. काही उंच आणि कृश होते. वाऱ्याने कपडा चिकटला तर आत काड्यांचंच शरीर वाटावं इतकं कृश. हे लांब लांब टांगा टाकत चालले होते. काही जमिनीलगत सरपटत चालले होते. आवाज होता तो खडकावर आपटणाऱ्या खुरांचा, दगडावर घासणाऱ्या नखांचा. तीही अघोरी फलटण गढीत शिरली.

गावापासून गढी खूप अंतरावर होती. आतले दरवाजेही बंद होते. कानावर आवाज आले ते अगदी क्षीण होते आणि मग घोड्यांच्या टापांचे आवाज आले. गढीतून बाहेर पडलेले घोडे बिथरलेले होते. तोंडाला फेस आला होता. डोळे पांढरे झाले होते. कोटाबाहेर पडताच वाट फुटेल तिकडे चौखूर उधळत गेले. कितीतरी वेळ त्यांच्या टापांचा आवाज येत होता.

आणि मग शांतता... स्मशान शांतता.'

जोशीकाका बोलायचे थांबले. त्यांच्या शब्दागणिक माझ्या डोळ्यांसमोर तो भयानक देखावा उभा राहत होता. आक्रमक लोभी होते, निर्दय होते. त्यांची कीव करण्यात काहीच अर्थ नव्हता. त्यांचा असा भयानक शेवट झाला नसता तर त्यांनी दामोदरपंतांचे हालहाल करून त्यांचा जीव घेतला असता. तो सारा इतिहासच रक्तात लिहिला गेला असता.

पण आता माझ्या मनात प्रथमच शंका आली... हा दोन-अडीचशे वर्षांपूर्वीचा इतिहास. हा या जोशीकाकांना इतक्या तपशिलासह कसा माहीत होता? आता जर मी त्यांना त्यांच्या माहितीचं मूळ विचारलं तर त्यांच्या बोलण्याचा स्रोत थांबेल का? शेवटी मी गप्प राहणंच पसंत केलं.

'गावाचा गढीशी काहीच संबंध नव्हता.' जोशीकाका सांगायला लागले, 'दिवसासुद्धा त्या बाजूला फिरकायची गावकऱ्यांची हिंमत नव्हती. मग रात्रीची तर गोष्टच सोडा. हा दामोदरपंत खातपीत काय असेल? त्याची कामं करायला कोणी नोकरचाकर होते का नाही? का नोकर होते; पण त्यांना गढीतच गुलामासारखं डांबून ठेवण्यात आलं होतं? अडाणी मनाने लढवलेल्या कल्पना, त्यांना ठाम सत्याचा आधार आवश्यक नव्हता. एखादी अफवा पुरेशी होती.

पण एवढी मोठी घटना... ती लपून कशी राहणार? किंवा कदाचित त्या हल्ल्यामागे जे कोणी असतील त्यांनीही हाकाटी उठवली असेल. दामोदरपंतांना पुण्याच्या दरबाराचं फर्मान आलं... आठ दिवसांत जातीने हजर राहा. त्याच्यावर चेटूक, जारण-मारण केल्याचा आरोप होता. दामोदरपंतांविरुद्ध साक्षीदार खूप होते. त्याच्या बाजूने कोणीच उभं राहिलं नाही. खरंखोटं ठरविण्यासाठी त्या काळी क्वचित प्रसंगी अग्निपरीक्षा केल्याचे दाखले आहेत. उकळत्या तेलातून नुसत्या हातानी सोन्याचा तुकडा काढणे किंवा दोन्ही हातांना पिशव्या बांधायच्या आणि आगीत तापलेला पितळी गोल हाताने उचलून वाळक्या गवतावर टाकायचा. त्या गवताने पेट घेतला पाहिजे. दामोदरपंताला अशाच एखाद्या कठीण परीक्षेतून जावं लागलं की काय? त्यात अशक्य काहीच नाही. कोठे सरकार दप्तरी त्याची नोंद असेल तर कळेल, नाहीतर ते अज्ञातच राहणार; पण एक गोष्ट खरी.

दामोदरपंत गढीवर परत आले नाहीत. कोणी नोकरचाकर असतील तर त्यांनी संधी मिळताच पोबारा केला असेल. कदाचित जे काही हाताला लागलं ते घेऊनही किंवा कदाचित गढीतल्या सुतळीच्या तोड्यालाही हात लावला नसेल. दामोदरपंतांच्या निकटच्या सहवासात राहणारांना त्यांची ख्याती आणि शक्ती नक्कीच माहीत असणार; पण धन्यावर आली तसली तोहमत आपल्यावर येऊ नये म्हणून ते सगळे गायब झाले असतील. हाही तर्कच आहे. कारण दामोदरपंतांखेरीज गढीवर आणखी कोणी होतं की नाही हीच गोष्ट मुळात माहीत नव्हती. गढी ओस पडली एवढी गोष्ट खरी.

आणि आजतागायत तशीच ओस पडली आहे. गेल्या शेदीडशे वर्षांत कोणीही त्या गढीवर वारसाहक्क सांगितलेला नाही. शहरात नाहीतर शहाराच्या आसपास असती तर लोकांचं लक्ष गेलं असतं. इथे काय? माळरानावर अशा अनेक जुन्या मिळकती मोडकळीस येऊन पडल्या आहेत. त्याचं सोयरसुतक इथे कुणाला?'

जोशीकाकांचा बोलण्याचा ओघ आटत आला होता.

'जोशीकाका', मी म्हणालो, 'मला एक सांगा. या साऱ्या घडामोडीत तुमचा संबंध काय? इतकी तपशीलवार माहिती तुमच्यापाशी कोठून आली? आणि माझ्यासारख्या एका परक्या इसमाला हे तुम्ही सर्व का सांगावं?'

'वज्रे, तुमच्या सगळ्याच प्रश्नांची उत्तरं मिळतील किंवा मिळणारही नाहीत. जी मिळतील त्यानं कदाचित तुमचं समाधान होणारही नाही; पण तो पुढचा भाग झाला. या वज्रे कुळात तुम्हाला खरोखरंच स्वारस्य असेल तर तुम्ही एकदा प्रत्यक्ष त्या गढीवर जा... सारं काही डोळ्याखालून घाला... मग माझी भेट घ्या, मग पाहू.'

गढीवर एक चक्कर टाकायचा विचार माझ्याही मनात येऊन गेला होता.

'पण तुमची गाठ कुठे घ्यायची, जोशीकाका?'

'पुढच्या चौकात पोस्ट ऑफिस आहे. शेजारीच रॉयल फोटो स्टुडिओ आहे. त्या स्टुडिओच्यावरच मी राहतो. दिवसभर रिकामाच असतो. केव्हाही भेटायला या. मी आता निघतो.'

जोशीकाकांनी हातातली काठी फरशीवर एकदा आपटली. मग खांद्यावरचं उपरणं ठीक केलं आणि ते खुर्चीवरून उठले. जास्त काही न बोलता त्यांनी पाठ फिरवली आणि ते खोलीबाहेर पडले.

+++

१३.

जोशीकाकांनी सांगितलेली हकीकत चमत्कारिक होती, रहस्यमय होती. या दामोदरपंतांबद्दल उत्सुकता वाढवणारी होती. रात्री झोपण्याची तयारी करत असताना मी ठरवलं, दुसऱ्या सकाळी या गढीला भेट द्यायची. गावात काहीतरी वाहन मिळेलच. मॅनेजरकडे चौकशी केली की, सगळा खुलासा होईल.

पण रात्री झोप लवकर आली नाही. एक अगदी वेगळ्या कालखंडाचा परिचय झाला होता. आम्ही अगदी खऱ्या अर्थाने लेखणीघाशे. दिवसाचे चोवीस तास पेपर- पेन याव्यतिरिक्त काहीही हातात घेतलं नाही. कॉलेजची एनसीसीसुद्धा जॉईन केली नाही. नाहीतर निदान एकदा तरी हातात बंदूक धरायची संधी मिळाली असती. आजवर मला ही उणीव भासली नव्हती, याचं वैषम्य वाटलं नव्हतं; पण आता एकदम जाणवलं, आपण किती पाणचट आयुष्य जगलो. 'किडा-मुंगी, पाखरं जनावरंसुद्धा जन्म घेतात, लहानाची मोठी होतात. एक-दोन नवीन पिढ्यांना जन्म देतात आणि मरून जातात. त्यांच्यात आणि माझ्यात काय फरक होता? पाखरं कांव... कांव करतात. मीही तोंडाने बडबड करीत होतोच की, खरी गोष्ट ही होती की, एखाद्या शिल्पासमोर उभं राहिलं, की माणसाला त्याचा खुजेपणा खऱ्या अर्थाने जाणवतो. स्वतःला दोष देत असताना मी हा विचार नाही केला की, निवृत्तीनंतर पेन्शन आणि व्याज यांच्यावर गुजराण करीत न बसता मी एक वेगळा मार्ग निवडला होता. घरदार मागे टाकून मी या अतीताच्या शोधावर निघालो होतो.

***

सकाळी सकाळीच मॅनेजरची गाठ घेतली. ही कुठली वज्रे यांची गढी आहे. तिकडे जायचा विचार त्याला सांगितला. माझ्या खांद्यावर कॅमेरा लटकत असता तर मी हौशी फोटोग्राफर आहे, जुन्या ऐतिहासिक वास्तूंचे फोटो घेत असतो अशी थाप मारता आली असती.

'तुम्ही म्हणता तशी गढी आहे खरी... पण सहज दहा मैलांवर असेल. टांगे आहेत; पण टांग्यानं जाणं काही खरं नाही. गावात दोन-चार रिक्षा एवढ्यात आल्या आहेत; पण तो मैलामागे पाच रुपये तरी घेणार आणि थांबण्याचा काय चार्ज असेल तो.'

पैसे खर्च करायची माझी तयारी होती; पण किती वेळ थांबावं लागेल याची काहीच कल्पना नव्हती आणि रिक्षा थांबली की, बांधीलपणा आला.

'एसटीने का नाही जात? तासा दीड तासात त्या बाजूला एसटी जातच असतात. गढीवर उतरायचं आहे सांगा. काम झालं की, गावाकडची बस पकडा. सोपं काम आहे. जास्तीत जास्त अर्ध्या तासाचा प्रवास.'

ही कल्पना मला पसंत पडली. गायत्रीने आग्रहाने बरोबर दिलेली पाण्याची बॅग घेतली. चांगला नाश्ता केला आणि एसटी स्टँडची वाट धरली. पंधरा-वीस मिनिटात मला हवी ती बस मिळाली आणि चाळीस मिनिटात बसने मला रस्त्यावर सोडलं. बस सपाट्याने निघून गेली.

सकाळची वेळ, तिरकस उन्हं पडलेली. उन्हाचा चटका यायला अजून वेळ होता. हवेत जरासा गारवा होता. रस्त्याच्या दोन्ही बाजूंना सपाट माळरान पसरत गेलं होतं. डावीकडे लांबवर बसक्या टेकाडांची ओळ होती आणि वावरातून काही काही एकाकी झाडं होती. उभा राहून मी चारी बाजूंना नजर टाकीत होतो. मला नाही वाटत साऱ्या आयुष्यात आजवर मी कधी इतका एकटा असेन.

गाडीतून उतरताना मी कंडक्टरला गढीबद्दल विचारलं होतं. त्याने एक हात डाव्या बाजूला केला होता. म्हणजे तिकडेच कुठेतरी ती गढी असणार.

तिकडे जाणारा रस्ता किंवा पायवाट दिसत नव्हती; पण हमरस्त्यावरून पाच-पन्नास पावलं मागेपुढे हिंडताच डावीकडे जाणारी अस्पष्टशी पायवाट दिसली. तीच वाट मी घेतली. हवा छान होती. वाटही सरळ होती. पहिली शेदीडशे पावलं मी अगदी झपाझप टाकली. मग जाणवलं आपल्याला जरासा दम लागला आहे.

मी वेग कमी केला. घाई कशाची होती? मोकळ्यावरून आलेला रानझाडे, गवत यांचा सुगंध बरोबर आणणारा वारा अंगावर घेण्यात मजा होती. मी एखादा सिनेमातला नट असतो तर शबनम पिशवी डोक्याभोवती फिरवीत 'मुसाफिर हूँ यारों...' असलं गाणंही म्हटलं असतं. मी फक्त स्वतःशीच गुणगुणत चाललो होतो. एक लहानसा चढ आला, तो चढून मी वर आलो...

आणि त्या पावलावरच थांबलो.

पुढे जमीन उतरत गेली होती.

आणि दोन-तीन फर्लांगावर गढी होती.

मन कसं असतं पाहा. काल संध्याकाळी जोशीकाकांच्या तोंडून या गढीविषयी इतकं ऐकलं होतं; मग स्वतःही रात्री त्याच गढीबद्दल खूप विचार केला होता. पण नवल म्हणजे ती गढी कशी दिसत असेल याचं साधं कल्पनाचित्रसुद्धा मी माझ्या डोळ्यासमोर आणलं नव्हतं. आता मला ती गढी समोर दिसत होती.

इतक्या लांबूनही पडझड झालेल्या कोटाची चांगली वावभर रुंदी दिसत होती. दगड ढासळले होते. माळरानावरचं गवत आता आतल्या आवारातही माजलं होतं. कोटापासून बरीच आत गढीची इमारत होती. काळ्या घडीव दगडातील चिरेबंदी इमारत. दर्शनी भागातच सहज दोन पुरुष उंचीचा भला मोठा दरवाजा होता. तो आता बंद होता. दरवाजाचा भाग एखाद्या चौकोनी बुरजासारखा पुढे आला होता. वर खिडक्यांची रांग होती. कदाचित तिथे चोवीस तास पहारा असेल. त्या काळात राजकीय, सामाजिक, सरंक्षण आदींची काय व्यवस्था किंवा पद्धत होती याबद्दल मला अगदी काडीचीही माहिती नव्हती. मी फक्त समोरची ती अवाढव्य वास्तू पाहत होतो. एकावर एक रचलेले मजले. अरुंद आणि बंद खिडक्यांची ओळ. इथे नक्षीकाम आणि कलाकुसर यांचा स्पर्शही नव्हता. कदाचित राजधानीतले वाडे तसे असतील. मजल्याच्या दर्शनी भागाला सज्जे, मेघडंबरी असलेल्या कोरीव कामाच्या बाल्कन्या, ज्या कधी कधी हिंदी सिनेमातून पाहायला मिळत होत्या. इथे त्या साऱ्याला फाटा होता.

उतारावरून मी सावकाश गढीच्या रोखाने निघालो. कदाचित याच वाटेवरून पूर्वी घोडदळ दौडत गेलं असेल. ते पन्नास-साठ मुसलमान हल्लेखोर (त्यांची घोडी या वाटेवरून चौखूर उधळत माघारी गेली होती; पण त्या पन्नाससाठ लोकांचं पुढे काय झालं!) आता त्याच वाटेवरून मी चाललो होतो. विसाव्या

शतकातला एक सामान्य माणूस. माझा यात काय संबंध होता? अगदी बादरायणी संबंध लावायचाच म्हटलं तर तो एवढाच... इथे पूर्वी कधी काळी माझ्याच रक्ताचे वज्रे सरदार मानकरी राहत होते. राहिले होते, लढले होते आणि आता नामशेष झाले होते. मी तिथे यावं यात काही योगायोग होता का?

पडक्या कोटाच्या दगडधोंड्याच्या ढिगावरून मी आत प्रवेश केला. गढीची वास्तू जवळ येत होती. तिचा खरा अवाढव्य आकार मनावर दडपण आणत होता. या इमारतीला नुसती चक्कर मारायची म्हटलं तरी दमछाक होईल; पण ते करायला हवं. मी त्या अवाढव्य दरवाजासमोर उभा होतो. खात्रीने आत जाण्यासाठी हा काही एकच मार्ग नसणार. गढी, वेठबिगार, कामगार, सर्वसामान्य लोक यांच्यासाठी साधा प्रवेश असणारच. मला तो मार्ग शोधून काढायला हवा होता. गढीच्या आत प्रवेश मिळवायला हवा होता, तरच इथपर्यंत येण्याला काही अर्थ होता. इमारत डाव्या हाताला ठेवून मी चालायला सुरुवात केली. हा दामोदरपंत वज्रे पेशवाईच्या अखेरच्या काळातला समजला तरी आता त्याला दोनशे वर्षे उलटली होती. इतकी वर्षे ही गढी विनावारस राहिली असली तर ती एक नवलाचीच गोष्ट होती. समजा अठराशे पन्नासपर्यंतचा काळ घालमेलीचा धरला तरी नंतर ब्रिटिश अंमल बऱ्यापैकी स्थिरावला होता. पेशवाईच्या काळातली सर्व वतनं, जहागिऱ्या (५७ च्या बंडात ज्यानी भाग घेतला होता अशांचा अपवाद वगळता) ब्रिटिशांनी कायम ठेवल्या होत्या. इनामं, छोटीमोठी संस्थानं सर्व होतं तसंच पुढे चालू ठेवलं होतं. मग या वज्रे घराण्याचा एकही वारस या मालमत्तेवर दावा सांगण्यासाठी पुढे आला नाही? इतिहासाची ही मधली पानं जणू पुसली गेली होती.

मी चालतच होतो. संपूर्ण निर्जन परिसर. सोबत फक्त माळरानावरून सळसळ करीत येणाऱ्या वाऱ्याची; पण त्या वाऱ्यामुळेच मला त्या लहानशा दाराचा कर्रर्र कर्रर्रर्र आवाज ऐकू आला. दगडाच्या अडीच-तीन फूट खोल खोबणीत ते अरुंद दार होतं. वाऱ्याच्या दाबाखाली मागेपुढे होत होतं. मी जरा वेळ तिथेच उभा राहिलो आणि मग दाराला हाताने रेटलं. आणखी जोरात रेटलं. दार करकरत आत उघडलं. दोन दगडी भिंतीतून समोर एक अरुंद बोळ जात होती आणि बोळाच्या दुसऱ्या उघड्या बाजूकडून लख्ख सूर्यप्रकाश आणि त्या प्रकाशात मधलं फरसबंदी मैदान दिसत होतं. मी मागे वळून पाहिलं. मागच्या बाजूलाही

उन्हातलं माळरान होतं. मला भित्रा म्हणा, अतिसावध म्हणा, काहीही म्हणा... मी त्या दाराची नीट तपासणी केली. माझ्या मागे दार बंद होणार नाही ना अशी मनात शंका येत होती; पण दार हलायला तयार नव्हतं आणि आतल्या बाजूस खिट्टी, कडी, अडसर काहीही नव्हतं. वर अगदी भिंतीलगत पुरं उघडून ठेवलं आणि मग मी त्या बोळातून पुढे निघालो. बोळाच्या बाहेर पाय टाकला... चारी बाजूंना काळ्या दगडातल्या चिरेबंद भिंती. समोरच गढीची तीन मजली इमारत उभी होती. बांधकाम बोळाच्या डावी उजवीकडे दोन्ही बाजूना पसरत गेलं होतं. मनात एक नवीन शंका आली. गढीत नजर टाकण्यासाठी समजा आपण पुढे गेलो... बाहेर जायची ही वाट परत सापडेल का? कदाचित ही एकमेव वाट असेल. कदाचित ते दार अपघाताने किंवा अनवधानाने उघडं राहिलं असेल. ते काहीही असो, पुन्हा बाहेर पडण्याचा मार्ग निश्चितपणे माहीत असायला हवा. या सर्व चिरेबंद भिंती एकसारख्या दिसत होत्या. शेवटी मी माझा पांढरा रुमाल काढला. त्याची लांबट घडी केली आणि बोळाच्या उजव्या कोपऱ्यापाशी ठेवून रुमालावर मोठ्या दगडाचं वजन ठेवलं. ही निश्चिती झाल्यावर मग मी पुढे निघालो.

खरंतर चारी बाजूंनी वर जाणारी ही काळ्या दगडांची रास मनावर मोठं दडपण आणत होती. ते काही निर्जीव फत्तर नव्हते. इतिहासातल्या अनेक चांगल्या वाईट घटनांचे ते साक्षीदार होते. एखादा संवेदनशील माणूस असता तर त्याला या घटनांचे अनुनाद जाणवले असते. खरंतर मी त्या वर्गातला अजिबात नाही. मी चारचौघांसारखाच एक सामान्य माणूस आहे. मग या निर्जीव वास्तूचं मनावर एवढं दडपण का येत होतं? मनावर ताण का येत होता? भीतीचा? पण भीती वाटण्यासारखं इथे होतं तरी काय? वातावरण उदास होतं खास. एखादं थरारक नाट्य घडून गेल्यावर रंगमंच उदास दिसतो तसं. सर्व पात्रं आपापल्या वाटांनी गेली होती की नव्हती? का अजूनही विंगेत एखादा हजर होता? शेवटची नाट्यमय थरारक एन्ट्री घेण्यासाठी?

बोळाच्या तोंडातून पाच-सात पावलं पुढं आल्यावर दिसलं की, मध्यभागी एक खूप प्रशस्त, विशाल असं फरसबंद आवार आहे आणि चारी बाजूला दोन दगडी इमारतीच्या ओळी आहेत. त्यांच्यातल्याच एकीतून मी मधल्या अंगणात आलो होतो. पहारेकरी, शिपाई, घरगडी इत्यादींच्या राहण्यासाठी या खोल्या

असतील. कदाचित दाणागोटा, धान्य, वैरण इत्यादीच्या कोठ्याही असतील. ते काहीही असो. मुख्य इमारत समोर होती. त्याच त्या काळ्या दगडाखाली भक्कम रास. असं वाटत होतं की, हजारो वर्षं उलटली तरीही ही इमारत अशीच भक्कम उभी राहील. मनात अभिमानाची एक भावना जन्माला आली होती. किती निरर्थक मूर्खपणाची! केवळ एक 'वज्रे' हे आडनाव सोडलं तर माझा या इमारतीशी, या वतनाशी काडीचा सुद्धा संबंध नव्हता. मी कशाला उगाच छाती फुगवायची? पण हे सर्व पटत असूनही मनातली ती गर्वाची जाणीव काही जात नव्हती. ज्या कोणी पराक्रमी पुरुषाने मनगटाच्या बळावर ही भक्कम इमारत उभी केली त्याच्याच वंशाचं रक्त माझ्या धमन्यातून वाहत होतं, ही तर वस्तुस्थिती होती ना? आणि मी मनातल्या मनात अभिमानाची भावना आणली तर कोणाचं नुकसान होत होतं? मी काही वज्रे घराण्याचा झेंडा नाचवत मिरवत नव्हतो ना? त्या अभिमानाच्या भावनेत शरम किंवा अपराधी वाटण्यासारखं काय होतं?

पण या प्रचंड इमारतीत प्रवेश मिळवायचा कसा? येथपर्यंत प्रवेश झाला, ही तर सुरुवात होती. अनवधानाने एक लहानसं दार उघडं राहिलं होतं. मी आत आलो होतो. सहज घड्याळाकडे नजर टाकली. साडेदहा वाजले होते. सकाळचा एक नाश्ता सोडला तर पोटात काही गेलं नव्हतं. बरोबर होती फक्त एक थंड पाण्याची वॉटर बॅग. दोन लिटर. वेळेचा, पोटापाण्याचा, स्वतःच्या कुवतीचा अंदाज घेऊनच पुढे जावं लागणार होतं. मी काही कोणी रानावनातून हिंडणारा अनुभवी पर्यटक नव्हतो. मनाशी ठरवलं की, इमारतीची जवळून पाहणी करायची. चुकूनमाकून एखादं दार उघडं दिसलं तर आत एक नजर टाकायची आणि परतीची वाट धरायची.

माणूस ठरवतो काय आणि होतं भलतंच! या इमारतीपाशी मी पोहोचलो. या मागची घटनांची परंपरा मी जरा जरी डोळस नजरेने पाहिली असती तरी त्यांच्यातली जवळजवळ अशक्यप्राय अशी योगायोगाची साखळी सहज ध्यानात आली असती. एक निनावी पत्र येतं काय, मी या परक्या गावाच्या प्रवासावर निघतो काय, इथे आल्यावर देशपांडे नावाने वावरतो काय, कोणा एका अपरिचित 'जोशी' (किती हजार ठिकाणी दिसणारं नावं! देशपांडे नावासारखंच!) नावाच्या माणसाने ऐकवलेल्या (त्याच्या स्वतःच्याच शब्दात कदाचित काल्पनिक, कपोलकल्पित अर्धसत्य!) हकीकतीवर विसंबून या आडजागी पोहोचतो काय!

मी काय कोणी इतिहास संशोधक होतो? प्राच्यशास्त्रातला अभ्यासक होतो? मी इथे करत होतो तरी काय? ठरवलं होतं तेच योग्य- इमारतीवर एक नजर टाकायची की परतीची वाट.

मधलं फरसबंदी अंगण ओलांडून मी इमारतीपाशी पोहोचलो. बाहेरच्या प्रचंड दरवाजातून निघालेली वाट सरळ इमारतीच्या मुख्य दाराकडेच येत होती. दोन्ही बाजूना पाच-पाच पॅनल असलेले, वर पितळी चकत्या मारलेले, काळ्या शिशवीचं दार आणि अर्थात बंद, बंद? मग त्या दोन दारांमध्ये लहानशी फट कशी होती? एका हाताने मी सहज एका दाराला धक्का दिला- दार अलगद आत उघडलं. एवढासाही आवाज न करता. एवढासाही जोर लावावा न लागता. पुन्हा एकदा माझ्यासाठी आतली वाट खुली झाली होती. हाही अनवधानाचाच एक प्रकार होता? की हाही योगायोगच होता? आणि अशा रहस्यमय वास्तूचं प्रवेशद्वार समोर उघडं दिसल्यावर आत पाय टाकायचा मोह कोणाला टाळता येईल? मला तरी टाळता आला नाही. मी त्या दारातून आत पाऊल टाकलं. बाहेरच्या लख्ख सूर्य प्रकाशाच्या तुलनेने आत गुडूप अंधारच होता. काहीवेळ तरी डोळे कामच करीत नव्हते. मग सावकाश सावकाश नजर काम करायला लागली. दाराच्या आत दोन्ही बाजूंना ओवऱ्या होत्या. पहारेकरी- भालदार यांच्यासाठी पुढे पंधराएक पावलावर फरसबंद अंगण होतं. आत अंधार नव्हता. केवळ बाहेरच्या लख्ख उन्हातून आल्याने तसं वाटलं होतं. चारी बाजूला ओवऱ्या होत्या; आणि समोरच चार पायऱ्या चढून गेल्यावर लांबच लांब पडवी होती. कडेला लाकडी कठडा होता. ऐतिहासिक चित्रपटांतून अशा जागा पाहिल्या होत्या. गाद्या, लोड, तक्के मांडलेले असायचे. लोडाला टेकून कोणी सरदार रेललेले असायचे आणि आसपास मुत्सद्दी- कारभारी, सर्वांच्या मस्तकावर लाल पगड्या, खांद्यावरून भरजरी उपरणी, समोर एखादा निरोप्या कुर्निसात करून काहीतरी निरोप देत असायचा- किती साचेबंद झालेला देखावा!

कदाचित या पडवीतही तसे प्रसंग घडले असतील; पण ते सर्व आता इतिहासजमा झालं होतं. आता ही प्रचंड वास्तू निर्मनुष्य झाली होती. भग्न नाही; पण रिकामी आणि म्हणून उदासवाणी. ओवरीतल्या पायऱ्या चढून मी पडवीत आलो. अंगावर गार वाऱ्याची झुळूक आली. समोरच आत जाणारं दार उघडं होतं त्यातूनच आलेली असणार. मी आसपास नजर टाकली. वर नजर गेली.

तख्तपोशी खूप उंचीवर होती. दीड-दीड फूट जाडीच्या तुळ्यांना ओळीने हंड्या लटकवलेल्या होत्या. समोरची भिंत गुळगुळीत होती. मोठमोठ्या कोनाड्यांची रांगच्या रांग होती. ज्या काळात ही वास्तू घर म्हणून वापरात होती, तो काळ आता दोनशे वर्षे तरी सहज मागे गेला होता. त्या काळच्या गृहसजावटीची रोजच्या रीतीभातीची मला काहीही कल्पना नव्हती. माझ्यासाठी ही सर्व दगड, विटा, लाकूड, काच यांची एक निर्जीव रचना होती.

पडवीतल्या दाराने मी आत गेलो. दिवाणखान्यासारखी एक प्रशसत खोली होती आणि चारही भिंतीत दारं उघडत होती. एकेकीत मी नजर टाकत होतो. सर्वच्या सर्व रिकाम्या होत्या; पण माझी काय अपेक्षा होती? रिकाम्याच असणार! दशकादशकांची धूळ सर्वत्र साचली होती. पलंग, घडवंच्या, आसनं, सर्वकाही धुळीच्या जाड थराखाली झाकलं गेलं होतं.

एका खोलीच्या दारात मात्र माझा पाय अडखळला. तीही खोली रिकामीच होती; पण भिंतीपाशी शिशवीचा उत्तम कोरीवकामाचा एक मोठा देव्हारा होता. मी उभा होतो तिकडेच देव्हाऱ्याचं तोंड होतं. कदाचित ती पूर्व दिशा असेल; पण देव्हारा रिकामा होता. दोनशे वर्षांपूर्वीचा काल सनातन धर्माला शिरोधार्य मानणारा होता. देव्हाऱ्यात गणपती, बाळकृष्ण, देवी यांच्या सोन्याच्या नाहीतरी किमान चांदीच्या मूर्ती हव्या होत्या. शाळुंका हवी होती. पंचायतन हवं होतं. शंख, घंटा, गंगाजल, बाण, पत्रे सर्व हवं होतं. पण काहीही नव्हतं. अर्थात पूर्वी या बदलताना देवही बरोबर नेत असत. पण इथे तर तो दामोदरपंत एकटाच होता आणि (जोशीकाकांच्या हकीकतीप्रमाणे) तो गढीवर परत आलाच नव्हता. मग जोशीकाकांनी सांगितलेलं आणखीही काही काही आठवलं. रात्रीचे चोरून आलेले ते तिघे. त्यांना दिसलेला तो अस्थिपंजर माणूस (?)... किंवा ते ओणव्यानं चाललेलं निखाऱ्याच्या लाल डोळ्यांचं जनावर (?)... आणि मग त्या मुसलमानाची फौज गढीत शिरल्यावर रात्रीच्या अंधारात दामोदरपंताच्या मदतीस आलेले एक... एक..

अर्थ एकच होता. दामोदरपंताने देवाकडे पाठ फिरवली होती. म्हणून हा गढीतला देव्हारा रिकामा होता. दामोदरपंत आला आणि गढीतून देवाधर्माचं उच्चाटन झालं. पण देवाच्या जागी दुसरं काहीतरी आलेलं असणार... असणारच. माणसाला काहीतरी श्रद्धास्थान आवश्यकच असतं. साऱ्या सृष्टीचा भार मानव

स्वतःवर घेऊ शकत नाही. चांगला किंवा वाईट, सुष्ट किंवा दुष्ट, सृष्टीनियंता त्याला हवाच असतो. या गढीतल्या शेवटच्या वारसाने देवमार्ग सोडला होता. जोशीकाकांनी सांगितलेल्या हकीकतीला जरी शंभरांश भाग खरा मानला तरी उघड होत होतं. दामोदरपंताने काही वेगळीच संगत धरली होती आणि इथेच, या गढीतील वास्तूत त्याचे अनाचार चालत असत. मनाशी समाधान मानलं की, दिवसाढवळ्या आपण इथे आलो आहोत आणि आकाशात माथ्यावर सूर्य असतानाच या वास्तूतून बाहेर पडणार आहोत. खरोखरंच माणूस किती आंधळ्या विश्वासाने वागत असतो! समोरचं साधं वळण वळलं की, लगेच खोलखोल कोसळत जाणारी भयानक गर्ता आहे अशी शंकासुद्धा त्याच्या मनात येत नाही.

देवघर ओलांडून मी पुढे गेलो. डावीउजवीकडे अनेक लहान मोठ्या खोल्या होत्या. समोरच वरच्या मजल्याकडे जाणारा जिना होता. मनाशी ठरवलं की, वरच्या भागावर एक नजर टाकायची आणि माघारी फिरायचं.

घडीव पायऱ्यांचा जिना. एका बाजूस भिंत. दुसऱ्या बाजूस लाकडी कठडा. जिन्याच्या मध्यभागी पोहोचल्यावर मला वरच्या मजल्यावर नजर टाकता आली. वरतीही खालच्यासारखाच मोठा दिवाणखाना होता आणि जिना वळून तिसऱ्या मजल्याकडे गेला होता. क्षणभर विचार करून आणखी जास्त शोधाशोध करण्याचा बेत मी सोडून दिला आणि वळून परत खाली आलो. स्वतःशीच विचार करीत नजर खाली ठेवून मी चाललो होतो. समोरून जवळूनच खाकरण्याचा आवाज आला. इतका अनपेक्षित, की त्या धक्क्याचं वर्णन करणंच अशक्य आहे. श्वास एकदम छातीत थांबला, नाडी धावायला लागली, शरीराला कंप सुटला आणि ही प्रतिक्रिया नैसर्गिकच होती. आसपासच्या कित्येक मैलाच्या परिसरात कोणीही नाही या खात्रीने मी वावरत होतो आणि हा दणका! नजर समोर गेली. दुसरा दणका!

समोर जोशीकाका उभे होते. तोच तो लांबट कोट, तेच ते उपरणं. हात पाठीशी ठेवलेले आणि जराशी मिस्कील नजर माझ्यावर खिळलेली.

'तुम्हाला धक्का बसलेला दिसतो वज्रे!' ते जरासे हसत म्हणाले.

'जोशीकाका!'

'हो, मीच!'

‘जोशीकाका, खैर की, माझं हार्ट वगैरे वीक नाहीये. नाहीतर अशा धक्क्याने काय झालं असतं सांगता येत नाही. पण तुम्ही इथे काय करताय?’

‘अहो वज्रे, एवढ्यातेवढ्यानं हार्ट ॲटॅक येऊन कसं चालेल हो? अजून तुम्हाला कितीतरी करायचं आहे...’

‘जोशीकाका, ही कोड्याची भाषा पुरे! आधी मला सांगा तुम्ही इथे काय करता आहात?’

‘सांगतो ना... पण ते थोडक्यात सांगता यायचं नाही. उभ्याउभ्यानेच कशाला बोलायचं? या ना, जरा बसू या कुठेतरी. दिवाणखान्यातून उघडणाऱ्या एका खोलीत ते गेले. मग आतून त्यांचा आवाज आला, ‘या, इकडे या, वज्रे.’

✦✦✦

१४.

मी त्या खोलीत गेलो. चौरंगासारखी दोन आसनं समोरासमोर मांडली होती. धुळीने माखलेली होती. पण जरा जोराने फुंकर घालताच वरची धूळ उडून गेली आणि आतला भडक लाल रंग स्पष्ट झाला. एक चौरंग जोशीकाकांनी घेतला. दुसऱ्यावर मी बसलो. आदल्या रात्री लॉजमधल्या खोलीवर जोशीकाकांनी खूप पाल्हाळ लावून इथल्या वज्रे घराण्याची हकिगत सांगितली होती. आताही त्यांची हकिगत बराच वेळ चालणार असा माझा अंदाज होता. मनाशी म्हटलं, नाहीतरी आपलं इथलं काम झालंच आहे. आता धानापूरला परत जाताना जोशीकाकांची आयतीच सोबत होईल.

'हं... सांगा जोशीकाका.'

घसा साफ करून जोशीकाका बोलायला लागले. 'कसे योगायोग असतात नाही? तुम्ही तिकडे वज्रे घराण्याचा शोध घेत होतात. आणि मीही इकडे या वज्रे घराण्याचा शोध घेत होतो. पण दोघांचे हेतू फार फार वेगळे होते.'

जोशीकाकांच्या आवाजात फरक पडला होता. गेला होता तो जरासा मिस्कीलपणा. आता त्यांचा आवाज कठीण होता, धारदार होता.

'घराण्याचा इतिहास शोधण्यात तुमचा काही स्वार्थी हेतू नव्हता. स्वतःच्या पूर्वजांविषयी एक कुतूहल होतं एवढंच आणि ते योग्यही होतं. कारण तुम्ही त्याच वज्रे कुटुंबातले आहात. माझी गोष्ट वेगळी आहे. इतर वज्रे मंडळींशी मला काहीही कर्तव्य नाही. मला स्वारस्य आहे ते फक्त इथे धानापूरला स्थायिक

झालेल्या वज्रे कुटुंबातच. तुम्ही विचारण्याआधीच सांगतो, तसा माझा वज्रे कुटुंबाशी काहीही संबंध नाही. पण इथे स्थायिक झालेल्या वज्रे मंडळीत मात्र विलक्षण कुतूहल आहे. कितीतरी वर्षे मी त्यांच्या इतिहासाचा शोध घेत आहे. अनेक दप्तरांतून, रुमालातून, वखरीतून त्यांचा उल्लेख आलेला आहे. मोठे हिकमती, बहाद्दर, धाडसी, शूर लोक खरे! अनेक मोहिमांवर गेले. येताना त्यांनी अगणित संपत्ती लुटून आणली. त्यावेळी लोकशाही वगैरे प्रकार नव्हता. सरदार म्हणजे मुलखाचे मालक. सोनंनाणं, हिरेमोत्यांचे अलंकार, जडजवाहीर यांनी त्यांच्या तिजोऱ्या खचून भरलेल्या असत. तट्टाच्या पाठीवरून गोण्या भरभरून लूट आणल्याच्या हकिगती आहेत. तुम्ही म्हणाल माझा त्यात काय संबंध? सांगतो. ऐकल्यावर तुम्हाला कदाचित माझा राग येईल. माझ्याबद्दल तिरस्कार वाटायला लागेल; पण त्याची मला फिकीर नाही. आधीच फार काळ लोटलेला आहे. आता जास्त अवधी उरलेला नाही. तर ऐका. या वज्रे मंडळीवर हुकमतीची मर्जी खप्पा झाली. त्यांना मुसक्या बांधून नेण्यात आलं. पण गढीला हात लागला नाही. मग पंचवीस-तीस वर्षे दामोदरपंत गढीवर येईपर्यंत गढी ओसाडच होती. दामोदरपंत आला. त्याचा वेगळाच प्रकार. मी काय म्हणतो ते तुमच्या लक्षात आलं की नाही?' जोशीकाकांचा आवाज तिखट होता.

मी केवळ मान हलवली. नाही.

'ती सारी लूट अजून गढीतच आहे. असलीच पाहिजे. हलवायला त्यांना अवधीच मिळाला नाही आणि दामोदरपंत गेल्यावर इथे रात्रीची फिरकायची कुणाची हिंमतच झाली नाही. त्या दामोदरपंताविषयी अशा एकेक गोष्टी सांगितल्या जातात की, ऐकणाराचं रक्त भीतीने गोठून जावं.

'गावात खंडोबा राहत होता. त्याचा बाप गढीवर कामाला होता. गढी ओस पडल्यावर बाप घरी आला. दामोदरपंत गढीवर आला तोपर्यंत खंडोबाचा बाप मरून गेला होता. पण खंडोबा लहानपणी बापाबरोबर गढीवर गेला होता. बापाची ओळख सांगितली तर काहीतरी कामधंदा मिळेल अशा आशेने खंडोबा एका सकाळी गढीवर आला. तेव्हा बाहेरचा कोट व्यवस्थित होता. मोठं लाकडी दार उघडं होतं. खंडोबा काही वेळ तिथेच घुटमळला आणि मग आत गेला.

'आसपास काही वर्दळ नव्हती, आवाज नव्हता. जरासा दबकतच तो वाड्याच्या दारापाशी आला. तिथे पोहोचतो न पोहोचतो तोच दार आतून उघडलं. वरून

कुणाची टेहळणी होती की काय कुणास ठाऊक! पण दारात कोण उभं? प्रत्यक्ष दामोदरपंतच! गोरापान चेहरा, धारदार नाक, भुरे डोळे, डोक्यावर मागे घेरा आणि लांब शेंडी, खांद्यावर पांढरा पंचा आणि कमरेलाही तसलाच पंचा. हातात पांढऱ्या केसांची चवरी. ते काही बोलले नाहीत. नुसते त्याच्याकडे पाहत उभे राहिले. शेवटी खंडोबानेच वाकून जमिनीला हात लावून सलाम केला आणि तो म्हणाला, 'धनी, माझा बा गढीवर कामाला होता. आता समजलं आपण आला आहात, काही कामधाम मिळेल अशी आशा करून आलो आहे आपल्या दारी, धनी.'

'तुला कुणी पाठवलं?' दामोदरपंतानी दरडावून विचारलं.

'धनी?'

'खरं सांग! कुणी पाठवलं तुला?'

'धनी, देवाच्यान सांगतो... खरंच माझा बा गढीवर कामाला होता. मोठे धनी गेले, आमच्या तोंडाचा घास गेला. नवीन मालक आल्याचं समजलं. त्यापायी आलो आपल्या दाराशी, धनी.'

कितीतरी वेळ दामोदरपंत खंडोबाकडे निरखून पाहत होते.

'इथे काय काम करशील?'

'तुम्ही सांगाल ते, धनी.'

'तुला जमायचं नाही खंडोबा' दामोदरपंत हसत होते.

'धनी...!'

'ठीक आहे.' दारातून बाजूला होत दामोदरपंत म्हणाले, 'जा समोर... पडवी चढून जा... समोरच्या खोल्या साफ कर... जा...'

दामोदरपंत दार उघडं ठेवून तिथेच उभे होते. त्यांच्याजवळून अंग जरा चोरून खंडोबा वाड्यात गेला. पायताणं तिथेच काढून ठेवली. समोरच्या पायऱ्या चढून पडवीत आला, तिथून आतल्या खोलीत आला आणि त्याने आतल्या खोल्यांत डोकावून पाहिलं. याही खोलीत, जिथे आपण बसलो आहोत त्याही खोलीत डोकावून पाहिलं. त्याला काय दिसलं कोणास ठाऊक. जन्मभर तो कधी शब्दानेही काही बोलला नाही. पण 'आयो!' देवा रे!' ओरडत तो त्याच पावली माघारी फिरला, कसातरी कडमडत खाली उतरला. तसाच धावतपळत मोठ्या दारातून बाहेर गेला. पायताणांचीही त्याला आठवण राहिली नाही आणि स्वतःशीच हसत दामोदरपंतानी मोठं दार बंद करून टाकलं.

'आणखीही काही काही अशाच गोष्टी सांगितल्या जातात. दामोदरपंतांची ख्याती चांगली नव्हती. पण गढीवर भरपूर पैसाअडका, दागदागिने, जवाहरमोती असले पाहिजेत. गोष्टी या कानाच्या त्या कानाला कळत असतात. त्या संपत्तीवरच डल्ला मारण्यासाठी ती मुसलमानांची फौज आली होती. त्यांचं काय झालं ते मी सांगितलंच. तेही वरपर्यंत पोहोचलं असेल. शेवटी दामोदरपंतांनाच तख्तापुढे हजर होण्याचा हुकूम झाला. दामोदरपंत परत आला नाही.'

'वज्रे घराण्याचा शेवटचा वंशज गेला. गढी पोरकी झाली. तुम्हाला असं वाटतं की, समोर उघड्या पडलेल्या या बेवारशी खजिन्यावर लोभी डाकूंची नजर गेली नसेल? गेली तर! पण त्यांना माहीत नव्हतं, गढीवरचं वज्रे घराणं नामशेष झालं असलं तरी खजिना संरक्षित होता. दरोडा घालायला गेलेल्यापैकी काही अपघाताने मरण पावले. काही वेडे झाले, काहींनी आत्महत्या केली. धानापूरमध्ये गढीसंबंधात अनेक आख्यायिका चालत आल्या आहेत. एक आख्यायिका म्हणते, ते द्रव्य रक्ताचा बळी दिल्याखेरीज मिळायचं नाही. त्यासाठी कितीतरी निरपराध असहाय जीवांचा बळी गेला. दुसरी आख्यायिका म्हणते, काही खास मंत्राचे चार विधी केल्याखेरीज ते धन हस्तगत होणार नाही. गढीवर पंड्ये, पुजारी, मांत्रिक, शास्त्री किती संख्येने आणले गेले असतील त्याची गणतीच नाही. तिसरी आख्यायिका म्हणते, फक्त वज्रे वंशातल्या रक्तालाच तो खजिना सापडेल आणि तुम्ही तर जन्माने, रक्ताने वज्रेच आहात!'

जोशीकाका पाल्हाळाने सांगत होते त्या ऐतिहासिक, ऐकीव घटना एकाएकी मला स्वतःला प्रत्यक्ष घेऊन भिडल्या होत्या.

'जोशीकाका, असल्या भाकडकथांवर तुमचा स्वतःचा विश्वास आहे?'

'वज्रे, ही गढी तुम्ही आज पहात आहात. या दामोदरपंतांचं नाव आज प्रथमच तुमच्या कानावर येत आहे. पण मी गेली पंचवीस वर्षे या गोष्टीचा तलाश घेत आहे. तुम्ही शहरात राहणारे लोक... दिव्यांचा झगमगाट, गर्दीचा गजबजाट, लक्षावधी माणसांचा गोंगाट... त्याने तुमची ज्ञानेंद्रिये बधीर झाली आहेत. घड्याळाच्या तालावर कृत्रिम आयुष्य घालवणारे तुम्ही... तुम्हाला या जुन्या आयुष्याची काय कल्पना आहे? जेव्हा माणूस निसर्गाच्या मेहरबानीवर जगत होता... जेव्हा त्याला अंधार, थंडी, तुफान, वादळ, पाऊस, भाजणारं ऊन यांच्यापासून काही संरक्षण नव्हतं तेव्हा त्याने काय केलं? इंग्रजीत म्हण आहे ना

- इफ यू कान्ट फाईट इट, देन जॉईन इट. तेच त्याने केलं. निसर्गातल्याच काही शक्ती साध्य करून घेतल्या. वज्रे, मी गेली पंचवीस वर्षे हा शोध घेत आहे. अक्षरशः शेकडो लोकांच्या गाठीभेटी घेतल्या आहेत. भाराभर जुने दस्तऐवज अभ्यासले आहेत. वज्रे, मी भाबडा अंधश्रद्धाळू नाही. दामोदरपंतांबद्दल सांगितल्या जाणाऱ्या सर्व गोष्टी- माझा त्यावर विश्वास आहे. त्या भाकडकथा नाहीत. दंतकथा नाहीत, आख्यायिका नाहीत, कपोलकल्पित नाहीत. त्या खऱ्या आहेत. त्यांच्या घराण्याचा नायनाट करणाऱ्याचा सूड घेण्याचा त्याने निश्चय केला होता. त्यासाठी भल्याबुऱ्या मार्गाचे कोणतेही विधिनिषेध त्याने ठेवले नाहीत. त्याने काही अघोरी शक्ती साध्य करून घेतल्या होत्या. गढीसंबंधात कानावर येणाऱ्या गोष्टी पिढ्यान्‌पिढ्या ऐकवल्या जात आहेत. त्या सर्व खऱ्या आहेत, वज्रे.' जोशीकाकांच्या डोळ्यात एक नवी चकाकी आली होती. 'माझी खात्री आहे की, गढीवर गडगंज संपत्ती साठवून ठेवलेली आहे. मी शेकडो वेळा तरी गढीची वरपासून खालपर्यंत तपासणी केली आहे. अगदी कोपरान्‌ कोपरा धुंडाळला आहे. पण मला काही माग लागला नाही आणि लागणारही नाही. कारण काय आहे माहीत आहे का? वज्रे घराण्याचा जाज्वल्य अभिमान असणाऱ्या दामोदरपंताने ती सर्व संपत्ती ज्याच्या धमन्यातून वज्रे घराण्याचं रक्त वाहत आहे अशा एखाद्या वंशजाच्याच हाती पडेल अशी व्यवस्था करून ठेवली आहे. अशा गोष्टी घडतात, वज्रे. मी जर त्या वंशाचा नसलो तर समोर असून मला ते धन दिसणार नाही आणि एखाद्या अपघाताने समोर आलंच तर मला सोनंनाणी-दागिने यांच्याऐवजी काळे कुळकुळीत कोळसे दिसतील, वज्रे! आता कळलं तुम्हाला ते पत्रं का लिहिलं होतं? आज ना उद्या तुम्ही इथे धानापूरला आलाच असतात. ते आजच आलात. कळलं कशासाठी तुम्हाला इथे आणण्याची माझी एवढी खटपट चालली होती ते?'

'अं... नाही...' मी प्रामाणिकपणे म्हणालो.

'अहो, कारण तुम्ही वज्रे आहात! या दामोदरपंताच्या वंशातले आहात! तुमच्या धमन्यातून वज्रे घराण्याचं रक्त धावत आहे. आलं तुमच्या लक्षात?'

'माफ करा... पण नाही...'

'मग स्पष्ट शब्दात सांगतो. तुम्ही त्या दामोदरपंताच्या गुप्त धनाचा शोध घेणार आहात आणि केवळ तुम्हालाच ते शक्य आहे.'

'पण मला ते गुप्तधन वगैरे काही नको आहे.'

'तुम्हाला नको असेल... पण मला हवं आहे ना!'

'तुम्हाला?'

'हो, मला! गेली पंचवीस वर्षे त्यासाठी हाडाची काडं करतो आहे. तुमची ती वर्तमानपत्रातली जाहिरात वाचली आणि उमगलं... अरे! हा तर आणखी सोपा मार्ग आहे! त्या पत्राने आला नसतात तर आणखी काहीतरी क्लृप्ती लढवली असती. पण तुम्ही हजर झालात आणि देशपांडे नावाने लॉजमध्ये राहिलात. त्याने माझं काय आणखी सोपं झालं वज्रे नावाचा कुणी इसम धानापुरात आला होता याची कोणालाही माहितीच नाही! आणि तुम्ही आज गढीवर हजर झालात हीही चांगलीच गोष्ट झाली. अर्थात तुम्ही आला नसतात तर लॉजमध्ये तुमची गाठ घेऊन तुमचं मन वळवून मी तुम्हाला इथे आणलंच असतं... पण माझं काम तुम्ही आणखीनच सोपं केलंत."

मी जरा खड्या आवाज म्हणालो, 'जोशीकाका, आता मलाही जरा स्पष्ट शब्दातच बोलावं लागणार आहे. ऐका. या गुप्तधनात मला काडीइतकाही रस नाही. तुम्हाला त्या धनाचा काय शोध घ्यायचा असेल तो घ्या. तुम्ही म्हणता तसं तुमच्या नशिबात असेल तर ते तुम्हाला मिळेल. ते तुम्हालाच लखलाभ असो... माझी काहीही हरकत नाही.'

'इतका घाईने निर्णय घेऊ नका, वज्रे.' जोशीकाका म्हणाले. विचार करा. पूर्वी एकेकाकडे काय संपत्ती असायची याची तुम्हाला कल्पना नाही, वज्रे. पूर्वी सरदारांच्या घरी पुजाऱ्याचं काम करणारे हल्ली कोट्यधीश झालेत.'

'जोशीकाका, मी साधा संसारी माणूस आहे. सांगितलं ना, मला या गुप्तधन वगैरेमध्ये अजिबात स्वारस्य नाही. तुम्ही या गढीचा इतिहास सांगितलात, इतक्या लांब अंतरावर आलोच होतो, म्हणून एक भेट दिली. माझं काम झालं. मी आता सरळ धानापूरला परत जाणार, लॉजवर जाणार, सामान पॅक करणार आणि जी पहिली गाडी मिळेल त्या गाडीने घरचा रस्ता धरणार. कुलवृत्तांत म्हणजे काही असली नाटक-सिनेमात शोभणारी अचाट साहसं नाहीत!'

'वज्रे, तुम्हाला काय हवं आणि काय नको या गोष्टीचा जरा विचार करा.' जोशीकाकांचा आवाज इतका बदलत होता, की मी चमकून त्यांच्याकडे पाहिलं. 'वज्रे, तुम्हाला गढीवर आणलं ते काही तुमचं दोन घटिकांचं मनोरंजन करण्यासाठी

नाही. मी मघापासून तुम्हाला सांगतो आहे, पण तुम्ही ते ध्यानात घेत नाही. कदाचित खरोखरंच तुम्हाला समजलं नसेल किंवा तुम्ही मुद्दाम न समजल्याचं नाटक करता आहात.'

'जोशीकाका, तुम्हीही मघाचपासून आडून आडून बोलता आहात, आता स्पष्ट शब्दात सांगा बरं.'

'सांगतो.' जोशीकाकांचा आवाज धादार झाला होता. 'सांगतो त्या गोष्टीवर कदाचित तुमचा विश्वास बसणार नाही. तुम्ही कदाचित त्याला नकारही द्याल, पण कशाचाही काही उपयोग नाही. तर मग ऐका. तुम्हाला मी इथे, या गढीवर, त्या गुप्तधानाचा शोध घेण्यासाठी आणलं आहे आणि तुम्ही तो घेणार आहात, समजलं?'

क्षणभर माझा माझ्या कानांवर विश्वासच बसेना. हा काय प्रकार होता? माझ्यावर अशी सक्ती करणारे जोशीकाका कोण? आणि ते अशी सक्ती करू शकतात कशी? माझा मी मुखत्यार नव्हतो का?'

'जोशीकाका, तुम्ही काय बोलता आहात ते तुमचं तुम्हाला तरी समजतं का? ही मोगलाई आहे की काय?' आसपास हात फिरवत मी म्हणालो, 'हा वाडा कदाचित मोगलाईत बांधला गेला असेल, पण तो काळ आता मागे गेला आहे, जोशीकाका. तुम्ही आणि तुमचं गुप्तधन! खुशाल शोधत बसा इथे! मी या पावली परत चाललो आहे.'

मी झपाट्याने खोलीबाहेर आलो आणि पडवीकडे जाणाऱ्या दाराकडे वळलो.

आणि त्याच पावलावर थांबलो.

पडवींच्या दारात एक आडदांड धिप्पाड शरीराचा माणूस उभा होता.

मागच्या बाजूने जोशीकाकांचा आवाज आला.

'पाहिलंत ना वज्रे? हा परशा. माझ्याकडे लहानाचा मोठा झाला आहे. मी केवळ शब्द टाकायचा अवकाश की, तो कधीही... अगदी काहीही करील. कसलाही मागचापुढचा विचार करणार नाही. म्हणून त्याला बरोबर आणला आहे. आणखी ऐका. तुम्ही लॉजमधून बाहेर पडल्या पडल्या मी लॉजला भेट दिली. मॅनेजरपाशी तुम्ही गढीची चौकशी करीत होतात हे समजलं. माझं काम झालं होतं. बाकीचं पुरं करायला वेळ लागला नाही. तुमच्या खोलीचं कुलूप उघडलं. तुमचं सगळं सामान पॅक केलं. बरोबर घेऊन बाहेर पडलो. खोलीचं दार

उघडं आहे. तुमचे दोन दिवसाचे पैसे संपले की, ते तुमचं नाव रजिस्टरमधून खोडून टाकतील. त्यांचं काय नुकसान झालेलं असेल ते एका किल्लीचं! पाच-सात रुपयांचं! ते तुम्हाला विसरूनही जातील. वज्रे, तुमचं सगळं सामानही इथे आणलं आहे.'

आता मला दिसलं, त्या परशाच्या पायाशीच माझी बॅग होती. मनात विजेच्या वेगाने विचार चालले होते. या जोशीकाकांनी अगदी विचार करून हा कट रचला होता. माझ्यासमोर इतका अचानकपणे उलगडला होता की, मी एकदम गोंधळूनच गेलो होतो. काहीतरी करायला हवं होतं. तेही झटपट. मी त्या परशाच्या रोखाने निघालो. जोशीकाका माझ्यामागून पुढे आले. मला वाटेतच थांबवून ते म्हणाले, 'वज्रे, मी काय सांगतो ते ऐका. सगळा विचार करूनच मी ती योजना आखली आहे. परशा, ती करंडी घे पुढे.' परशाने दाराबाहेरची वेताची करंडी आत ठेवली. 'वज्रे, त्या करंडीत तुम्हाला दोन दिवस सहज पुरेल इतकं अन्न आहे. पोळ्या आहेत, लोणचं आहे, मोरांबा आहे, चटण्या आहेत. मेणबत्त्या आहेत. काडेपेट्या आहेत. वाड्यात मागच्या चौकात विहीर आहे. विहिरीला बाराही महिने गोड पाणी असतं. तुमची कोणतीही गैरसोय होणार नाही. तुम्ही फक्त...

'नाही!' मी जोराने ओरडलो आणि पुढे होऊन जोशीकाकांना जोराने धक्का दिला. जरासा बेसावध असलेला परशा सावरण्यापूर्वीच दाराबाहेर पडलो. समोरच्या मोठ्या दाराच्या दिशेने धावत सुटलो. पण वयाची पन्नाशी उलटलेली. कधीही झपाझप जोरात चाललेलोही नाही. असं एकाएकी शरीरात बळ थोडंच येणार? मोठ्या दाराच्या बाहेर वीसपंचवीस पावलांवर परशाने मला गाठलं. बळकट हातात बखोटी धरली आणि ओढत ओढत परत आत आणलं. जोशीकाका भिंतीला पाठ लावून धापा टाकत उभे होते.

'मूर्खपणा केलात तुम्ही वज्रे!' ते धापा टाकत म्हणाले, 'तुमचं नशीब म्हणून तुम्ही वाचलात. नाहीतर माझ्या अंगावर हात टाकणाराची हाडंच परशाने पिंजून काढली असती. आता तुम्हाला काहीच सांगत नाही. दोन दिवसांनी सकाळी आम्ही येऊ. तेव्हा काहीतरी चांगली बातमी द्याल अशी अपेक्षा आहे.'

ते जायला वळले. पुन्हा छातीत चमक आली असावी. ते थांबले आणि वळून माझ्याकडे पाहत म्हणाले, 'जाता जाता आणखी एक गोष्ट सांगतो ती ऐका, वज्रे. ज्या गोष्टी लोक दंतकथा किंवा आख्यायिका समजतात त्या काल्पनिक

नाहीत. गढीत दामोदरपंतांच्या काळी नाही नाही त्यांचा वावर होता. दामोदरपंत कदाचित मृत्यू पावला असेल... पण हा सारा गोतावळा आधीच मृत्यूच्या पलीकडे पोहोचला आहे. गढीत रात्रीचा कोणी मुक्काम केल्याचं ऐकवित नाही. तुम्ही पहिलेच आहात वज्रे. कोणी सांगावं, कदाचित तुम्हाला आणखी कोणाकोणाची सोबतही मिळेल! चल रे परशा!'

ते दोघं पडवी उतरून मधल्या अंगणातून मोठ्या दाराकडे गेले. दारातून बाहेर पडले आणि त्यांच्यामागे दार बंद झालं. सकाळच्या शांततेत दाराला बाहेरून मोठी कडी लावल्याचा आवाज स्पष्टपणे माझ्यापर्यंत पोहोचला.

✦✦✦

१५.

त्या बोळातच कितीतरी वेळ मी बंद दाराकडे पाहत उभा होतो.

परिस्थितीने एका क्षणात असं काही चमत्कारिक आणि अनपेक्षित वळण घेतलं होतं की, माझी मतीच गुंग झाली होती. या जोशीकाकांनी मला या जुन्या गढीत कैद करून डांबून ठेवलं होतं. आजवर अशा गोष्टी मी कथाकादंबरीतच वाचल्या होत्या किंवा एखाद्या रहस्यमय चित्रपटात पाहिल्या होत्या; पण माझं तरी आयुष्य आता साधं कुठे राहिलं होतं? एखाद्या रहस्यमय कादंबरी, चित्रपटासारखंच झालं नव्हतं का? एका निनावी पत्राच्या मागावर मी या आडगावात येतो काय, स्वतःचं नाव न वापरता एका खोट्या नावाने लॉजमध्ये उतरतो काय, ते डझनावारी फोन करतो काय. हा कोण अनोळखी माणूस जो स्वतःला जोशीकाका म्हणवून घेतो, त्याच्या तिखटमीठ लावून सांगितलेल्या चटकदार कहाणीवर विश्वास ठेवून या आडबाजूच्या गढीत येतो काय. तोही कोणाला न सांगता आणि आता तिथेच कैदी होऊन पडतो काय! कोणाला सांगायला गेलं तर त्याचा त्याच्यावर विश्वास बसेल काय? या संकटातून सुटण्यासाठी सरकारी ऑफिसमधला पन्नाशी उलटून गेलेला घरबशा मध्यमवर्गीय माणूस? पण मग काय करणार होतो? त्या जोशीकाकांच्या मागणीप्रमाणे या प्रचंड वाड्यात त्या गुप्तधनाचा शोध घेणार होतो? आणि समजा अशक्यातला अशक्य असा एखादा योगायोग घडला. मला ते गुप्तधन सापडलंच... तर जोशीकाका काय मला धानापूरला परत नेणार

होते? त्यांच्या सैतानी कारस्थानाची दुसरी आणि घातकी बाजू आता माझ्यासमोर येत होती. असा राजरोस गुन्हा करून ते काय मला मोकळं सोडणार होते? त्यांच्या गुन्हेगारीचा एकमेव साक्षीदार म्हणून? त्यातून एकच भयानक, शरीरावर काटा आणणारा निष्कर्ष निघत होता. ते गुप्तधन सापडो वा न सापडो, माझी काही जिवंत सुटका होणार नव्हती. मी एक अगदी निरुपद्रवी जीव. कधी कोणाच्या वाटेस न जाणारा. कधीही कोणाचं वाईट न चिंतणारा, केवळ द्रव्यलोभाच्या लालसेने हा जोशीकाका माझ्या जिवावर उठला होता. मला जाणवलं की, माझ्यात एक परिवर्तन होत आहे. साधी पत्र्याची बोथट पट्टी... पण ती खडकावर घासत राहिलं की, त्या पट्टीला एक तीक्ष्ण धार येते. आतापर्यंतच्या माझ्या संस्काराशी सर्वस्वी विसंगत असा एक निष्कर्ष मनात मूळ धरीत होता. जर हा जोशीकाका स्वतःच्या स्वार्थाच्या यज्ञकुंडात माझ्या जीवाची आहुती द्यायला सिद्ध झाला असेल, तर मग मलाही माझ्या संरक्षणासाठी कोणताही मार्ग वापरावा लागला तरी बेहत्तर! आता भल्याबुऱ्याचा विधिनिषेध बाळगण्याची वेळ केव्हाच निघून गेली होती.

त्या जोशीकाकाला या वाड्याची पुरी माहिती असणार. तेव्हा या अवाढव्य वास्तूतून बाहेर पडण्याची आणखी एखादी वाट शोधत बसणं म्हणजे वेळ आणि श्रम यांचा अपव्ययच होता. दोन दिवसांनी म्हणजे अठ्ठेचाळीस तासांनी हा जोशीकाका पुन्हा इथे हजर होणार होता. भ्रमवेडे झालेले लोक त्यांच्या मनासमोर साकारलेल्या भ्रमविश्वावर त्यांचा संपूर्ण विश्वास असतो. हा जोशीकाका अशाच एका विलक्षण भ्रमाने पछाडला गेला होता. केवळ मी त्या वज्रे वंशातला होतो एवढं एक त्याच्यासाठी पुरेसं होतं. केवढा त्या एका अपवादाच्या, योगायोगाच्या क्षीणसर धाग्याने त्याने मला या प्रकरणात गोवलं होतं. केवळ ते रक्त माझ्या धमन्यातून वाहत होतं म्हणून गुप्त धनाचं ते सारं भांडार माझ्यासाठी खुलं होणार होतं. 'तिच्या उघड!' म्हणताच उघडणारा. प्रचंड शिळेचा दरवाजा; अंगठी किंवा दिवा घासताच समोर उभा राहणारा राक्षस; मंतरलेली पादत्राणं पायात घालताच शरीराला आलेली वाऱ्याची गती... लहान मुलांच्या या परिकथा... तशीच एक परिकथा या जोशीकाकाने माझ्याभोवती रचली नव्हती का? जणू काही मी वाड्यात प्रवेश करताच ते रत्न भांडार माझ्यासमोर खुलं होणारच होतं!

घड्याळाकडे नजर टाकली. बारा वाजत आले होते. ते जोशीकाका म्हणत होते ती विहीर पाहायला हवी होती. दोन संपूर्ण दिवस मला या वाड्यात काढायचे होते. अन्नपाण्याची सोय करून ठेवायला हवी होती. आता सूर्य डोक्यावर होता. सगळीकडे लख्ख प्रकाश होता. हीच वेळ योग्य होती. मधल्या दिवाणखान्यातून अनेक दारं उघडत होती. एकेका दारातून जाऊन शोध घेऊन परत दिवाणखात्यात यायचा माझा विचार होता. त्याप्रमाणे एकेक बाजू शोधायला मी सुरुवात केली. खूप खोल्या होत्या. अरुंद बोळ होते. पूर्वीच्या काळी जेव्हा प्रकाशासाठी फक्त तेलाचे दिवे नाहीतर मेणबत्त्या होत्या, तेव्हा रात्रीच्या अंधारातून घरातल्यांना काय किंवा नोकरमाणसांना काय, या चक्रव्यूहातून वावरणं किती कठीण जात असेल!

एका बाजूने जाता जाता स्वयंपाकघर, ज्याला त्यावेळी मुदपाकखाना म्हणत असत ते लागलं. भिंतीला लागून मोठमोठ्या चुल्यांची ओळच्या ओळ होती. तांब्याची आणि लोखंडाची मोठमोठी भांडी, वरचा कडीपाट पार काजळून गेलेला. तिथल्याच एका दारातून बाहेरचा चौक दिसला. चौकात मोठी विहीर होती. रहाटाचे दोन रिते खांब उभे होते, पण बाकी काही नव्हतं. खूप मोठी चौकोनी विहीर. खालपासून पक्क्या दगडात बांधून काढलेली. पाणी भरपूर होतं. एका बाजूने खाली पायऱ्या जात होत्या. मी बूट काढून ठेवले आणि भिंतीच्या आधाराने पायऱ्यांवरून खाली गेलो. पायऱ्या कोरड्या ठणठणीत होत्या.

विहिरीवर झाड वगैरे काही नव्हतं. त्यामुळे पाण्यावर पालापाचोळा वगैरे काहीही नव्हता. विहीर पायऱ्यांपर्यंत भरलेली होती. पाणी काळ्या आरशासारखं होतं. एकही लहर नव्हती. भिंतीवरील खुणेवरून हीच पाण्याची नेहमीची पातळी वाटत होती. याचा अर्थ एकच होता; आत पाण्याचा जिवंत झरा होता आणि या पातळीपर्यंत पाणी पोहोचल्यावर कोणत्यातरी मार्गाने त्याला बाहेर वाट मिळत होती. कारण पाणी केवळ साचून राहिलेलं असतं तर असं वर्षानुवर्षं त्याच पातळीवर राहिलंच नसतं. आपोआपच उघड झालं, पाणी शुद्ध, स्वच्छ, पिण्यालायक असणार. मी खाली वाकून ओंजळीत पाणी घेतलं. गारेगार! अगदी फ्रीजमधल्या पाण्यासारखं. एक चूळ भरली. चवीला पाणी खरोखरच उत्तम होतं. कोणास ठाऊक किती वर्षांपूर्वी या पाण्यासाठी या विहिरींवर कोण आलं होतं ते! प्रत्येक लहानसहान गोष्टीचाही संबंध आपोआपच या वास्तूच्या

इतिहासाशी जोडला जात होता. माझ्या दृष्टीने समाधानाची गोष्ट एकच होती. माझा पाण्याचा प्रश्न सुटला होता.

परत एकदा मी या दिवाणखान्यात आलो होतो. कमीत-कमी अठ्ठेचाळीस तास इथेच माझा मुक्काम राहणार होता. दोन दिवस आणि दोन रात्री. गोवा, माथेरान, महाबळेश्वराच्या रिसॉर्टच्या जाहिरातीत लिहितात तसं... दोन रात्री आणि तीन दिवस. फक्त इथे मला पाच-सात हजार रुपये मोजावे लागणार नव्हते. किंमत मोजावीच लागणार होती; पण ती केवळ हजारांच्या आकड्यात मोजता येण्यासारखी नव्हती. अमूल्य होती. बाजी प्राणाची होती. हे दोन दिवस आणि या दोन रात्री उलटल्यावर नशिबाची सोबत मिळाली तर इथून बाहेर पडेल... नाहीतर... नाहीतर... खेळ खलास. इतक्या काळ्या-पांढऱ्या रंगात आयुष्यात क्वचितच निर्णय घेण्याची वेळ येते. पण इथे तशी आली होती. खरोखरच केवळ दोन पर्याय होते. एक सहीसलामत सुटका नाहीतर मृत्यू! ही अतिशयोक्ती नव्हती. ही दारुण वास्तवता होती. काहीतरी होईल किंवा गोष्टी इतक्या अतिरेकी थराला जाणार नाहीत असला विचार करणं ही भोळीभाबडी आशा होती. प्रसंगात कृत्रिम नाट्यमयता आणण्याची आवश्यकता नव्हती. मुळातूनच समोर एक भीषण नाट्यमय संघर्ष उभा राहिला होता. नियती अशीच असते. पुढच्या क्षणी काय होणार आहे याची तुम्हाला कधीही कल्पना दिली जात नाही. आज सकाळी मी लॉजमधून बाहेर पडलो तेव्हा हे असं काही होणार आहे याची मला काडीइतकीही कल्पना नव्हती. पण ते झालं होतं. या जोशीकाकांनी मला मोठ्या शिताफीने त्यांच्या कारस्थानात बळीचा बकरा बनवलं होतं. त्यांच्या हातात ते गुप्तधन पडो अथवा न पडो, मी सर्वच गमावून बसणार होतो. जर मी बचावासाठी काही हालचाल केली नाही तर...!

असं हे विचारांचं चक्र सतत मनात भिरभिरत होतं. पण अर्थात जर निष्क्रिय बसण्याचीच वेळ आली होती तर विचार करण्याखेरीज दुसरं काय करणार? हे जोशीकाका म्हणाले होते, दामोदरपंताचं गुपतधन (असलं तर!) फक्त त्यांच्या कोणा वज्रेकुलोत्पन्नालाच मिळणार होतं. दामोदरपंत हा काही आलतूफालतू साधा इसम नव्हता. जोशीकाकांनी वर्णन केलेल्यापैकी दहावा हिस्सा जरी खरा मानला तरी हा दामोदरपंत एक लोकविलक्षण माणूस असावासा वाटत होतं. ते पन्नास-साठ मुसलमान दरोडेखोर गढीवर चालून आले होते. ही गोष्ट खरी असण्याची शक्यता होती. कारण तेव्हा हाणामाऱ्या लुटालूट सर्रास होत असणार.

पण त्या घटनेचा शेवट विस्मयकारक होता. दामोदरपंताने काय क्लृप्ती लढवली होती ते गुपितच होतं. पण तो त्यातून सहीसलामत सुटला होता ही सत्यस्थिती होती. सर्वच तपशिलावर शब्दशः विश्वास ठेवायचा नाही म्हटलं तरी एका मोठ्या जिवावरच्या संकटातून दामोदरपंत सुखरूपपणे वाचला होता ही गोष्ट सत्य होती. दामोदरपंतापाशी काही तैनाती फौजफाटा नव्हता (जोशीकाकाचे शब्द आठवल्याखेरीज राहिले नाहीत. रात्रीच्या अंधारात गढीत गेलेली ती चित्रविचित्र फलटण! तोच तर दामोदरपंताचा फौजफाटा नसेल?). हल्लेखोरांची नावनिशाणी मागे राहिली नव्हती, गढीला आग लागली नव्हती, दामोदरपंत सुखरूप होता. नाही, तो साधा माणूस खास नव्हता. मग त्याने जे शब्द (कोणत्या का मार्गाने असेना) माझ्यापर्यंत पोहोचले होते, त्या शब्दांना योग्य ते महत्त्व द्यायलाच हवं होतं. 'माझं गुप्तधन ज्याच्या धमन्यातून माझ्या वंशाचं रक्त वाहत आहे त्यालाच मिळणार आहे,' हे दामोदरपंतांचे शब्द! आणि मी, दामोदरपंतांच्या वंशातला, इथे गढीवर हजर झालो होतो. चमत्कारिक योगायोग म्हणतात तो हा!

***

एक वाजण्याचा सुमार आला. दोन घास खाऊन घ्यायला हवे होते. जोशीकाकांनी आणलेली करंडी मी उघडली. प्लॅस्टिकच्या दोन पिशव्यांमध्ये पोळ्या होत्या. लोणच्याची लहान बरणी होती. जॅमची बरणी होती. एका पुठ्ठ्याच्या खोक्यात कसल्यातरी वड्या होत्या. मोठ्या साईजच्या मेणबत्त्यांची दोन पुडकी होती. दोन काडेपेट्या होत्या. दोन दिवसांच्या खाण्यापिण्याची व्यवस्थित सोय होती. त्यातलं किती अन्न माझ्या घशाखाली उतरणार होतं हा भाग वेगळा होता.

पुढे काय होणार आहे याबद्दल सगळीच अनिश्चितता होती; पण अन्नपाणी घेण्याची टाळाटाळ करून शरीर कमकुवत होऊ देणं हा मूर्खपणा ठरला असता. अजून जोशीकाकांना यायला अठ्ठेचाळीस तास होते. तोपर्यंत काहीही होऊ शकत होतं. शेवटी मी व्यवस्थित खाऊन घेतलं. बाकीचं अन्न व्यवस्थित पॅक करून ठेवलं. गढीत माणसांचा वावर नव्हता. पण उंदीर, घूस, कृमी, कीटक यांचा वावर असण्याची शक्यता होती. वॉटरबॅगमधलं पाणी आता तितकसं गार राहिलं नव्हतं. मागच्या चौकातल्या विहिरीवर गेलो. बॉटलमधल्या साठलेल्या

पाण्यापेक्षा त्या नैसर्गिक पाण्याची चव किती छान होती. त्याच गार पाण्याने बॉटल भरून घेतली आणि परत दिवाणखान्यात आलो. जरा वेळ आरामात विश्रांती घ्यायची होती, पण ही जागा फारच उघड्यावर वाटत होती. ज्या खोलीत मी आणि जोशीकाका बसलो होतो तीच खोली मी निवडली. दार आतून बंद करता येत होते, दाराला बॅगचा अडसर लावता येत होता. तेवढीच प्रायव्हसी. अडीअडचणीच्या वेळी वापरासाठी बॅगेमध्ये एक जुना टॉवेल होता. त्या टॉवेलने खालची फरशी झटकून साफ केली, हवेची उशी फुगवली आणि त्या फरशीवर सरळ पडून राहिलो. आसपास किती शांतता होती? एवढासाही आवाज नव्हता! काही काही वेळा अशी विलक्षण शांतताच एखाद्या ॲनॅस्थॅटिक सारखी काम करते. कदाचित माझ्याही बाबतीत तसंच झालं असावं- मला झोप लागली.

पण आपण भलत्याच जागी आणि विचित्र परिस्थितीत आहोत ही जाणीव आत काठेतरी असलीच पाहिजे. नवल नाही, त्या लहानशा झोपेतही स्वप्नं पडली.

स्वप्नात तो दामोदरपंत होता- त्याचा चेहरामोहरा मला काहीच माहीत नव्हता. पण मनाने त्याला जमदग्नीचं रूप दिलं होतं. गौरवर्ण, डोक्याला घेरा आणि शेंडी, खाली धोतर पण जळत्या निखाऱ्यासारखे डोळे...

जोशीकाकांनी वर्णन केलेली ती भुतावळंही स्वप्नात होती. ते सारे गढीत आले होते. काळ्या वस्त्रात आच्छादलेला तो सांगाडा होता-गढीत आल्या आल्या काळं वस्त्र खाली घसरलं होतं. रिकाम्या खोबणीची कवटी डावीउजवीकडे वळत होती. मोठमोठ्या दातांचा जबडा विकट अभद्र हास्यात वासला होता. फांसळ्या खळखळत होत्या. त्याच्या मागोमाग करड्या-भुऱ्या रंगाचं काहीतरी एखाद्या खूप मोठ्या मुंगसासारखं जमिनीला सरपटत चाललं होतं. खोलीच्या कोपऱ्यात, दाराच्या उंबऱ्यापाशी ते थांबत होते, एखाद्या रानटी जनावरासारखा माग घेत होते- त्याच्या श्वासाचा फुसूफुस् आवाज येत होता. आणखीही काही काही मागून येत होतं...

आणखीही एखादं स्वप्न असेल; पण ते आठवत नव्हतं. असंच काहीतरी असंदर्भाचं, वेडंविद्रं असणार- मला दचकून जाग आली. एवढी दुपारची वेळ असूनही शरीर घामानं ओलंचिंब झालं होतं. कसली घाणेरडी स्वप्नं! पण का

नाही पडणार? मी ज्या वास्तूत होतो त्या वास्तूचा इतिहासच असा रक्तरंजित होता. आणि त्याही संघर्षाला उन्मार्गी साधनेची अमानवी आविष्कारांची एक काळी किनार होती. का नाही त्यांचेच पडसाद झोपेतल्या स्वप्नात उमटणार?

आणि आता, जागतेपणी, मनाला भीतीचा पहिला स्पर्श झाला.

मला या वास्तूत दोन रात्री काढायच्या आहेत. एकट्याने.

रात्र पडली की ही सारी अवाढव्य वास्तू अंधारात पार बुडून जाणार. तिथी कोणती होती माहीत नव्हतं आणि अगदी आकाशात चंद्र आला तरीही त्याची किरणं येथपर्यंत थोडीच पोहोचणार होती? जोशीकाकांनी मेणबत्त्या दिल्या होत्या, खरं आहे; पण अशा एकदोन मेणबत्त्या काय पुऱ्या पडणार? माझ्याभोवती प्रकाशाचा एक लहानसा कोष होईल- पण त्या कोषाबाहेर?

मला माहीत होतं मी स्वतःचा स्वतःला घाबरवून सोडत होतो. पण मनातल्या विचारांवर कधी आपलं नियंत्रण असतं का? मी काय स्वभावाने भित्रा होतो का? पण जर आजवर त्याची कधी कसोटीच लागली नव्हती तर ते कळणार तरी कसं? शहरातल्या आयुष्यातला लखलखटात, गजबजाट, लहानलहान ब्लॉक- कितीतरी गोष्टी आपण गृहित धरून चालत असतो; पण आता कसोटीचा क्षण आला होता. आसपास प्रकाश नव्हता, सोबत नव्हती, दगडी वास्तू चारी दिशांना पसरत गेली होती. त्या अंधारेल्या अवकाशात माझी लहानशी मेणबत्ती तेवढी असणार होती. कोठेतरी वाचल्याचं आठवलं- अगदी संपूर्ण काळोख असेल तर मैलभरावरची मेणबत्तीची ज्योतसुद्धा दिसते. एक असंदर्भ विचार...? पण नाही. असंदर्भ नाही. ज्या वास्तूत गेल्या कितीतरी दशकांत प्रकाशाचा किरण दिसला नव्हता, की माणसाचा पायरव झाला नव्हता- तिथे आता हा प्रकाश? त्या अंधारविश्वावर हे एक आक्रमणच नव्हतं का? ते जोशीकाका म्हणाले होते- पूर्वी दामोदरपंत असताना रात्रीचे काही काही इथे जमत असत- दामोदरपंत गेला असेल (खरोखरच गेला असला तर!) तरीही ती आवक घालूच असेल-

शेवटी जरा भान आलं. आपण स्वतःलाच घाबरवीत आहोत. मनातल्या शंका किंवा मनातली भीती खोटी नसेल; पण आतापासूनच जीवाला तात लावून घेण्यात काय अर्थ होता? समजा... अगदी समजा... खरोखरंच रात्रीचं वा बंद अंधाऱ्या वास्तूत काही काही आलं... माझ्यापाशी बचावाचं काय साधन होतं? ते छत्रपती संभाजी वाघाशी झुंजले तसा तर काही मी झुंजणार नव्हतो.

शरीरबळ किंवा शस्त्रबळ इथे काय कामाला येणार होतं? देवमार्ग सोडलेल्या मला उन्मार्गी दामोदरपंताने त्याच्या कृष्णकिमयेने काही काही जागवलं असलं तर माझ्यासारख्या साध्या पामराशी त्याच्याविरुद्ध काय संरक्षण होतं? शेवटी माणूस अशावेळी काय करतो? त्या सर्वशक्तिमान परमदयाळू भगवंतालाच शरण जातो की नाही?

माझ्या गतआयुष्याचा मी विचार करू लागलो. मी देवाकडे पाठ फिरवली नसली तरी देवपूजा, नामस्मरण, स्तोत्रजप, तीर्थयात्रा या सर्वांपासून दूर राहिलो होतो. मी पाखंडी नव्हतो. नास्तिक नव्हतो. घरात मौंजीबंधन, वास्तुशांत असे जे जे काही विधी झाले ते ते गुरुजींना बोलावून यथाविधी केले होते. गुरुजी क्रियाकर्म सांगता सांगता म्हणत असत, 'आता आपण श्रीमहागणपतीची प्रतिष्ठापना करू या...' आणि त्यांच्या सांगण्याप्रमाणे मी सुपारीला गंध-फूल-हळद-कुंकू-अक्षता वाहत होतो. नमस्कार करीत होतो. हे खरं नव्हतं का की, त्यावेळी मनात कॅज्युअल लीव्हचे, विम्याच्या प्रिमीयमचे, पीपीएफच्या अकाऊंटचे विचार चालत असत? आता मनात प्रामाणिकपणे पाहण्याची वेळ आली होती. ज्या रूढी विधींचा अर्थही मी समजावून घेतला नव्हता. ज्या केवळ निरर्थक यांत्रिकपणे केल्या होत्या. त्यांच्यापासून मला पुण्यप्राप्ती झाली होती? मी आता देवाची मदत मागायला निघालो होतो... पण देवाची आजवर कधी भक्ती, साधना, चिंतन, मनन, नामस्मरण, पूजाअर्चा केली होती का? मग काय त्याखेरीज हा परमेश्वर माझ्या साहाय्याला धावून येणार नव्हता? देवाची कृपा म्हणजे काय बँक अकाऊंट होतं का, की काही जमा असल्याखेरीज चेक वटणार नाही? का जे केवळ आंधळेपणाने आन्हिकं, आचारधर्म पाळत आले होते त्यांना देवाची दारं बंद होती? केवळ मी मानव आहे म्हणून माझ्या कल्याणाची काळजी देवाने घ्यायला हवी असं मी गृहीत धरून चाललो होतो. ते बरोबर होतं का चूक होतं? पण ही काय तात्त्विक जटिल समस्यांवर विचार करायची वेळ आहे का? पण ही वेळ नव्हती तर पुन्हा कधी येणार होती? आता माझ्या धैर्याचा कस लागणार होता. कोण माझ्यामागे उभं राहणार होतं?

आयुष्यातलं उदाहरण समोर आलं. ज्याने बैठं, ऐषारामाचं आयुष्य घालवलं आहे, कधी शारीरिक श्रमव्यायाम केले नाहीत, शरीर घडवलं नाही. त्याच्यावर जर कठीण, शारीरिक कष्ट करायची वेळ आली तर? तो अयशस्वी होईल.

शरीरसंपदा कमवावी लागते... शरीराला तो घाट द्यावा लागतो. कदाचित पूजा, प्रार्थना, नामस्मरण, जपजाप्य इत्यादी उपचारांमागेही मनाला एक खास घाट देण्याचा उद्देश असावा. गॉड हेल्पज् दोज हू हेल्प देमसेल्व्हज. कदाचित स्वतःचं संरक्षण करण्याची क्षमता प्रत्येकातच असेल. श्रद्धेने आणि विश्वासाने मनातली ती सुप्त शक्ती प्रकट होऊ शकत असेल; पण तो शक्तीस्रोत सहन करण्याची क्षमता मनात हवी ना? ती क्षमता या उपचारांनी येत असेल. शेवटी विश्वातल्या यत्‌शक्तीला देव ही संज्ञा दिलेली आहे. ज्यांच्या मनात सतत सद्‌भावना, सद्‌विचार, निरामय भक्ती आणि श्रद्धा वसत असते त्यांचा या विश्वशक्तीशी सहज संयोग होऊ शकतो.

मी कोणी काही संतमहात्मा नाही. मी काही कोणी साधूमहंत नव्हतो. मी साधा माणूस होतो. बरोबरचे लोक मला 'पापभीरू' म्हणून हेटाळत असत; पण ही गोष्ट निखालस सत्य आहे की, साऱ्या आयुष्यात मी कोणाचाही हेवा, द्वेष, तिरस्कार, राग केला नव्हता. मी कोणाचंही वाईट चिंतीलं नव्हतं. पाप म्हणे केल्याचं असू शकतं आणि टाळण्याचंही असू शकतं. सिनस् ऑफ कमिशन ॲण्ड ओमिशन. मग पुण्यही ओमिशन असू शकतं. मी संत, साधू, महात्मा, पुण्यात्मा नसेन, पण दुराचारी तर खासच नव्हतो. संरक्षणासाठी मीही देवाचा धावा करू शकत होतो आणि देवाला काय प्राचीन संस्कृतातल्या स्तोत्र-मंत्रांचीच भाषा समजते? माझी साधी मराठी समजणार नाही? शुद्ध मनाने, निःस्वार्थी हेतूने, देवाला दिलेली हाक दशदिशा भेदून पार संतमंडळाच्याही पलीकडे पोहोचायला हवी!

निर्गुण निराकार देवाची प्रार्थना माझ्या पलीकडची होती; पण आता आठवलं की, कधीकाळी कोणत्याशा यात्रा कंपनीतर्फे काढण्यात आलेल्या पंचज्योतिर्लिंगाच्या सहलीवर गेलो होतो. कोणत्या तरी तीर्थस्थानात बारा ज्योतिर्लिंगाच्या प्रतिमांचे ठसे असलेला तांब्याचा पत्रा मी विकत घेतला होता आणि तो पाकिटात ठेवला होता. पत्रा पातळ होता. अतिशय धारदार होता. एक-दोनदा नोटा काढताना मागच्या कप्प्यात घातलेल्या हाताच्या बोटाला त्या धारदार कडेने कापलंही होतं. त्यामुळे तो पत्रा सतत स्मरणात राहिला होता. आता मी बॅग उघडली. कपड्यांच्या घड्यांखाली तळाशी पैशाचं पाकीट होतं आणि मागच्या कप्प्यात जरा जपून हात घातला तेव्हा हाताला तो पत्रा लागला. अगदी सुरुवातीस होता तसा

लखलखीत होता. भीमाशंकर, त्र्यंबकेश्वर, परळी वैजनाथ, औंढा नागनाथ, घृष्णेश्वर, प्रभासपट्टण, सोमेश्वर, काशीविश्वनाथ, महांकाळेश्वर, रामेश्वर आणखी दोन नावं आठवत नव्हती. मग आठवली. श्रीशैल्य आणि उज्जैनजवळचा ओंकारेश्वर. कोणा अनामिक कारागिराने लाकडी साच्यावर पत्रा ठोकून त्या पत्र्यावर या प्रतिमा उमटविल्या होत्या. देवत्वाची ही केवळ प्रतीकं होती. या कोरलेल्या प्रतिमांमध्ये माझ्या संरक्षणाची शक्ती होती का? का मीच माझ्या श्रद्धेने आणि विश्वासाने त्या प्रतिमांमध्ये शक्तीचा उत्सर्ग करणार होतो?

शेवटी हाच माझा देव होता. त्याची प्रतिष्ठापना करायची तर कुठं?

अर्थात देव्हाऱ्यात! देवघरात-शिसवीचा केवढा प्रचंड देव्हारा होता.

त्याच त्या जुन्या टॉवलने मी तो देव्हारा साफ केला, मग पाण्याने टॉवेल ओला केला आणि स्वच्छ पुसून काढला. पायातले बूट काढून ठेवून मागच्या विहिरीवर गेलो. विहिरीतून पाणी काढून शेजारच्या दगडी मोरीत हात-पाय तोंड स्वच्छ धुऊन घेतलं. बॉटल पाण्याने भरून घेतली. देव्हारा इतका मोठा होता की, मी आत अगदी आरामशीरपणे बसू शकत होतो. देवांच्या प्रतिमा असलेला तो पत्रा समोरच्या भिंतीपाशी उभा केला. एक मेणबत्ती लावून समोर उभी केली. डोळे मिटले, हात जोडले. काहीतरी प्रार्थना करण्याचा विचार मनात होता; पण तो कोठच्या कोठे विरून गेला.

एखादी वावटळ यावी तसा एकदम जोराचा सुसाट वारा सुटला.

मेणबत्ती क्षणभरात विझून गेली.

देवाचा पत्रा भिरभिरत लांब जाऊन पडला.

घूं घूं घूं आवाज करीत वारा भिरभिरत होता.

आणि मग आला तितक्याच अवचितपणे गेला.

त्यानंतरची शांतता खरोखरंच स्फोटक होती.

केवळ दिङ्मूढ होऊन मी त्या फेकल्या गेलेल्या पत्र्याकडे आणि समोरच्या विझून गेलेल्या मेणबत्तीकडे पाहत होतो. हे काय झालं होतं?

केवळ योगायोगानेच ती वावटळ उठली होती असा समज करून घेण्याइतका मी खासच मूर्ख नव्हतो. या घटनेमागे योजना होती, हेतू होता आणि तो हेतू चांगला नव्हता. देवोपासनेसाठी मांडलेली बैठक उधळली गेली होती. प्रकाश गेला होता. देवाची प्रतिमा भिरकावली गेली होती. त्या देवाच्या प्रतीकाला काहीही किंमत नाही. मला फक्त एक उद्दाम मग्रूर इशारा देण्यात आला होता.

पण माझ्यासाठी त्या नाट्यमय घटनेत एक गर्भित आशा होती.

माझा प्रयत्न अयशस्वी झाला होता ही गोष्ट खरी होती. पण त्याची कोठेतरी दखल घेतली जाण्याइतका त्या प्रयत्नाचा प्रभाव खासच जाणवला होता. काटा लहान का असेना कोठेतरी टोचला होता. टोचला की बोच जाणवते. काटा उपसून काढून दूरवर फेकला जातो; पण काटा टोचलेला असतो ही सत्य गोष्ट असते.

वास्तविक पाहता ज्योतिर्लिंग म्हणजे शंकराचं प्रतीक. जगापासून दूर, स्मशाननिकट राहणारा शंकर. पाहा की, गावोगावी नदीकाठच्या स्मशानापाशीच शंकराची मंदिरे असतात. शंकराला भूतपीत, भूतनाथ म्हणतात. चतुर्मुख शंकराचं एक मुख दक्षिणेस असतं. त्याचं वर्णन आहे...

पण मुख दक्षिणेसी । विक्राळ दाढा दारुणेसी ।
मुखातून ज्वाला निघती । रूंडमाळा सर्वविष्टित शोभती ।

आणि या दक्षिणमुखी परमेश्वराचे भक्त कोण? यक्ष, किन्नर, भूत, पिशाच आणि ती कशी? एकहस्त, द्विहस्त, अनेकहस्त, हस्तहीन. एकमुख, द्विमुख, मुखहीन. एकनेत्र, द्विनेत्र, त्रिनेत्र, नेत्रहीन. एककर्ण, द्विकर्ण, त्रिकर्ण, कर्णहीन. एकपाद, द्विपाद, चतुष्पाद, अनंतपाद, पादहीन आणि नाना वर्ण- श्वेत, पीत, धूम्रताम्र, लोहित...

याचा एकच अर्थ होता.

गढीत वावरणारांची श्रेणी वेगळीच होती. भूतनाथ शंकराचा धिक्कार करणारी होती. देवाचे शत्रू, सृष्टीचे शत्रू, साऱ्या जगताचेच शत्रू.

आणि असं काहीतरी त्या दामोदरपंताने जागवलं होतं.

जणू काही इथे सृष्टीच्या नैसर्गिक संरक्षक कवचाला भेद दिला होता, तडा गेला होता आणि त्या फटीतून काहीतरी इथे उपस्थित झालं होतं.

निखळ दुष्ट, निखळ दुराचारी, मांगल्याचा आणि पावित्र्याचा वैरी.

आणि त्याचा गढीत सतत वावर होता. फक्त तो आता एका दृश्य स्वरुपात जाणवत होता. हा एक खास अन्योत्रसंबंध होता.

धूलिकणांतून उन्हाचे किरण गेले की, किरणमार्ग दिसतो. धूलिकणही दिसतात. किरणांमुळे धूलिकण दिसतात किंवा धुलीकणांमुळे किरणांचा मार्ग दिसतो. एकाशिवाय दुसरं ज्ञात होत नाही, अनुभवता येत नाही.

मला स्वतःला धोका होता का? निसर्गातले उत्पात अविकारी असतात. वाटेल येईल त्याला तुडवत, कुस्करत जातात. पूर, वादळ, धरणीकंप, वणवा. तिथे वैयक्तिक हेव्यादाव्याचा प्रश्नच येत नाही.

पण इथे? ही दुष्ट शक्ती अविकारी नव्हती. शत्रू-मित्र यात भेदाभेद करणारी होती. पूर्वी दामोदरपंतांच्या इच्छेवर नाचणारी होती. कदाचित अजूनही असेल. या वेगळ्या दुनियेत कशाची खात्री देता येत होती? पण मी काही दामोदरपंतांचा शत्रू नव्हतो. मला त्यांचं धन-द्रव्य नको होतं. असलं तर आमच्यात सख्यच असायला हवं होतं. कारण मी त्यांच्याच कुळातला होतो. मला ही गोष्ट विशेष महत्त्वाची वाटत नव्हती. पण जोशीकाकांनी ऐकवलेले शब्द दाखवत होते की, दामोदरपंताना वंशाच्या रक्तात काही वेगळाच अर्थ अभिप्रेत होता. 'ज्यांच्या धमन्यातून वज्रे कुलाचं रक्त वाहत आहे त्याला ते धन सापडेल,' दामोदरपंत असं म्हणाल्याचं ऐकिवात होतं. मी वज्रेकुळातला होतो ही गोष्ट खरी; पण त्याच्या काय खुणा दिसणार होत्या? मग विचार आला... सध्या नजरेला दिसत नसतील... पण एखाद्या 'खास' नजरेला? क्ष किरणांनी शरीरातल्या अस्थी दिसतात, सोनोग्राफीमध्ये शरीरातले मांसल अवयव दिसतात, कॅटस्कॅनमध्ये म्हणे मेंदूतल्या पेशी दिसतात, म्हणजे अशी एखादी 'खास' दृष्टी हवी असली तर माझ्यातला गुणधर्मही त्याला जाणवेल.

मला माहीत आहे हा सारा भरकटलेल्या विचारांचाच पसारा होता; पण माणूस हा प्राणीच सतत विचार करणारा आहे. इतर सर्व प्राणिजात वर्तमानातल्या क्षणात जगत असते. मानव मात्र भूतकाळाचा, भविष्यकाळाचा विचार करू शकतो. भविष्यातल्या वेगवेगळ्या शक्यतांचा विचार करू शकतो. एवढंच नाही, शक्यतेच्या मर्यादा ओलांडून अचाट अफाट साहसांचाही विचार करू शकतो. मी तर एका जागी निष्क्रिय अवस्थेत होतो. मग विचार करण्याखेरीज मी आणखी काय करणार?

***

नजर घड्याळाकडे गेली. संध्याकाळचे पाच वाजले होते. आता दिवसाचा प्रकाश होता तोवरच दोन घास खाऊन घ्यायला हवे होते.

अन्नपदार्थाची करंडी पुढे ओढून सोडली. दुपारचे जेवण करताना हे एक पिकनिकच आहे, अशी स्वतःची भाबडी कल्पना करून घेतली होती. आता ती वेळ गेली होती. गढीबाहेर आणि गढीत सर्वत्रच धोका होता. बाहेर जोशीकाका मला फसवून इथे कैद करणारे आणि इथे आत, गढीत वेगळंच काहीतरी. मी या कटकारस्थानांचा बळी का व्हावं? मी या गढीतल्या प्राचीन अघोरी शक्तीच्या कचाट्यात का सापडावं? माझा काहीही दोष नसताना?

माझ्या मनाच्या धारणेत एक बदल होत होता.

ज्याला करेज ऑफ डेस्परेशन म्हणता येईल.

जेव्हा तर्कशुद्ध विचार थांबतो, जेव्हा तर्कशुद्ध मार्ग बंद होतात, तेव्हापासून अतर्काचा, अविवेकाचा आधार घ्यायला लागतो. कदाचित असंही असेल... रोजच्या व्यवहारात तुम्ही समाजाचे एक घटक असता. त्या नात्याने तुमच्यावर आपोआपच अनेक नैतिक, सामाजिक, इतरही बंधनं येतात. आजचा कधी नाही इतका मी या क्षणी स्वतंत्र होतो. मी कोणालाही जबाबदार नव्हतो. माझ्या वागण्यावर कोणतीही बंधनं नव्हती. स्वतःचा बचाव हे एकमेव साध्य माझ्यासमोर होतं. त्यासाठी कोणतेही आणि सर्व मार्ग वापरायला मी मोकळा होतो, तयारही होतो.

पोळी-चटणी-जॅम यांच्याकडे पाहता पाहता वाटत होतं कदाचित माझं हे शेवटचं भोजन असेल. लवकरच दिवस संपणार होता, अंधार होणार होता, सारी गढी काळोखाच्या कोषात जाणार होती. या नैसर्गिक काळोखाव्यतिरिक्त आणखी काही अभद्र, अमूर्त, घातकी असं काही घोंघावत आलं तर त्या कोलाहलात माझ्या प्राणांची एक लहानशी ठिणगी. हा संघर्ष व्यस्त, एकतर्फी तर होणार नव्हता?

असे विचार मनात भिरभिरत असताना खाणं कसं सुचेल?

पण मी स्वतःवर सक्ती केली. दोन पोळ्या पोटात रेटल्या. शरीर कमजोर होऊ देता उपयोगी नव्हतं. जेवणानंतर प्यायला विहिरीचं गार पाणी होतं.

अजून चांगला प्रकाश होता. तसाच स्वयंपाकघरात गेलो. तिथे हाततोंड धुतलं. मागच्या विहिरीवरून पाणी भरून घेतलं; पण माझ्या खोलीत येऊन बसलो. आता संध्याकाळ होईल, मग रात्र होईल. काय व्हायचं असेल ते रात्रीच होईल किंवा काही होणार नाही. बचावाची काहीतरी तयारी करायला हवीच

होती. दार बंद केलं. एक जाडसर घडवंची होती, ती ओढत ओढत आणली. दाराला अडसर म्हणून लावून ठेवली.

मागच्या भिंतीला अगदी वरच्या बाजूने दोन चौकोनी खिडक्या होत्या. लहानच होत्या; पण हवा चालू राहणार होती. मेणबत्तीचा धूर आणि माझा श्वास यानं गुदमरल्यासारखं होणार नव्हतं. घड्याळात नजर टाकली. सात वाजले होते. घरी यावेळी मी आणि गायत्री टेलिव्हिजनवरच्या बातम्या किंवा एखादी मालिका पाहत बसलेले असायचो. आताही गायत्री निर्धास्तपणे टीव्ही पाहत बसली असेल. माझं सुखरूप पोहोचल्याचं पत्र पोहोचलं असेल. तिला काय कल्पना की, रेनॉल्ड, स्कॉट किंवा दातार यांच्या एखाद्या कादंबरीतल्या नायकासारखा मी एका अंधाऱ्या ओसाड किल्ल्यात कैदी होऊन पडलो आहे?

+++

१६.

सिनेमा, नाटक, एखादी समारंभाची पार्टी असे अपवाद वगळले तर दररोज बहुधा नऊच्या सुमारास मी झोपत असे. या अपरिचित जागेत आणि मनावर ताण असताना झोप येईल की नाही हा प्रश्नच होता. पण मी त्याच जुन्या टॉवेलने खालची फरशी फटके मारून साफ केली. बॅगमध्ये दोन पॅंट, दोन मॅनिले होते. एक टॉवेल होता. तेच कपडे फरशीवर पसरले आणि त्यांच्यावर आडवा झालो. फरशीवर झोपण्याचा हा आयुष्यातला पहिलाच अनुभव होता.

नजर आसपासच्या ओक्याबोक्या दगडी भिंतीवरून फिरत होती. नजर गुंतून राहण्यासारखं काहीच नव्हतं. साहजिकच मन अंतर्मुख झालं. मागच्या कितीतरी आठवणी मनासमोरून सरकायला लागल्या. दिवसभराच्या भावनिक उलघालींचा मनावर कल्पनेपेक्षा जास्त परिणाम असला पाहिजे. मन खूप थकलं असलं पाहिजे. मला झोप लागली.

किती वेळ मी झोपलो होतो सांगता येत नाही...

पण मी झोपेतून जागा झालो होतो. काही आवाज कानावर आला होता का? काही जाणवलं होतं का? सांगता येत नाही. असं म्हणतात, की बाह्यतः माणूस निद्रिस्त झाला तरी अंतर्मन किंवा मनाचा कोणता तरी कोपरा जागृत असतो, सावध असतो. आसपासच्या परिस्थितीची दखल घेत असतो. एखादा धोका आहे अशी शंका आल्यास कोणत्यातरी संकेताने जाग आणतो.

सारं शरीर थरथरत होतं. तशी आसपास शांतता होती. जवळजवळ संपत आलेली मेणबत्ती संथ ज्योतीने जळत होती. मी घड्याळाकडे नजर टाकणार होतो.

पण शरीरावर भीतीचा असा काही पगडा बसला होता की, ती लहानशी हालचाल करायलाही मन कचरत होतं! स्वतःचा राग येत होता; पण विकारांवर विचारांचं नियंत्रण कधी असतं का?

आसपास संपूर्ण शांतता होती. निदान या क्षणी तरी होती. पण मग मला अशी अचानक जाग कशाने आली होती? असा जेव्हा कार्यकारण भावाचा विचार मनात सुरू झाला तेव्हा शरीरावरची भीतीची पकड जरा सैल झाली होती. नजर घड्याळाकडे गेली. साडेबारा वाजले होते. मध्यान्हरात्रच जवळजवळ. रात्र उलटायला अजून कितीतरी वेळ होता. मी काय असाच हातपाय आखडून थरथरत्या शरीराने इथे बसणार होतो? दाराला घडवंचीचा अडसर लावून त्याच्यामागे? कोणापासून मी स्वतःचं संरक्षण करू पाहत होतो? इथे काय डाकू, दरोडेखोर येणार होते? हास्यास्पद कल्पना! पिढ्यान् पिढ्या गढी त्यांच्यासमोर ओसाड पडली होती. लुटण्यासारखं काही असेल तर ते केव्हाच लुटलं गेलं असणार. डकाईताला आता गढीत स्वारस्य नव्हतं. मी असा विचार करीत असतानाच मला ते जाणवलं. त्याची कल्पनाच खरोखर शब्दात देताच येत नाही. एखादी दुर्गंधीची लाट शरीरावरून जाते, त्याला तुम्ही काहीतरी स्पष्टीकरण तरी देऊ शकता. हवेतले दुर्गंधीचे कण, एखादेवेळी शरीराला चटका देणारी गरम हवेची लाट अंगावरून जाते; पण त्यालाही स्पष्टीकरण असतं. वैर, द्वेष, संताप, क्रौर्य, तुच्छता इत्यादी अमूर्त भावना जाणणारं एखादं सहावं इंद्रिय त्या अतिरेकी ताणाच्या अवस्थेमुळे माझ्यात उद्दीपित झालं होतं का? मी स्पष्टीकरण तर देऊच शकत नव्हतो; पण अत्यंत स्पष्ट जाणीव झाली... सारी गढी एखाद्या दुष्ट, अपवित्र, क्रूर, अमानवी प्रभावाखाली आली आहे. एखादा अवकाश धुराने व्यापला जावा तशी सर्व गढी त्या दुष्टतेच्या कोषात गुरफटली गेली होती. शरीराला एखाद्या गरम तारेचा चटका बसावा, तितकी ती मानसिक जाणीव प्रखर, स्पष्ट होती. याच मानसिक चटक्याने मला झोपेतून अवचित जाग आली होती. गाढ झोपेतून जाग आणण्याइतकी ती तीव्र होती.

मला स्वतःला धोका होता का हा प्रश्नच निरर्थक होता. एखाद्या अरण्याला वणवा लागला की, त्याच्या मृत्यूमिठीत सर्व प्राणिजात येणारच. तेव्हा धोका तर

होताच; पण मला त्या धोक्याची जाणीव कशी झाली हा प्रश्न मला सतावत होता.

मेणबत्तीच्या मागेच, पूर्ण प्रकाश पडेल अशा जागी बारा जोतिर्लिंगांचा तो बाण भिंतीला लावून ठेवला होता. त्याच्यावर माझी नजर स्थिरावली होती. दुपारी मी याच बाणाची प्रतिष्ठापना देव्हाऱ्यात केली होती आणि एका उन्मत्त, अहंकारी, उन्मार्गी शक्तीने तो भिरकावला होता. त्यावेळी मनात शंका आली होती; पण आता त्या चकाकत्या लालसर तांबूस बाणाकडे पाहता पाहता शरीरावर सरसरून काटा आला. इथे काहीतरी विलक्षण घडत होतं. त्या क्षणाइतकं मन स्पष्ट, अभिज्ञानी, धारदार कधीही नव्हतं. काही ठाम आंतरिक विश्वास असतात. त्यांना बाह्य पुराव्याची काहीही आवश्यकता भासत नाही. पाखंडी तर्कटाने ते ढासळतही नाहीत. जणू काही माझी दृष्टी त्याक्षणी केवळ दृश्य वर्णपटापुरतीच मर्यादित न राहता जांभळ्याच्या अलीकडच्या निळातीत क्ष-किरण, ग्यामा-किरण एथपर्यंत आणि तांबड्याच्या पलीकडच्या इन्फ्रारेड, रेडिओ वेव्हज, अगदी हजार किलोमीटरचे तरंग इथपर्यंत पसरली होती. हे तर केवळ एक दृश्यमितीचं वर्णन झालं. माझी जाणीव अनेक दिशांनी आणि अनेक पातळ्यांवर विस्तारली होती. म्हणून मला त्या दुष्ट शक्तींचा उद्रेक जाणवला होता. मला वाटायला लागलं असं बंद दारामागे अंग चोरून बसणं मला शोभत नाही. समजा एखादं अनैसर्गिक अरिष्ट माझ्यावर कोसळणार असेलच, तर मग ते काय अशा लाकडाच्या दाराने अडवलं जाणार आहे? ज्याला या वावभर जाडीच्या, चिरेबंद दगडांच्या भिंती बाहेर ठेवू शकत नाहीत, त्याला काय हा सहा इंची लाकडी दरवाजा अडवणार होता? नक्कीच नाही.

मी उठलो. तो शंकराचा बाण वरच्या उजव्या खिशात ठेवला. बॅगमधला लहान टॉर्च बाहेर काढला. एक मेणबत्ती आणि काडेपेटी खिशात ठेवली. (अनेक रहस्यमय चित्रपटांतून नायकाच्या हातून टॉर्च मोक्याच्या क्षणी खाली पडून विझून गेला असल्याचा उत्कंठावर्धक सीन पाहिला होता!) दारामागे अडसर म्हणून लावलेली घडवंची मागे ओढली. भिंतीला लावून ठेवली. मेणबत्ती एका फुंकरीत विझवून टाकली आणि खोलीचं दार उघडलं.

मी दारातच उभा राहून बाहेरच्या अंधाराकडे पाहत होतो. माझ्या वागण्याचं मलाच नवल वाटत होतं. एकाएकी एवढा धीर मला कोठून आला होता?

सकृद्दर्शनी कोणताही बाह्य पुरावा नसताना माझी मनोमन खात्री झाली होती. माझ्या मदतीसाठी एक सत्‌शक्ती इथे अवत्तीर्ण झाली होती. कदाचित त्या दुष्ट शक्तीच्या विरुद्ध आकर्षणामुळेही असेल. कदाचित घन आणि ऋण, पुण्यमय आणि पातकी, धवल आणि कृष्ण अशा परस्परविरुद्धात तोल राखण्याचाही हा निसर्गक्रम असेल. माझं ज्ञान त्या पातळीचं नव्हतं.

पण शेवटी माणसाचे आचार विचारांवरच ठरतात, विकारावर नाही.

माझी खूप खात्री असेल... माझ्या मागे एक महान शक्ती उभी आहे; पण समोरच्या लवलवत्या अंधारात पाऊल टाकायची माझी हिंमत होती का?'

समोरच्या अंधाऱ्या अवकाशात होतं तरी काय?

मी हातातला टॉर्च समोर धरला आणि शिलगावला. टॉर्च लहान होता. मागे जेव्हा वापरला होता तेव्हा त्याचा प्रकाश क्षीण वाटला होता.

पण आताच्या गुडूप अंधारात त्याचा झोत एखाद्या प्रखर सर्चलाईटसारखा समोर पडला होता. त्या झोतात मला ते आकार दिसले. काळ्या-भुरकट रंगाचे, निःशब्द हालचाल करणारे, जमिनीला पुढचे हात टेकवत एखाद्याने ओणव्याने चालावं तसे चालणारे. माझ्या प्रकाशझोताची त्यांना जाणीवही नव्हती. स्वतःच्याच कोणत्यातरी अनाकलनीय मोहिमेवर हे विद्रुप आकार चालले होते. एकदाच फक्त एकाची जाड मान डावीकडे वळली. बसक्या बथ्थड चेहऱ्यातले दोन निखाऱ्यांसारखे लाल डोळे क्षणमात्र लखलखले... मग तो पुढे गेला.

हे कोण होते? कोठे चालले होते?

मनात भीती तर होतीच... पण कुतूहल त्याहूनही प्रखर होतं.

पुढच्या माझ्या कृतीला तुम्ही नक्कीच मूर्खपणा म्हणाल.

मी सावकाश सावकाश त्यांच्या मागून निघालो. माझ्या अस्तित्वाची, माझ्या प्रकाशझोताची त्यांना जाणीव नव्हती. एवढ्या एकाच आधाराने मला जराशी सुरक्षितता वाटत होती.

जनावरांसारखं चालणाऱ्या त्या आकारांची रांग समोरचा जिना चढून वर गेली. वळून त्या खोलीच्या दारापाशी थांबली. अगदी निश्चल पवित्र्यात. माझ्या टॉर्चच्या प्रकाशाची, माझ्या पाठलागाची त्यांना काहीही जाणीव होत नव्हती. जणू काही मी टीव्हीवरचं एखादं दृश्य पाहत होतो. पूर्वी कधीतरी घडून गेलेल्या प्रसंगाचं हे प्रक्षेपण होतं. माझीही जाणीव जशी अवकाशात विस्तारली होती

तशीच काळातही विस्तारली होती का? माझ्या आताच्या हालचालीचा त्या घटनेवर काहीही परिणाम होत नव्हता... माझ्या टॉर्चचा प्रकाश त्यांना जाणवत नव्हता. माझं स्वतःचं अस्तित्व? ज्या खोलीच्या दाराशी ते दबा धरून बसले होते त्या खोलीत कोण होतं? मी त्यांच्या रांगेतून गेलो तर त्यांना ते जाणवेल का? मी जर (आताच्या माझ्या वर्तमानात) त्या खोलीचा दरवाजा उघडला, तर ते त्यांना जाणवेल का? अशा कल्पना मनात आणणाऱ्या मला तुम्ही मूर्खातच काढाल, पण कल्पना येत होत्या. एवढंच नाही, मी पावलापावलाने पुढे सरकतही होतो. जणू काही बाहेरची एखादी अदृश्य शक्तीच माझ्या हालचालींचं नियंत्रण करीत होती.

खरोखरंच मी त्यांच्या रांगेतून (अंगाला अगदी केसाचाही स्पर्श होणार नाही याची पुरी खबरदारी घेत) पुढे गेलो. त्या दाराला जरासा धक्का दिला. धक्का देताच दार आत ढकललं गेलं. मी दारातून आत गेलो. दार माझ्यामागे बंद केलं. टॉर्चचा प्रकाश खोलीवरून फिरवला. झटका बसून प्रकाश परत कोपऱ्यावर आणला.

प्रकाशात दामोदरपंत आले होते.

कोपऱ्यात अंग चोरून थरथरत्या शरीराने उभे होते. हातांच्या मुठी छातीवर होत्या. डोळे घट्ट मिटलेले होते. ओठ आवळलेले होते.

तोच तो गोरापान चेहरा. डोक्याचा गोटा. मागे घेरा. खांद्यावर उपरणं, खाली पांढरं धोतर. पण तो मागचा रुबाब कोठच्या कोठे गेलेला होता. भीतीने कासावीस झालेले, मेटाकुटीस आलेले दामोदरपंत.

त्यांना माहीत होतं, दाराबाहेर कोण आहे ते.

आणि भीतीने प्राण कंठाशी आले होते.

माझ्या टॉर्चचा लख्ख प्रकाश त्यांच्या चेहऱ्यावर पडत असूनसुद्धा त्यांना त्याची अजिबात जाणीव होत नव्हती. त्यांची स्थलकाळाची चौकटच वेगळी होती.

छातीच्या डावीकडच्या वरच्या भागात काहीतरी गरम स्पर्श झाला. मी हाताने मॅनिला तपासून पाहिला. खिसा गरम लागत होता. खिशात तो पत्र्याचा बाण होता, जो मी खोलीबाहेर पडताना खिशात ठेवला होता. पाहता पाहता तो हाताला जास्त जास्त गरम लागायला लागला. आता जर आणखी थांबलो तर छातीला भाजल्याचा फोड यायचा. मी घाईने खिशात हात घातला आणि पत्रा बाहेर काढला.

त्या एका क्षणात कितीतरी गोष्टी घडल्या.

पायाखालची फरशी अर्धापाऊण इंच खचलीशी वाटली.

खोलीत (मी आत आलो तेव्हाची) कोरडी आणि शुष्क हवा गेली होती. आता खोलीत ओलसर दमट हवा होती. हवेत वास होता. उद्बत्तीचा होता. धूप वगैरे आणखी कसलातरी असावा. श्वास घेताना घसा खवखवत होता.

मला एकाएकी जाणवलं. मी आता चौकटीबाहेरून चित्राचं निरीक्षण करणारा एक तटस्थ प्रेक्षक नव्हतो. मी त्या चित्रात 'पडलो' होतो. मी त्या चित्राचाच एक भाग झालो होतो. इतका वेळ केवळ स्थळात मी दामोदरपंतांच्या निकट होतो. आता काळातही त्यांच्या निकट आलो होतो. दामोदरपंतांच्यावर ओढवलेल्या काळरात्री त्या निर्वाणीच्या क्षणी मी त्यांच्यापाशी हजर झालो होतो.

हे कसं शक्य होतं?

काय शक्य आणि काय अशक्य, हे ठरवणारे आपण कोण?

ती गोष्ट झाली होती.

'दामोदरपंत!' मी मोठ्याने हाक मारली. जवळपास जणू काही एक स्फोटच व्हावा इतके दामोदरपंत दचकले. त्यांचे छातीवरचे हात खाली आले. वटारलेल्या डोळ्यांनी ते माझ्याकडे नुसते पाहतच राहिले. त्यांचा वेश मला परका नव्हता. पण माझे कपडे त्यांना दिङ्मूड करून टाकणारे होते. अर्थात अशीही शक्यता आहे की, तोंडावर टॉर्चचा प्रखर प्रकाश पडला होता. त्या प्रकाशामागचं काहीही त्यांना दिसत नसावं. पण ती गोष्ट या क्षणी महत्त्वाची नव्हती. कदाचित प्रकाशामागून येणारा माझा आवाज त्यांना एखादा दैवी चमत्कारच वाटला तर त्यात नवल नव्हतं.

'आपण... आपण कोण आहात?'

'तुमच्याच वज्रे कुलोत्पन्नांपैकी एक. पण ते महत्त्वाचं नाही. दामोदरपंत, तुमच्यावर काहीसा बाका प्रसंग गुदरलेला दिसतो. खरं आहे ना?'

'बाका प्रसंग? आता प्राणच जायची वेळ आली आहे. ते सारे आले आहेत ना माझ्यासाठी! आता शक्ती संपत आली आहे. आता दार जास्त वेळ बंद ठेवू शकत नाही. एकदा का त्यांच्यासाठी दार उघडलं, की संपला खेळ! मग कायमचा नरकवास!

'पण त्यांनी तुमच्याशी वैर का धरावं?'

'तो त्यांचा स्वभावच आहे; पण आधी कल्पना नव्हती ना! नाही नाही ती अघोरी साधना करून त्यांना जागवलं. आमच्या वज्रे घराण्याच्या घर-दार-संसाराचा विध्वंस करणारांवर मला सूड घ्यायचा होता; पण ती वेळ आलीच नाही. दुष्टाला सवाईदुष्ट भेटतोच. त्यांच्याही कुळाचा नायनाट झाला होता.

'मग?'

'पण एकदा पत्करलेली गुलामी संपत नाही ना! त्यांचे विधी मला सतत चालू ठेवावेच लागले; पण ते नसते तर कदाचित मी जिवंत राहिलोही नसतो. ते लुटारू आले होते ना! संपत्तीसाठी त्यांनी माझे हालहाल केले असते. धन हाताला आल्यावर गढीसकट माझी राखरांगोळी केली असती... पण मी त्यातून वाचलो. या माझ्या सैतानी साथीदारांना भक्ष्य हवं होतं ना? मिळालं... भरपूर मिळालं... गढीचे दरवाजे बंद झाले. मांजरांनी उंदरांचा पाठलाग करून त्यांची धरपकड करावी तसं त्यांनी त्या धावपळ करणाऱ्या, लपूनछपून राहिलेल्या, रडणाऱ्या... ओरडणाऱ्या... किंचाळणाऱ्या बदमाषांपैकी एकेकाला पकडलं आणि जिवंतपणीच लचके तोडून तोडून खाल्लं. साऱ्या गढीभर रक्त... मांसाचा चिखल झाला होता. ते यवन माझे शत्रू, माझ्या जिवावर उठलेले... पण मलाही त्यांच्या यातना पाहवत नव्हत्या. मी दार बंद करून कमऱ्यात बसून होतो. बाहेर हा असहाय्य माणसांचा अघोरी खेळ!'

मी वाचलो खरा... पण त्यांची वखवखलेली भूक थोडीच शमणार होती? आता त्यांच्या भुका शमल्या नाहीत तर ते माझ्यावर तुटून पडतील... मी स्वतःला कसा वाचवू? त्यांना जागवलं आहे ते अपमानाचा बदला घेण्यासाठी. त्यांच्यासाठी मी निरपराध जीवांचा बळी देऊ? नाही! मी इतका नीच, स्वार्थी, क्रूर खासच नाही!'

माझ्या हातातला पत्र्याचा बाण पुन्हा गरम व्हायला लागला होता.

'दामोदरपंत, दार उघडा.' मी म्हणालो.

'पण...'

'पण नाही. दार उघडा.'

एकवार माझ्याकडे (म्हणजे त्यांना दिसणाऱ्या लखलखत्या प्रकाशाकडे) पाहून ते कोपऱ्यातून पुढे आले. दाराकडे निघाले. दार उघडल्यावर काय होणार आहे याची मला काडीइतकीही कल्पना नव्हती. कदाचित दामोदरपंतांच्या (आणि

माझ्याशी... कारण मी आता त्या प्रसंगातलाच एक घटक होतो) मृत्यूलाही हे आमंत्रण असेल.

एक एक पाऊल टाकीत ते दारापाशी गेले. क्षणभर थांबले आणि मग त्यांनी दार उघडलं. अर्थात एक सांकेतिक क्रियाच. नाहीतर बाहेरच्यांनी एक ढुशी मारून दार सहज उघडलं नसतं का?

हातातला पत्रा आणखी गरम होत चालला होता.

दामोदरपंतांना दारात पाहताच बाहेर दबा धरून बसलेले एकदम त्यांच्यावर झेपावून आले. पत्र्याचा माझ्या हाताला अगदी चटका बसला. क्षणभर वाटलं, हातात पेटता निखाराच धरला आहे; पण त्या पत्र्यापासून लाल सोनेरी रंगाचा प्रखर प्रकाश फेकला जात होता. झेपावणारे आकार हवेतच थांबले. मग वेडेवाकडे चित्कार करीत मागे कोसळले. धडधड धडपड करीत मागे सरले आणि मागच्या अंधारात गायब झाले.

एक लहानसा धक्का बसून मी भानावर आलो.

मी त्या खोलीच्या दारात उभा होतो. हातात जळता टॉर्च होता; पण आसपास कोणी नव्हतं. रिकामा, निःशब्द अवकाश.

म्हणजे मी माझ्या वर्तमानात परत आलो होतो. डाव्या हातात अजूनही तो पत्र्याचा बाण होता. पण तो जरासा कोमट लागत होता इतकंच. काही क्षणापूर्वीच या पातळ पत्र्यातून एक अकल्पनीय संहारक शक्तीचा उत्सर्ग झाला होता. तो शक्तिस्रोत आता थांबला होता.

आता इथे माझं काही काम नव्हतं.

गेल्या वाटेवरूनच मी माझ्या खोलीकडे परत निघालो.

***

जळत असलेली मेणबत्ती संपत आली होती. तिच्या जागी दुसरी मेणबत्ती लावली. माझ्या तात्पुरत्या बिछान्यावर बसून राहिलो. घड्याळावर नजर टाकली. दीड वाजला होता. म्हणजे जाग आल्यापासून जवळजवळ पाऊण तास गेला होता. आता झालेला... किंवा झालासा वाटणारा प्रकार काय होता? एक दिवास्वप्न? वेकिंग ड्रीम? हातात अजूनही तो पत्र्याचा बाण होता. तो आता नेहमीसारखा झाला होता; पण मघाशी जेव्हा तो गरम झाला होता, तेव्हा डाव्या

हाताच्या बोटांना आणि तळव्याला चटका बसला होता. तो हाताचा भाग अजून हुळहुळत होता. ही काय ती जाग त्या स्वप्नाची एक मागे राहिलेली सायकोसोमॅटिक निशाणी?

यावर माझा विश्वास बसत नव्हता; पण ज्या काही घटना मी अनुभवल्या होत्या त्यांचं स्पष्टीकरण मी कसं देणार? जोशीकाकांची हकिगत होती. दामोदरपंत सूड घेण्यासाठी संधी आणि साधन शोधत होता. त्याने काही वेगळी साधना केली होती. गढीवर झालेल्या हल्ल्यातून तो आश्चर्यकारक रीतीने वाचला होता. गढी पछाडलेली होती. वज्रे कुळाचं रक्त ज्याच्या धमन्यातून वाहत आहे त्यालाच दामोदरपंतांचा गुप्त खजिना मिळणार होता. मी वज्रे कुळातलाच होतो. अशा या कड्या एकमेकांत गुंतवून मनाने माझ्यासमोर ते भयनाट्य उभं केलं होतं. पण स्वप्नं अतिशय अल्पकाळ टिकणारी असतात. माझा जवळजवळ पाऊण तास त्या अनुभवात गेला होता. काही केल्या मनाला पटेना की, तो एक केवळ स्वप्नाचा प्रकार होता. त्या सर्व प्रसंगाच्या अनुभवाची प्रचीतीच इतकी प्रखर होती!

पण मला एका गोष्टीचं नवल वाटत होतं. एवढ्या या अवाढव्य, दुष्किर्तीच्या इमारतीत मी रात्रीचा एकटा अडकलेला; पण निदान या क्षणी तरी मनात भीतीचा स्पर्श होत नव्हता. एवढंच काय, अस्वस्थही वाटत नव्हतं. हेच जरासं चमत्कारिक नव्हतं का? जरा विचार करताच त्यामागचं कारणही लक्षात आलं. माझ्यापाशी तो ज्योतिर्लिंगाचा पत्र्याचा बाण होता, हाच तो विचार आणि विकार यातला फरक. तर्कटं लढवणारं, बुद्धवादी मन घोळ घालत बसलं होतं. तो अनुभव शक्यतेच्या कोटीतला होता का? खरोखर घडला होता का? का मला झालेला भास होता? ही सारी विचारांची वादळं; पण खोलवरच्या अंतर्मनाने त्या घटनेचा केव्हाच स्वीकार केला होता. देवचित्र कोरलेल्या त्या चकाकत्या ताम्रपटातल्या दैवी शक्तीचा एक प्रखर साक्षात्कार मला झाला होता. मनाला धीर द्यायला तेवढा पुरेसा होता.

मी आडवा झालो. पाहत पाहता झोप लागली असली पाहिजे.

जाग आली तेव्हा मेणबत्ती विझली होती. खोलीत दिवसाचा अंधुक प्रकाश आला होता. नजर घड्याळाकडे गेली. आठ वाजले होते.

✦✦✦

१७.

पहिला विचार मनात आला... चला चोवीस तास उलटले. आता फक्त चोवीस तासच बाकी आहेत. उद्या जोशीकाका हजर होतील. पुढे काय होणार होतं याचा विचारसुद्धा करीत नव्हतो. माणूस सवयीचा गुलाम असतो हेच खरं. तुम्ही जंगलात असा नाहीतर वाळवंटात असा... जाग आली की मनात विचार येतो. चहा, मग दाढी, मग स्नान, मग नाश्ता. इथे चहा नाही, नाश्ताही नाही. पण वॉटर बॉटलमधल्या गार पाण्याने दाढी तर केली. मागे जाऊन विहिरीतल्या गारेगार पाण्याने स्नानही केलं. वापरल्या कपड्याच्या घड्या घालून ठेवल्या. ओले कपडे आणि पंचे तिथेच एका खुंटीवर टांगले. मग खोलीबाहेर पडलो. मात्र मॅनिल्याच्या खिशात तो तांब्याचा बाण ठेवायला विसरलो नाही. या वास्तूत जिथे जाईन तिथे तो बाण सतत माझ्याबरोबर असणार होता.

तसं करण्यासारखं काही नव्हतं. दिवस कंटाळवाणा तर जाणारच होता; पण एका गोष्टीची खात्री होती. फक्त चोवीस तासांचाच प्रश्न होता, की मग घटना काहीतरी वळण घेणार होत्या. तेवढे चोवीस तास काढणं खासच कठीण जणार नव्हतं.

समोरच्या जिन्याने मी वर गेलो. दुसरा मजला. मग तिसरा मजला. मग एक मोठी चुनेगच्ची. जवळ जवळ खालच्या सर्व खोल्यांवर पसरलेली. चारी बाजूंना वरवंडी होती. बसायला ओट्यासारखी पायरी होती. तिथून आसपासच्या प्रदेशाचा

देखावा दिसत होता. खूप अंतरावरून हमरस्ता जात होता. रस्त्यावरून एसटीची बस चालली होती. इतक्या अंतरावरून ती एखाद्या खेळण्यासारखी दिसत होती. काल सकाळपर्यंत मी त्याच जगाचा एक हिस्सा होतो. बस, रेल्वे, लॉज, हॉटेल, गाव, शहर, घर, दार, पत्नी, मुलं. पण काल गढीत पाऊल टाकलं आणि एका वेगळ्या जगात प्रवेश झाला होता. जणू काही कालवस्त्राला इथे एक घडी पडली होती. ती घडी उलगडली तेव्हा भूतकाळातला एक कहारी संघर्ष उलगडलेला दिसला होता.

हा पेशवेकालीन इतिहास नव्हता. ही काही एखादी बखर नव्हती. लेख, पत्रे, उतारे यांच्या पुराव्यावर रचलेल्या काल्पनिक घटना नव्हत्या. मी स्वतः प्रत्यक्ष या शरीराने त्या कालखंडात पोहोचलो होतो. मोठा धकाधकीचा काळ. मनगटाच्या बळावर घर-दार, पत्नी-मुलं, संसार पैसा-अडका यांचं संरक्षण करावं लागत होतं. सर्वत्र विलक्षण अनिश्चितता होती. माणूस तलवारीने जगत होता, तलवारीने मरत होता. त्या तुलनेत आजचं आयुष्य किती सुरक्षित होतं. आजच्या जमान्यात अगदी कमकुवत मनुष्यही तग धरून राहू शकत होता. ते पूर्वीच्या काळी शक्य असतं?

मी अनेक कुलवृत्तांत वाचले होते. चारचार, पाचपाच पिढ्यांचा इतिहास. त्यात एका तक्त्याच्या रूपात मांडला होता. आडव्या उभ्या रेषांनी जोडलेली ती फक्त नावं होत. अमक्याची ती चार-पाच मुलं... त्यांचे विवाह... त्यांची मुलं... हा नावांचा आणि रेषांचा तक्ता त्यांच्या खऱ्या आयुष्याबद्दल काय सांगणार? त्या तर फराट्यांनी ओढलेल्या रेषाकृती होत्या; पण माझ्या विलक्षण अनुभवात या रेषाकृती सजीव झाल्या होत्या. रंग... रूप... सुखं... दुःख... अशा सगुण त्रिमित स्वरूपात समोर आल्या होत्या... रोजच्या व्यवहाराच्या चौकटीत हा असाधारण अनुभव बसवणं किती कठीण होतं! जवळजवळ अशक्यच!

***

बाराच्या सुमारास दोन पोळ्या खाऊन घेतल्या.

आता बाहेर अगदी रणरणतं ऊन असणार; पण या जाड जाड दगडी भिंतीच्या आत गारवा होता. अन्न होतं, पाणी होतं, आरामशीर आसरा होता. उद्या काय व्हायचं असेल ते होईलच. त्याची काळजी या क्षणाला कशासाठी करत बसायचं? मी माझ्या तात्पुरत्या बिछान्यावर आडवा झालो...

तास दोन तास तरी नक्कीच झोप लागली होती.

जाग आली तेव्हा चार वाजत आले होते.

दोन-अडीच तासानंतर संध्याकाळ आणि मग रात्र. रात्रीचा विचार मनात येताच नाडीची गती जराशी तरी वाढलीच. मनात अशी कल्पना येत होती की, काल रात्री प्रकरणाचा शेवट झालेला नाही. त्या नाटकाचा उत्तरार्ध बाकी होता. कदाचित माझीही त्यात भूमिका असेल. शक्याशक्यतेच्या मर्यादा केव्हाच ओलांडल्या गेल्या होत्या. कोणाच्या कधी कल्पनेत येणार नाही अशी एक थक्क करून टाकणारी संधी मला मिळाली होती. कदाचित आजच्या रात्री पुन्हाही मिळण्याची शक्यता होती. काल रात्री मला कल्पना नव्हती; पण आज मी तयार असणार होतो.

पण इथे धोका होता. त्या कालगर्तेत माझा प्रवेश अगदी सहज होत होता. पण काही कारणाने, अपघाताने, दुर्दैवाने मला परत माझ्या एकवीसाव्या शतकात परत येता आलं नाही तर? मी कालवस्त्राच्या त्या सुरकुतीत अडकून पडलो तर? सर्व शक्यतांचा विचार करायला हवा...

मी माझ्याबरोबर भूतकाळात कोणतीही विसंगती नेता कामा नये.

हा मॅनिला, अंडरवेअर, पँट, घड्याळ, टॉर्च, काडेपेटी... यातलं काहीही नको.

माझ्याबरोबर फक्त माझ्या संस्कृतीतलं अमूर्त ज्ञान जाऊ शकत होतं.

बाकी काहीही नाही.

माझा विचार बरोबर असेल किंवा चूक असेल... पण त्यात एक तर्कशुद्धता होती. मी जरी अगदी बाराबंदी, रेशमी उपरणं, झिरमिळ्याची मोठी पगडी अशा वेशात जाऊ शकत नसलो तरी कमरेला राजापुरी पंचा आणि खांद्यावर तसलंच उपवस्त्र अशा एखाद्या गरीब ब्राह्मणाच्या वेशात खासच जाऊ शकत होतो.

मनाचा कोणता तरी कोपरा या साहसाच्या विचाराने उद्दीपित झाला होता यात शंका नव्हती. कोणास ठाऊक जड अनुभवांच्या जखडणाऱ्या सामाजिक रूढींच्या अपरिहार्य अशा दैनंदिन कर्तव्यांच्या प्रचंड ओझ्याखाली कोणकोणती कागदी स्वप्नं चुरमडून गाडली गेलेली असतात ते. त्यातलं एक आता उघड्यावर आलं होतं आणि पाण्यात टाकताच फुलणाऱ्या चायनीज फुलासारखं उमललं होतं.

***

प्रकाश असतानाच मी दोन घास खाऊन घेतले. करंडीतल्या सामानाच्या पुड्यांभोवती आणि खोक्यांभोवती दोरा होता. तो सगळा काढून घेतला आणि त्याच्या गाठी सोडल्या. त्याचे तीन पदर करून गाठ मारताच उजव्या काखेखाली पोचणारं जानवं तयार झालं.

आदल्या रात्री दामोदरपंतांना टॉर्चच्या झगझगत्या प्रकाशामागची माझी आकृती दिसलेली नव्हती. आज मी मेणबत्तीच्या प्रकाशात असणार होतो. पुन्हा एकदा त्यांच्या कालखंडात प्रवेश झालाच, तर कोणतीही अडचण यायला नको होती.

सूर्यास्त व्हायच्या वेळी मी गच्चीवर गेलो. पश्चिम दिशेला लालशेंदरी रंगाच्या ढगांची रास होती. चारी दिशांना नजर फिरवली. ओसाड बोडका प्रदेश. संध्याकाळच्या वाऱ्याचा झोत मात्र अंगावरून जात होता. त्याचाच तेवढा आवाज. मन जरासं खिन्न करणारा देखावा. मी खाली आलो.

मेणबत्ती पेटवून ठेवली आणि माझ्या बिछान्यावर आडवा झालो.

गायत्री, सुलेखा, सुरेश यांचा विचार मनात आल्याखेरीज कसा राहील?

समजा, मला भीती वाटत होती तशी एखादी अपघाती घटना घडली तर?

त्यांची पुन्हा भेट होणार नव्हती; पण मनात एक समाधान होतं. माझ्यामागे त्यांना कोणत्याही आर्थिक अडचणी येणार नव्हत्या. त्यांच्या दैनंदिन चरितार्थाची मी उत्तम सोय करून ठेवली होती. आता मला माझ्या मनासारखं वागण्याचं स्वातंत्र्य मिळालं नव्हतं का? कोणतीही जबाबदारी मी टाळली नव्हती. इतरांसाठी आणि माझ्यासाठी यांच्यातली रेघ केव्हातरी ओलांडावी लागणारच होती.

***

मला झोप लागली असली पाहिजे. जाग आली; पण ती जाग नैसर्गिकपणेच आली. रात्री काहीतरी करायचं आहे ही जाणीव आत होती. त्यानेच जाग आली. अकरा वाजले होते. आता रंगमंचावर प्रवेश करण्याची घटिका आली होती. वेशभूषा आलीच. मी पंचे काढून ठेवले होते. वर्षातून एकदोनदा तरी धोतर नेसायची वेळ येत असे. तेव्हा त्याबातीत अगदीच अनभिज्ञ नव्हतो. पण दोन्ही बाजूंनी खोचण्याऐवजी मी मध्येच गाठ मारली. आणीबाणी आली तर उपयोगी पडावी म्हणून एक काडेपेटी उजव्या कडोसरीला लावली. पत्र्याचा बाण

एका पांढऱ्या कपड्यात गुंडाळून तो डाव्या कडोसरीला लावला. दुसरा पंचा खांद्यावरून शालीसारखा घेतला. नव्याने पेटवलेली एक मेणबत्ती घेऊन अनवाणी पावलांनी मी खोलीबाहेर पडलो.

अजून मी त्या कालचौकटीच्या बाहेरच होतो. गढीत वावरणाऱ्यांना माझ्या अस्तित्वाची जाणीवसुद्धा होणार नव्हती; पण मला तर अशी शंका येत होती की, दामोदरपंत एकट्यानेच गढीत राहत असावेत. त्यांनी जी काय साधना केली होती, जे काही जागवलं होतं, रात्री ज्यांचा गढीत वावर होत असे, त्या गोष्टी सर्वसामान्यांच्या दृष्टीआड कशा राहणार? आणि त्यांचा जो काही बभ्रा झाला होता त्यावरून त्या तशा राहिल्या नव्हत्या. दामोदरपंतांबद्दल गावात वावड्या उठवणं वेगळं आणि त्यांच्याबरोबर रात्रीच्या मुक्कामासाठी गढीत राहणं वेगळं. मला नाही वाटत कोणाचीही गढीत रात्र घालवण्यासाठी हिंमत झाली असेल. पैसा किंवा दमदाटी हे काही एक मर्यादेपर्यंत यशस्वी होऊ शकत नाही. दामोदरपंत एकटेच होते.

मी जिन्याने वर आलो. खालचा मजला अंधारात होता; पण वर मात्र खांबांच्या खोबणीतून धडधडते पलिते खोचलेले होते. त्यांचा हलका लाल-पिवळा प्रकाश वातावरणातल्या रहस्यमयतेत भरच घालीत होता. काल रात्री ज्या खोलीत मी दामोदरपंतांची भेट घेतली होती त्याच खोलीतून दामोदरपंत बाहेर आले. त्यांच्या डाव्या हातात आलवणासारख्या लाल कापडात गुंडाळलेलं काहीतरी होतं. उजव्या हातात लामणदिवा होता. आता आपण त्यांच्या नजरेस पडणार या भीतीने मी दचकून मागे सरलो; पण ते माझ्या शेजारून हातभर अंतरावरून गेले तरी त्यांना माझी जाणीवच नव्हती.

दामोदरपंत अगदी लगबगीने चालले होते. माझी जिज्ञासा आपोआपच जागृत झाली. मी त्यांच्या पाठोपाठ निघालो. ते जिना उतरून खाली आले. उजवीकडे वळले. एक अरुंद बोळ होता, त्या बोळात निघाले. जवळजवळ समोरच्या दगडी भिंतीपर्यंत पोहोचले आणि थांबले. मी त्यांच्या मागोमाग पाऊलभरावरच होतो. उजव्या भिंतीतला एक दगडी चिरा ते चाचपत होते. एकदम शेजारचा चिरा हलला आणि आतल्या बिजागरीवर फिरला. दामोदरपंतांनी हातातलं आलवणात गुंडाळलेलं आत ठेवलं. पुन्हा एकदा चिऱ्याला हात लावताच आत गेलेला चिरा परत पूर्ववत आपल्या जागी येऊन बसला.

दामोदरपंत वळले आणि माझ्या शेजारून चालत बोळाबाहेर आले.

मी मात्र समोरच्या चिऱ्याकडे एकटक पाहत होतो. प्रकाराची उमज व्हायला एक सेकंदसुद्धा लागला नाही.

हीच ती दामोदरपंतांच्या गुप्तधनाची जागा. किती हुशारीने निवडली होती. मोकळ्यावर, चारचौघांच्या नजरेसमोर! इथे शोध घ्यायचा विचारही कोणाच्या मनात येणार नाही.

पुढे होऊन मी दामोदरपंतांनी हाताळलेला चिरा चाचपून पाहिला. उजव्या कोपऱ्यात बोटांचा दाब बसताच डावीकडचा चिरा आत फिरला. मी मेणबत्ती पुढे करून आत नजर टाकली. आत आताच दामोदरपंतांनी ठेवलेलं आलवणातलं गुंडाळं होतं. त्याच्याखाली एक लाकडी पेटी होती. शिवाय डावीकडून प्रकाशाचा एक लखलखता किरण वर आला. हिरा-पाचू काहीतरी असणार.

मनातले त्या क्षणीचे विचार अगदी स्पष्टपणे आठवतात आणि त्यांचा मला अभिमान वाटतो. त्या गुप्तधनाला हात लावण्याचा स्वार्थी विचार क्षणभरही माझ्या मनात आला नाही. मी मेणबत्ती मागे घेतली. त्या ठराविक कळीवर दाब देताच चोरकप्प्याचा चिरा परत फिरून आपल्या जागी येऊन बसला.

पण मनात विचार आला. दामोदरपंत म्हणाल्याची वदंता होती. ज्याच्या धमन्यांत वज्रे कुळाचं रक्त आहे त्यालाच माझं गुप्तधन सापडेल. त्यांची भविष्यवाणी अशा वक्र मार्गाने खरी ठरली होती.

मी बोळातून बाहेर आलो. जिन्याने वरच्या मजल्यावर आलो. दामोदरपंतांनी त्यांच्यामागे खोलीचं दार बंद केलं असेलही, पण माझ्यासाठी ते उघडंच होतं. दार ढकलून मी खोलीत प्रवेश केला. समोर दामोदरपंत हातावर डोकं ठेवून बसले होते.

माझ्या दृष्टीने माझी काल रात्रीची आणि आताची भेट यांच्यात फक्त चोवीस तासांचाच काल गेला होता; पण दामोदरपंतांच्या बाबतीत तसे असेलच याची खात्री नव्हती. दिवसांच्या चौकटी आखलेल्या कागदावर वरून एक खडा टाकला होता. तो कोणत्या चौकटीत पडेल याला काहीच नियम नव्हता. ही रात्र (दामोदरपंतांच्या आयुष्यातली) काळरात्रीच्या आधीची असेल. वा नंतरचीही) असेल.

मी दामोदरपंतांकडे पाहत उभा असतानाच तो बदल मला जाणवला.

हवेत एवढासा करपट वास आला तरीही तो आपल्याला जाणवतो.

लांबवर कोठेतरी आवाज झाला तरीही तो आपल्याला जाणवतो.

आताही बदल झाला होता; पण तो गंधकणांनी नाही, हवेतल्या कंपनांनी नाही.

'ते' आक्रमण परत आल्याची जाणीव झाली होती.

आता तर दामोदरपंतांशी संपर्क साधणं आवश्यकच झालं होतं.

पण मी त्यांच्या कालखंडात कसा प्रवेश करणार? ती गोष्ट काय माझ्या हातात होती का? कडोसरीला लावलेली रुमालाची घडी मी काढली, उलगडली.

तो ताम्रपटाचा बाण हातात घेतला.

त्या कोरीव प्रतिमांवर दृष्टी आणि मन संपूर्ण एकाग्र केलं.

मला माहीत नाही, झालं ते त्याने झालं, की तो केवळ योगायोग होता.

पण लहानसा एक धक्का बसला...

आसपासची हवा एकदम बदलली. वर्षानुवर्षं शुष्क, कोरड्या राहिलेल्या त्या हवेत एकाएकी गंध आला, आर्द्रता आली...

'दामोदरपंतऽ!' मी हाक मारली.

एखादा विजेचा झटका बसल्यासारखी त्यांची मान सरळ झाली.

मला पाहताच त्यांचे डोळे भयाने आणि आश्चर्याने विस्फारले.

'आपण आहात तरी कोण? मागेही एकदा असेच आला होतात...'

एक उत्तर मिळालं होतं. ही भेट मागच्या भेटीनंतरची होती.

'पुन्हा तुमच्याच मदतीसाठी आलो आहे.'

'आता मला कोणीही मदत करू शकत नाही,' दामोदरपंत मान हलवीत म्हणाले, 'आता मी मदतीच्या पलीकडे गेलो आहे.' आवाजात केवढी निराशा! केवढी असहायता!

'कोणत्याही अडचणीवर मार्ग हा असतोच, दामोदरपंत.' हे पांडित्याचे शब्द माझ्या तोंडून कोण वदवत होतं? 'मला सांगा... मी मदत करतो.' कशाचीही काडीइतकी कल्पना नसलेला मी, माझ्या तोंडून हे फुशारकीचे शब्द कसे निघत होते?

'त्यांचा प्रवेशाचा मार्ग बंद केल्याखेरीज माझ्यामागचा त्रास संपणार नाही.'

'मग चला ना! ते करू या!' केवढी मूर्खपणाची बढाई!

'तेथपर्यंत पोहोचणंसुद्धा अशक्य आहे!'

'जगात अशक्य काहीच नसतं, दामोदरपंत! चला!'

माझ्याकडे एक केविलवाणी नजर टाकून दामोदरपंत उठले. दाराबाहेर पडले. जिन्याने खाली आले. 'ती' जाणीव जास्त जास्त तीव्र होत चालली होती. दामोदरपंत वळले, एका खोलीत आले. त्यांच्या दिव्याच्या प्रकाशात तो खाली, तळघराकडे जाणारा जिना दिसला. मी या अशा माणसाबरोबर भलत्याच ठिकाणी कोठे निघालो होतो? काळजाची धडधड व्हायला लागली होती; पण शरीरावर नियंत्रण होतंच कुठे? पाय दामोदरपंतांच्या मागोमाग मला नेत होते... खाली... आणखी खाली.

आता दोन्ही बाजूंना चुन्यात बांधून काढलेल्या दगडी भिंती नव्हत्या. दोन्ही बाजूंना फोडलेला जिवंत खडक होता. गढीच्याही पायाखाली आम्ही आलो होतो.

तो दुष्टतेचा दर्प पावलापावलागणिक उग्र होत चालला होता. घाणेरड्या वासाने जसं घशात खवखवल्यासारखं होतं तशी जाणीव होत होती.

पुढे चाललेले दामोदरपंत एकाएकी थांबले.

मी त्यांच्या खांद्यावरून पुढे नजर टाकली.

आमची वाट अडवून 'ते' बसले होते. आमच्या दोघांच्या दिव्याचा प्रकाशही तसा अपुराच होता आणि तेच बरं होतं. समोरच्या आकारांची करडी, केसाळ, क्वचित खवल्यांची त्वचा दिसत होती. निखाऱ्यांसारखे लाल डोळे दिसत होते. अणकुचीदार सुळे दिसत होते. टोकदार नख्या दिसत होत्या. एवढा तपशील पुरेसा नव्हता का? वास्तविक मी भीतीने गर्भगळीत व्हायला हवं होतं; पण मला मनात जाणवत होती ती एक तुच्छतेची, तिरस्काराची भावना आणि पुनःप्रत्ययासारखी. डेया व्ह्यू सारखीही एक जाणीव होती की, हे पूर्वी घडलं आहे. मानसशास्त्रज्ञ म्हणतात, मेंदूच्या कालरेखनात झालेली ही लहानशी गफलत आहे. नंतर घडलेल्या घटना कालरेषेवर जरा मागे सरकवल्या जातात. न्यूरॉलॉजिस्ट म्हणतात की, मागे (या, किंवा त्याच्या आधीच्या जन्मात) घडलेल्या प्रसंगांची ती स्मृती रंगसूत्रावर रेखित झालेली आहे. आता नव्याने उद्दीपित झालेली आहे. देवावर श्रद्धा असलेले लोक म्हणतात की, काही क्षणांपुरती एक सर्वशक्तिमान, त्रिकालज्ञानी शक्ती तुमच्यात सामावली होती. युगायुगांपूर्वी झालेल्या एखाद्या सनातन संघर्षाची ही स्मृती आहे.

प्रत्यक्षात दामोदरपंतांना बाजूला सारून मी पुढे झालो.

समोरच्या आकारांमध्ये खळबळ माजत होती. एखादा आक्रमक हल्ला करण्याचाही त्यांचा बेत किंवा विचार असेल. आपल्यासमोर खरोखर कोण उभं ठाकलं आहे याची त्यांना काय कल्पना? शेवटी त्यांची पातळी पशूचीच!

घशातून गुरगुराट आला, तोंडातून खिंकाळ्या आल्या, नखं फरशीवर घासली गेली...

माझ्या हातातला ताम्रपटाचा बाण एकाएकी तापला. डोळे दिपवणारा लाल पिवळा प्रकाश समोर फेकला गेला...

अंगावर जळते निखारे किंवा तीव्र आम्ल पडल्यासारखं ते सारे किंचाळत, खेकाळत, डरकाळ्या फोडत दशदिशांना फाकले...

समोरची वाट मोकळी झाली होती.

'चला दामोदरपंत.' मी म्हणालो.

दामोदरपंतांची भयभीत नजर एकवार चारी बाजूंना फिरली आणि मग ते (जरा रखडत्या पावलांनीच) पुढे चालायला लागले. तळाच्या फरशीवर आता उतार लागला होता. हवेत गारवा होता. साचलेल्या पाण्याचा कुंद वासही येत होता. शेवटी शेवटी तर पायाखाली चिखलच लागत होता. दामोदरपंत थांबले.

'ते पाहा!' ते दबक्या आवाजात म्हणले.

समोरचं दृश्य खरोखरंच अनपेक्षित होतं. आम्ही ज्या वाटेने चालत आलो होतो. त्या वाटेचा शेवट एका मोठ्या वर्तुळाकार गुहेत झाला होता. गुहेच्या मध्यभागी शेवाळ असलेल्या काळ्या चिखलाची दलदल होती आणि त्या दलदलीच्या मध्यातून ते मस्तक वर आलं होतं. खरोखर राक्षसी आकार. सहज दहा फूट रुंद. मानेच्या खालचा भाग काळ्या दलदलीत बुडाला होता. वावभर रुंदीचं तोंड उघडत मिटत होतं. आतली काळी जीभ हात हात उंच असलेल्या काळ्या दातावरून फिरत होती. बैलगाडीच्या चाकाएवढे डोळे सताड उघडे होते. चारी दिशांना पाहत होते. आम्ही दोघं समोर येताच या उथळ डोळ्यांची नजर आमच्यावर खिळली. घमेल्याएवढ्या नाकपुड्या फेदारल्या. डोक्यावरून दोन्ही बाजूंना वाखाच्या दोरासारखे जाड जाड केस खाली आले होते. मानेजवळच्या त्वचेवर बुरशी आलीशी वाटत होती. गाल, कपाळ, कानाची पाळी... खूप ठिकाणी त्वचा तडकली होती, ऊकलली होती. त्वचेच्या आत कृमिकीटकांची

हालचाल दिसत होती. मस्तक जर एवढं असेल तर या अगडबंब शरीराची मापं तरी काय असतील? त्याने त्या दलदलीतून एक पाऊल बाहेर टाकलं तरी...

'दामोदरपंत, हा काय प्रकार आहे?'

'हाच तर त्यांच्या प्रवेशाचा मार्ग आहे.'

'प्रवेशाचा मार्ग?'

'हो, ते त्याच्या मुखातून बाहेर येतात.'

'पण खाली त्याचं शरीर...'

'नाही. दिसतं तेच त्याचं शरीर. त्याखेरीज त्याला इतर कोणतेही अवयव नाहीत. ते कोठून येतात मला माहीत नाही... पण त्याच्या मुखातून एकामागून एक असे बाहेर येतात... मी स्वतः पाहिलं आहे... त्या मानवांच्या हल्ल्याच्यावेळी मीच त्यांना आणलं होतं ना!' आतापर्यंत लपवलेली एक धारदार तलवार दामोदरपंतांनी बाहेर काढली... पुढे होऊन त्या चेहऱ्याच्या हनुवटीच्या खालच्या भागात खुपसली. परिणाम? इतर काही नाही... मात्र त्या चेहऱ्यावर एक हेटाळणीचं हास्य!

हताश चेहऱ्याने दामोदरपंत मागे सरकले.

'दामोदरपंत, इकडे या!'

पुन्हा एकदा शरीराचा आणि मनाचा ताबा गेला होता. हे शब्द मी बोलणार आहे याची मला कल्पनाही नव्हती. मी माझा स्वामी होतो कुठे?

दामोदरपंत वळून माझ्यासोर येऊन उभे राहिले.

'तलवार समोर धरा!'

त्यांनी तलवार हवेत आडवी धरली. मी उजव्या हातातली मेणबत्ती खाली ठेवली. डाव्या हातातला धारदार कडांचा पत्र्याचा बाण उजव्या हाताच्या अंगठ्यापाशी आणला आणि त्याची पात्यासारखी कड अंगठ्याच्या मांसल भागावरून ओढली. चांगली अर्धा इंचाची जखम झाली आणि जखमेतून रक्ताची धार लागली.

मी अंगठा तलवारीवर धरला आणि मुठीपासून टोकापर्यंत सर्व भागावर रक्ताचा शिडकावा केला. चकचकत्या पात्यावर रक्त फसफसत होतं. शोषलं जात होतं आणि तलवारीला एक सोनेरी झिलाई येत होती.

'दामोदरपंत, आता चालवा ती तलवार त्याच्यावर! ती तलवार आता देवस्पर्शानं पवित्र झाली आहे. दुष्टांना आणि दानवांना, पाप्यांना आणि अनाचाऱ्यांना तिचा केवळ स्पर्शसुद्धा सहन होणार नाही. त्यांची राख होईल. जा चालवा ती तलवार त्यांच्यावर!'

कदाचित माझ्या शब्दांनी दामोदरपंतांनाही स्फुरण चढलं असावं.

पुढे होऊन त्यांनी ती तलवार त्या अवाढव्य जबड्याखाली खुपसली.

'चेहऱ्यावरचं उपहासाचं हास्य गोठलं.

'नाही... नाही... नाही...!'

विजेच्या गडगडाटासारखा प्रचंड आवाज झाला.

पण त्याही आधी अंतास प्रारंभ झाला होता. तलवारीचा जिथे प्रहार झाला होता. त्या बिंदूपासून अग्नीच्या लाटा पसरत होत्या. वासलेल्या जबड्यातून ज्वाला बाहेर पडत होत्या. जीभ करपून गेली होती. दोन्ही नाकपुड्यांतून ज्वाळांचे लोट बाहेर पडत होते. दोन्ही कर्णरंध्रातून धूर आणि ज्वाला बाहेर फेकल्या जात होत्या. डोळ्यांच्या काचा तडकल्या, वितळल्या. आतून उकळता द्रव बाहेर पडला.

एकाएकी तो अवाढव्य चेहरा आक्रसायला लागला. लहान लहान व्हायला लागला किंवा मागे मागे जायला लागला.

आणि काही सेकंदातच ती जागा रिकामी झाली.

आगीच्या धगीने चिखल वाळला होता, भाजला होता. त्याची लाल-काळी माती झाली होती. बस् ! त्याखेरीज तिथे काहीही नव्हतं.

दामोदरपंत एकवार हातातल्या तलवारीकडे आणि एकवार समोरच्या आता रिकाम्या झालेल्या मातीच्या रिंगणाकडे पाहत उभे होते. त्यांचा आपल्या डोळ्यावर विश्वासच बसत नव्हता असं वाटत होतं.

मला आतून वेळेची निकड जाणवत होती. ज्या एका कार्यासाठी माझी निवड झाली होती (सर्व माझेच तर्क!) ते काम पूर्ण झालं होतं. कोणत्याही क्षणी मी माझ्या एकवीसाव्या शतकात खेचला जाऊ शकत होतो.

'दामोदरपंत, चला... इथलं काम उरकलं! चला!'

मेणबत्ती उचलून मी माघारीच्या मार्गाला लागलोही. मी झपाट्याने चालत होतो. येताना चढ होता, पायऱ्या होत्या. दामोदरपंतांच्या खोलीत येईपर्यंत अक्षरशः दमछाक झाली होती. माझ्या मागोमाग दामोदरपंतही खोलीत आले. आत आल्या आल्या माझ्या खांद्यावर हात ठेवून ते म्हणाले, हे पाहा..."

त्यांचा हात खाली घेत मी म्हणालो, 'दामोदरपंत, मला आता वेळ नाही. मी काय सांगतो ते ऐका. अजूनही गढीत काहीकाहींचा वावर आहे. त्यांच्यापासून संरक्षण म्हणून मी तुमच्यापाशी हे देवचिन्ह ठेवून जात आहे. घ्या.'

मी तो लखलखता लाल पत्रा समोर केला.

'घ्या! आता जास्त वेळ नाही!'

'पण तुम्ही कशाचंच स्पष्टीकरण देत नाही.'

'दामोदरपंत, तुमच्यावरचं संकट टळलं ना? ऐनवेळी तुम्हाला साहाय्य मिळालं ना? खोलीत कशासाठी जाता? देवाचे आभार माना... हे घ्या!'

त्यांनी तो बाण हातात घेतला मात्र...

माझ्यासमोर कोणीही नव्हतं. मी त्या खोलीत एकटा उभा होतो. डाव्या हाताला मेणबत्ती होती आणि उजव्या हाताचा अंगठा चुरचुरत होता. घटना खरोखरंच घडल्या होत्या. भ्रमभास किंवा स्वप्न नव्हतं. याची रक्तरेषेची चुरचुरती खूण म्हणजे ठोस पुरावा होता.

१८.

मी कपडे बदलले. पंच्याच्या घड्या घातल्या. पायजमा-बनियन असा रोजचा पोशाख केला आणि माझ्या बिछान्यावर पडून राहिलो. एखादा लखलखता प्रकाश समोर आला, की तो प्रकाश गेल्यावर काही वेळ डोळ्यांना काही दिसतच नाही, माझं तसं झालं होतं. एवढ्यात आलेला अनुभव इतका असामान्य होता की, बाकीचे सर्व विचार पार पुसले गेले होते. एका विलक्षण भूमिकेसाठी माझी नेमणूक झाली होती. काही काही गोष्टी स्वयंसिद्ध असतात. तशीच ही होती. माझ्या मनात असा ठाम विश्वास निर्माण झाला होता की, त्या काही क्षणांपुरता एका अलौकिक, दिव्य, देदीप्यमान, प्रभावी शक्तिस्रोताचा प्रवाह माझ्या शरीरातून धडधडत गेला होता. पण त्यावेळी मी हा विचार केला नाही की, प्रत्येक घटनेचा काही ना काही परिणाम होतोच. जमिनीवरून पुराचं पाणी अजस्र वेगाने वाहत गेल्यावर मागे त्याच्या असंख्य खुणा राहणारच. सर्व भूभाग बदलणार. मग माणसाचं मन तर दगड-धोंडे-मातीच्या भूस्तरापेक्षा कितीतरी तरल! त्याच्यावर काही ना काही परिणाम झाल्याशिवाय कसा राहील?

विचार करता करता झोप लागली.

झोपेत स्वप्नं होतीच. उद्दीपित झालेल्या मेंदूच्या नसांतून चेतनांच्या फुलझड्या दशदिशांना फेकल्या जात असणारी स्वप्नं होती; पण त्या संकेतांचा अर्थ लागत नव्हता; पण तीही अवस्था गेली. गाढ झोप लागली.

जाग आली तेव्हा सात वाजले होते.

तासा-दोन तासातच जोशीकाका हजर होतील.

मग काय होणार होतं? कशाचाच अंदाज लागत नव्हता.

***

एक कसोटी आवश्यक होती. कालच्या रात्रीतला अनुभव. खरा की खोटा?

उत्तर समोरच होतं. दामोदरपंतांचं गुप्त धन.

मी त्या बोळात गेलो. कळीचा दगड पक्का लक्षात होता. कळीवर दाब दिला.

शेजारचा चिरा अलगद आत फिरला.

हातातल्या टॉर्चचा प्रकाश आतल्या पोकळीत फेकला.

लाल आलवणात गुंडाळलेली पेटी होती.

पण पेटीवर माझा बारा ज्योतिर्लिंगाच्या कोरीव प्रतिमांचा बाण होता.

माझ्या सर्व प्रश्नांची उत्तरं मिळाली होती.

मी तो बाण उचलून घेतला, कळ फिरवून दगड पूर्ववत जागेवर आणला.

जोशीकाका खुशाल येऊ देत. माझं उत्तर तयार होतं.

***

साडेआठ वाजता मी तयार होतो. दाढी-स्नान उरकलं होतं. पोळी, चटणी, जॅम, बर्फी यांचा नाश्ता केला होता. बाकीचे खाद्यपदार्थ करंडीत ठेवले होते. माझे सर्व कपडे घड्या घालून बॅगमध्ये पॅक करून ठेवले होते.

नऊच्या सुमारास बाहेरचा दरवाजा उघडला. बाहेरच्या उन्हाची तिरीप अठ्ठेचाळीस तासानंतर प्रथमच आत आली होती.

जोशीकाका आधी आत आले. त्यांच्यामागोमाग परशाही आला. जोशीकाका पुढे आले; पण परशा मात्र दारापाशीच थांबला. अर्थात पहाऱ्यावर. जोशीकाका माझ्यापाशी येऊन पोहोचले. पॅक केलेल्या सामानाकडे पाहत म्हणाले,

'वा! वज्रे, तुम्ही निघायची अगदी तयारीच करून ठेवलेली दिसतेय!'

'हो, तुम्ही आज सकाळी येणार म्हणाला होतात...'

'हो, पण मी तुम्हाला एक काम सांगितलं होतं. आठवतं?'

'जोशीकाका, मी सर्व गाढीभर तपास केला, अगदी कसून तपास केला; पण तुम्ही म्हणता तसा काही गुप्त धनाचा साठा सापडला नाही.'

'म्हणजे, तुमचे प्रयत्न कमी पडले, वज्रे. तुम्ही आणखी कसून शोध घ्यायला हवा. कारण काम तर व्हायला हवं. आज येताना माझी तर खात्रीच होतीच की, तुम्ही व्यवस्थित शोध लावला असेल. आता तुम्हाला आणखी एकदोन दिवस इथे थांबावं लागणार आहे. पण पंचाईत अशी आहे की, मागच्यासारखं खाण्यापिण्याचं काहीच सामान मी बरोबर आणलं नाही. मागच्यापैकी जे काही शिल्लक असेल, त्याच्यावरच तुम्हाला गुजराण करावी लागणार आहे. तुम्हाला जरा कळ सोसावी लागणार आहे, पण मग तुम्ही तितक्याच जोराने कामाला लागाल, नाही का?'

'जोशीकाका, म्हणजे मला या ओसाड गढीत अन्नावाचून उपाशी डांबून ठेवण्याचा तुमचा विचार दिसतो. मला एक सांगता का? माझ्यासारख्या एखाद्या परक्या व्यक्तीवर अशी जुलूम जबरदस्ती करण्याचा तुम्हाला काय अधिकार आहे?'

माझ्या आवाजातलं काहीतरी जोशीकाकांना खटकलं खास. त्यांच्या कपाळावर जराशा आठ्या पडल्या. मग खांदे उडवत ते म्हणाले, 'वज्रे, अधिकार काही कुणी द्यावा लागत नाही. आपला आपणच मिळवावा लागतो, आणि वज्रे, आणखी एक ऐका, या शोधावर इथे आलेले किंवा आणलेले तुम्ही काही पहिलेच नाही. दामोदरपंतांच्या वंशाचा मी खोलात जाऊन शोध घेतला. बहिणीकडून किंवा चुलत घराण्याकडून त्याच्याशी रक्ताचं नातं असलेल्या दोघातिघांचा मला शोध लागला. अनेक आमिषं दाखवून त्यांनाही गढीवर गुप्तधनाचा शोध घेण्यासाठी आणलं होतं.'

'मग?'

'मग काय? त्यांना शोध लागला नाही हे उघड नाही का? नाहीतर अजून मी त्या धनासाठी धडपडत राहिलो असतो का?'

'आणि इथे आणले त्यांचं काय झालं?'

'मला काय माहीत?'

'म्हणजे माझ्यासारखंच त्यांना अन्नाविना इथे डांबून ठेवलंत?'

'कोण होते ते? अन्नासाठी तडफडत त्यांनी सर्वत्र धावपळ केली असेल. रात्री अंधार पडल्यावर काय केलं असेल? काहींनी तिसऱ्या मजल्यावरून वरच्या एखाद्या खोलीत गळफास लावून आत्महत्या केली असेल काहींनी तिसऱ्या मजल्यावरून

बाहेरच्या फरसबंद अंगणात उड्याही मारल्या असतील. केवळ या एका दुष्ट, क्रूर धनलोभ्याच्या स्वार्थापायी! काळजात एखादी बर्फाची सुरी खुपसल्यासारखी छाती गार पडली. जोशीकाका माझ्याकडे पाहत होते. माझ्या नजरेत त्यांना काय दिसलं कोणास ठाऊक, ते एकदम दोन पावलं मागे सरले.

'हे पहा वज्रे, काही भलतासलता विचार मनात आणू नका बरं का? त्यांचा आवाज जरासा कापत होता. 'विसरू नका... दाराशी परशा आहे. तो कशाचीही फिकीर करीत नाही समजलं?'

मघाची ती बर्फाळ शहार शरीरावरून गेली होती; पण तरीही बोलताना आवाजावर ताबा ठेवायला मला फार कष्ट पडले.

'जोशीकाका,' मी म्हणालो, 'माझं एक ऐका. हा गुप्त धनाचा नाद सोडून द्या. तुमच्या नशिबात असतं तर ते यापूर्वीच तुमच्या हाती पडलं असतं. तो नाद सोडून द्या. त्या धनाच्या लोभाने आतापर्यंत तुमच्या हातून खूप पापं घडली आहेत. जे काही थोडंबहुत आयुष्य शिल्लक आहे त्याचा सदुपयोग करा. आतापर्यंतच्या पापांचं परिमार्जन करण्याची अजून संधी आहे. ती वाया घालवू नका.'

'मला तुमचे उपदेशाचे डोस नकोत. मला ते गुप्तधन हवं आहे!'

'तुमचा त्या धनावर काहीही हक्क नाही. दामोदरपंतांचे शब्द विसरलात? त्यांच्या वंशातलं रक्त ज्याच्या धमन्यांतून वाहत आहे त्यालाच ते धन सापडेल. इतर सर्व आख्यायिकांवर विश्वास ठेवता, मग त्याच्यावरही का नाही?'

'तुमच्याशी नाही नाही ते वितंडवाद घालायला मी इथे आलो नाही. अजूनपर्यंत तुम्हाला ते धन सापडलं नाही. अजून एक संधी देणार आहे.'

जोशीकाका जायला वळले. मी साध्या आवाजात बोललो.

'जोशीकाका, ते गुप्त धन सापडलं आहे.'

त्या चारपाच शब्दांचा त्यांच्यावर विलक्षण परिणाम झाला. ते गर्रकन वळले. माझ्याजवळ येऊन उभे राहिले.

'काय म्हणता काय वज्रे? गुप्तधन सापडलं?'

'आणि म्हणून तर जाण्यासाठी तयार होऊन बसलो आहे मी.'

'आधी मला ते गुप्तधन दाखवा. मग तुमच्या जाण्याचं बघू.'

अर्थात मला माहीत होतं, जोशीकाका त्या धनाची चोरी करणार होते आणि त्या गुन्ह्याचा एकमेव साक्षीदार मी... मला ते कधीच मोकळा सोडणार नव्हते.

पण का कुणास ठाऊक, सुरुवातीला वाटली होती तेवढी काळजी आणि भीती आता मला वाटत नव्हती.

'चला... तुम्हाला दाखवतो.' मी त्या बोळाकडे निघालो. जोशीकाका माझ्या मागोमाग येत होते. 'जोशीकाका, अजूनही विचार करा... अजूनही वेळ गेलेली नाही...त्या धनावर तुमचा कोणताही हक्क नाही... त्याचा लोभ धरू नका...'

'पुरे हो तुमचं तत्त्वज्ञान! दाखवा मला ती जागा!'

मी भिंतीच्या त्या चोरकप्प्याशी पोहोचलो. डाव्या हाताने भिंतीच्या वरच्या भागावर एकदा डावीकडे, एकदा उजवीकडे अशी मूठ आपटत होतो. अर्थातच जोशीकाकांचं लक्ष डाव्या हाताकडेच होतं. उजव्या अंगठ्याने मी कळ दाबली. शेजारचा चिरा वळून आत गेला. हे मी आधीच ठरवलं होतं. त्याचसाठी खिशात टॉर्चही तयार ठेवला होता. आता तो टॉर्च काढला, जोशीकाकांच्या हातात दिला.

'पाहा आत!' मी म्हणालो.

जोशीकाका माझ्याकडे सावध आणि संशयी नजरेने पाहत होते.

'वज्रे! मागे सरा... लांब उभे रहा!' जोशी काका म्हणाले, 'एकदा तुम्ही मला धक्का देऊन पळून गेला होतात... आताही तसंच काहीतरी मनात असेल...'

दोन्ही हात वर करून एकवार खांदे उडवून मी मागे सरलो.

हातात टॉर्च घेऊन जोशीकाका पुढे झाले. टॉर्च शिलगावून त्याच्या प्रकाशात त्यांनी त्या चोरकप्प्यात डोकावून पाहिलं. कितीतरी वेळ ते तसेच उभे होते. मग त्यांनी चेहरा मागे घेतला. त्यांची नजर माझ्याकडे वळली तेव्हा नजरेतलं सैतानी समाधान अगदी उघड दिसत होतं.

'वा! वज्रे, तुम्ही अगदी कल्पनेबाहेर उत्तम काम केलं आहे!'

'मग आता मी जायला मोकळा आहे ना?'

जोशीकाकांनी खिशातून एक लहानशी शिटी काढली आणि ती जोरात फुंकली.

तो तारस्वरातला आवाज रिकाम्या बोळात कितीतरी वेळ घुमत होता.

पाच-सात सेकंदाताच धावणाऱ्या पावलांचा आवाज आला आणि लगोलग परशा बोळात आला.

'परशा, जरा या वज्रे साहेबांपाशी उभा राहा- त्यांच्यावर नजर ठेव!'

परशा माझ्याशेजारी येऊन उभा राहिला. कसला धटिंगण माणूस तो!

जोशीकाकांनी दोन्ही हात चोरकप्प्यात घातले. बहुतेक ते आतल्या त्या आलवण्यात गुंडाळलेल्या पेटीच्या वजनाचा अंदाज घेत असावेत. एकाएकी मला हवेतला बदल जाणवला. हवा एकदम गार पडली होती आणि हवेत कसलातरी उग्र दर्पही होता; पण धनाच्या मोहात गुरफटलेल्या जोशीकाकांचे इतर कशाकडे लक्षच नव्हतं आणि तो परशा तर पशूच होता- त्याला ते काय जाणवणार?

आतली पेटी तशी जडच असावी; पण जोशीकाकांनी ती कशीतरी उचलून बाहेर काढली. ते माझ्याकडे वळले तेव्हा त्यांनी ती पेटी दोन्ही हातांनी छातीशी धरली होती.

'काय? मिळालं ना तुमचं धन तुम्हाला? मग मी निघू का आता?' मी विचारलं. प्रश्नाचं उत्तर माहीत असूनही मला ते त्यांच्या तोंडून वदवून घ्यायचं होतं.

'तुमचा प्रश्नच आहे, नाही का, वज्रे?' जोशीकाका म्हणाले.

'का असावा?' मी आपला माझ्या वाटेने सरळ परत घरी जाणार आहे.'

'आणि गप्प बसणार? या प्रकाराबद्दल कोठेही अवाक्षरही काढणार नाही?'

'माझा त्याच्याशी काहीही संबंध नाही. तुमच्या नशिबात ते धन होतं, माझ्या नाही, आणखी कोणाच्या मदतीनं ते तुमच्या हाती लागलंच असतं.'

'केवळ या धनाचा प्रश्न नाही- त्यातला माझा भाग तुम्हाला माहीत आहे- पण आणखीही काही काही गोष्टी मी तुम्हाला सांगितल्या आहेत- माझी गर्दनच तुमच्या हाती आहे की हो! तुम्ही कोणत्याही क्षणी माझ्या मानेभोवती फाशीचा फास आवळू शकता- असा धोका मी कसा पत्करू?'

'जोशीकाका, तसं काहीही होणार नाही.'

हवा इतकी गार पडली होती, की अगदी हुडहुडी भरायला आली होती.

'नाही वज्रे, तुम्ही नीतिमान लोक - स्वतः स्वस्थ बसत नाही आणि दुसऱ्याला स्वस्थता लाभू देत नाही. नक्की. तो धोका मी घेणार नाही.'

'मग काय करणार आहात?'

'काय करणार? तुम्हाला इथेच ठेवून जाणार.'

'इथे? अन्नावाचून? माझा काहीही अपराध नसताना? आणि मग माझं काय होणार याचा विचार तरी केलात का?'

'गढीत असे अडकलेले तुम्ही काय पहिलेच आहात? खासच नाही! त्या बाकीच्यांचं जे काही झालं तेच तुमचं होणार! दुसरं काय?'

'अशी पापं, असे गुन्हे, असे अत्याचार करून आपण सहीसलामत सुटू अशी तुमची कल्पना आहे, जोशीकाका?'

'तो देवाचा न्याय, केलेल्या पापांची भरणी वगैरे सगळ्या पुराणातल्या कल्पना आहेत, वज्रे! त्या पुराणातच राहू द्यात! मला माझे उरलेले दिवस सुख, चैन, आराम, उपभोग यात घालवायचे आहेत. जन्मभर ऐषारामाची स्वप्नं पाहत होतो. ती आता खरी होणार आहेत. पुढचा जन्मीचं पुढच्या जन्मी, वज्रे!'

त्याच क्षणी माझी नजर बोळाच्या तोंडाकडे गेली.

आणि तो हुडहुडी भरवणारा गारवा, तो उग्र दर्प कशाचा होता हे समजलं.

बोळाच्या तोंडाशी, मधोमध दामोदरपंत उभे होते.

त्यांच्या गुप्त धनाला त्या स्वार्थी मदांध जोशीकाकांचा हस्तस्पर्श झाला होता.

जोशीकाकांची नजर तिकडे गेली, आणि त्यांचं शरीर एकदम ताठ झालं.

'जोशीकाका, ज्या दामोदरपंतांविषयी तुम्ही एवढ्या लंब्याचवड्या गप्पा मारत होतात ना, तेच हे दामोदर पंत. त्यांची वाणी होती- माझं गुप्त धन माझ्या वंशाचा रक्तवारसदार असणारालाच सापडेल- आणि दामोदरपंत साधे असामी नव्हते, जोशीकाका! त्यांचे सेवक, सहकारी, साथीदार कोण होते, कसे याची रसभरीत वर्णनं तुम्हीच ऐकवली आहेत! पाहा आता- ते स्वतःच हजर झाले आहेत!'

खरं तर मलाही ते दामोदरपंतांचं रूप पाहून धक्का बसला होता.

तसा मी त्यांना दोन वेळा भेटलो होतो. त्यांच्या सहवासात जवळ जवळ तासभर वेळही काढला होता; पण त्यावेळी ते त्यांचं नेहमीचं आयुष्य जगत होते. त्यावेळचं त्यांचं रूप नैसर्गिक आणि स्वाभाविक होतं.

पण आता? अगदी पेशवाईची अखेर म्हटली तरी दामोदरपंतांचा मृत्यू सतराशे ऐंशी- सतराशे नव्वदच्या आसपास झालेला असणार. त्या घटनेला आता दोनशेच्या वर वर्षं उलटून गेली होती. अगदी स्पष्ट शब्दात सांगायचं तर आताच्या क्षणी दामोदरपंत पिशाचस्वरूपात आले होते.

वर्ण गोरा होता; पण पांढऱ्या संगमरवरासारखा निर्जीव वाटत होता. चेहराही कोरीव दगडाचा वाटत होता. जिवंत होते ते फक्त डोळे. भट्टीच्या लाल काचेतून आतल्या धगधगत्या ज्वाला दिसाव्यात तसे अंगारासारखे फुललेले डोळे. दामोदरपंतांचं तोंड उघडलं... तोंडाशी भट्टीसारखा लाल प्रकाश होता.

'तू...तू...तू...' विजेच्या गडगडाटासारखे शब्द आले.

जोशीकाकांच्या स्नायूंना हे काही क्षण जणू पॅरेलेसीसच झाला होता. आता एकदम त्यांच्यात चेतना आली. लाल अलवणातली ती जड पेटी त्यांच्या हातातून निसटली. खालच्या फरशीवर आपटली. दुसऱ्या हातातला टॉर्चही खाली पडला, विझला.

'मी... नाही... मी... नाही...'

जोशीकाका एक एक शब्द चाचरत बोलत होते. एक एक पाऊल मागे घेत होते. परशा तर केव्हाच दामोदरपंतांपासून जास्तीत जास्त अंतरावर, बोळाच्या अखेरच्या भिंतीला पाठ लावून उभा होता.

दामोदरपंत एक एक पाऊल करीत पुढे यायला लागले. एव्हाना मलाही ती भट्टीसारखी धग जाणवायला लागली होती. वाटेत मी मात्र विनाकारण अडकलो होतो. माझंच भुसकट होऊन जायचं.

खिशात अजून तो कोरीव प्रतिमांचा ज्योतिर्लिंगाचा बाण होता.

त्याने माझं संरक्षण होईल का?

खरंतर अगदी केविलवाणी आशा.

तरीही मी खिशातून तो बाण काढला. छातीशी धरला. डोळे मिटले.

आसपासची जाणवणारी धग एकदम नाहीशी झाली होती.

दामोदरपंत माझ्याजवळून अगदी हाताच्या अंतरावरून गेले.

पण त्यांच्या लेखी मी जणू अदृश्यच होतो.

मेंदू विजेच्या वेगाने विचार करीत होता.

सुटकेची ही एकमेव संधी मिळणार होती.

मी खाली वाकलो. अलवणात गुंडाळलेली ती पेटी उचलली, परत चोरकप्प्यात ठेवली. कळ दाबून चोरकप्पा बंद केला. खालचा टॉर्च उचलला आणि बाहेरची वाट धरली.

जेमतेम पाच पावलं टाकली असतील नसतील तोच, पहिली किंकाळी कानावर आली. वेदनातिरेकाने फोडलेली किंकाळी. जिवंतपणी एखाद्याचं पोट फाडावं, नाहीतर हातपाय उपसून काढावेत... अशा यातनेची किंकाळी.

मी अक्षरशः पळत सुटलो.

बाहेरचं दार उघडंच होतं. त्यातून पटांगणात आलो.

मागे वळून पाहायचीही हिंमत नव्हती.

मागे वळून पाहायचं आणि दामोदरपंतांचं ते आग ओकणारं ध्यान पाठलागावर येताना दिसायचं!

देवा! वाचव! देवा वाचव!

डावीकडे बऱ्याच अंतरावर पांढरं काहीतरी दिसलं. मी बोळाच्या तोंडाशी ठेवलेली रुमालाची घडी! ती अजून तिथेच होती. मी वाकून रुमाल उचलला. बोळातून बाहेर आलो. भराभरा चालत हमरस्त्यावर येऊन एसटीची वाट पाहत उभा राहिलो.

साडेअकरा वाजले होते. फक्त दोन तासांचा सारा खेळ!

✦✦✦

१९.

एस.टी.साठी बराच वेळ ताटकळत उभं राहावं लागलं. एक खुरटं झाडं होतं. त्याच्या तुटपुंज्या सावलीत डोक्यावर रुमाल घेऊन थांबलो होतो. शहरी सोयींना सुखावलेला जीव- इतर वेळी मी हे असं रानावनात कडक उन्हात उभं राहणं म्हणजे एक शिक्षाच असती. पण आता नाही. गेल्या दोन दिवसात मी असे काही विलक्षण अनुभव घेतले होते की, रोजच्या आयुष्याकडे पाहण्याचा माझा दृष्टिकोनच बदलून गेला होता. आता ऊन-सावली हा फरक अगदी क्षुद्र वाटत होता. योगायोगाने म्हणा, दैवी चमत्काराने म्हणा - पण मी गढीतून सहीसलामत बाहेर आलो होतो. नाहीतर अन्नाच्या कणासाठी तडफडत तडफडत प्राण गमावला असता. नाहीतर जोशीकाका आणि परशा यांच्यासारखाच माझाही बळी गेला असता; पण वाचलो होतो. आयुष्य जगण्यासाठी परत आलो होतो. आता त्यातल्या लहानसहान गैरसोयींनी का माझा तोल जाणार होता? अजिबात नाही.

शेवटी दीडच्या सुमारास एस. टी. आली.

आणि तासाभरात धानापूरच्या एस.टी. स्टँडवर उतरलो. तसाच स्टेशनवर गेलो. रात्री आठला गाडी होती. जळगावला गेल्यानंतर जी मिळेल ती गाडी पकडून मी पुण्याला जाणार होतो.

धानापूरमधे अजून चार-पाच तासांचा मुक्काम होता. त्या वेळेत काय करता येण्यासारखं होतं? एक नक्की - त्या विजय लॉजकडे फिरकायचंही नाही आणि

त्या रॉयल फोटो स्टुडिओमध्ये जोशीकाकांची चौकशीही करायची नाही. जोशीकाका गढीवरून परत येणार नाहीत ही माझी खात्री होती. मग शोधाशोध होणारच. धानापूर- लहानसं गाव. विजय लॉजला जोशीकाकांनी दिलेली रात्रीची भेट मॅनेजरच्या लक्षात राहिलेली असणारच. आता वाटले, शहाणपणा केला, नाव देशपांडे सांगितलं. करू देत त्यांना देशपांडेचा तपास.

पण रॉयल फोटो स्टुडिओची इमारत नुसती नजरेखालून घालायला काय हरकत होती? हे जोशीकाका तिथे राहत होते. तसा परिचय दोनच दिवसांचा - पण या जोशीकाकांची आठवण आयुष्याच्या अंतापर्यंत पुसली जाणार नव्हती. खरं तरं त्यांनी माझाच अंत करण्याचं कारस्थान रचलं होतं!

रॉयल फोटो स्टुडिओ चौकातच होता. व्यवसाय तसा फारसा भरभराटीचा दिसत नव्हता. इमारत जुनीच होती; पण नवल म्हणजे जोशीकाकांनी तेही खोटंच सांगितलं होतं. आता खरं नाव तरी जोशी होतं का नाही याचीही मला शंकाच यायला लागली होती.

कोपऱ्यावरच बुकस्टॉल होता. स्टॉलवर दोन इंग्रजी (डाक एडिशन) आणि एक स्थानिक अशी तीन वर्तमानपत्रं विकत घेतली आणि स्टेशनच्या वेटिंगरूममध्ये मुक्काम ठोकला; पण शासकीय नेत्यांच्या कोलांट्या उड्या, अपघात, भ्रष्टाचार, जबरी गुन्हे या त्याच त्या बातम्या... मी तीनही पेपर शेजारी ठेवून दिले.

उद्या दुपारी घरी पोचणार. परवा नानांची भेट होणार. त्यांना धानापूरच्या या माझ्या ट्रीपमधलं किती आणि काय सांगायचं, हा प्रश्न समोर येत होता. सर्वच्या सर्व प्रसंग सांगणं अर्थात शक्यच नव्हतं. एक तर त्यांचा विश्वास बसला नसता; पण त्याची मला फारशी फिकीर नव्हती. मला आलेला अनुभव संपूर्ण स्वनिष्ठ आणि संपूर्ण खाजगी, केवळ माझ्या एकट्यासाठीच होता. त्या अनुभवात कोठेही विसंगती नव्हती. तर्कदुष्टता नव्हती. सर्व घटना तर्कशुद्ध कार्यकारणभावाने एकमेकांना बांधल्या गेलेल्या होत्या. त्या अनुभवाला काही स्पष्टीकरण नको होतं. हाती घेतलेलं एखादं काम पूर्ण होताच बाजूला ठेवावं, तसा तो अनुभव आरंभ-मध्य-शेवट या अवस्थांमधून जाऊन शेवटी विभक्त झाला होता. व्यक्तिशः माझा त्याच्याशी आता काहीही संबंध नव्हता; पण त्या प्रखर अनुभवाने माझ्या मानसिक अवस्थेत केवढं स्थित्यंतर झालं होतं! ज्या उमेदीने आणि उत्साहाने मी या वज्रे - कुलवृत्तांताच्या कामाची सुरुवात केली होती ती उमेद किंवा तो

उत्साह- खरं तर मला माझीच शंका यायला लागली होती. वज्रे घराण्यातली एखादी व्यक्ती म्हणजे केवळ अमक्याचा पुत्र, अमकीचा पती, अमक्याचा पिता अशा आडव्या उभ्या रेषांनी जोडून एका सारणीत बसवलेला शब्द नव्हता. त्या प्रत्येकाला स्वतःचं आयुष्य होतं. कडू-गोड अनुभव होते, आशा-निराशा यांचे झोके होते- त्या नावाच्या व्यक्तीचा मी अलिप्तपणे विचार करू शकत होतो का? त्याचीच मला शंका होती.

***

जळगावला पोचल्यावर वेटिंगरूममध्ये आरामशीरपणे पडून राहिलो.

झेलम पहाटेस येणार होती; आणि आज दोन तास लेट चालली होती.

सकाळी स्टेशनवरचा चहा घेतला.

दोन तासांपैकी अर्धा तास त्यांनी मेकअप केला होता. दीड तासच लेट होती. मजल दरमजल करीत साडेतीनला गाडी पुण्याला पोचली.

घरी माझी कोणीही वाट पाहत नसणार, कारण मी येणार आहे याचीच कोणाला कल्पना नव्हती आणि तसं तार वगैरे करण्याइतकं प्रकरण महत्त्वाचं नव्हतं.

दारावरची घंटा वाजवताच दार उघडलं ते गायत्रीनेच. काहीक्षण ती माझ्याकडे नवलाने पाहतच राहिली आणि मग म्हणाली, 'अगं बाई तुम्ही! कालच तर तुमचं त्या धानापूरला पोचल्याचं पत्र मिळालं आणि आज परतही आलात!'

आत येऊन मी बॅग खाली ठेवली. 'हो, ज्या कामासाठी गेलो होतो ते काम झालं- मग तिथे कशासाठी राहायचं?'

'पण परत निघालात तरी केव्हा?'

'काल रात्री जळगावला पोचलो - आता इथे.'

'एवढा दिवसभराचा प्रवास करून तुम्ही तर अगदी फ्रेश दिसता!' ती हसत म्हणाली आणि आता माझ्याही लक्षात आलं - तसा एकूण कंटाळवाणा, दुपारच्या उन्हाच्या वेळचा प्रवास - पण आपल्याला अजिबात थकावट जाणवत नाही.

'हो, ते आहे खरं.'

'जेवण व्हायचंय ना?'

'नको, गाडीत एक डिश घेतली होती. आता चहा कर. मग स्नान वगैरे करतो. रात्रीच करीन आता जेवण. मुलं?'

'मुलं कुठं असणार आत, कॉलेजमध्ये!'

सर्वांची आयुष्यं धोपटमार्गावरून चालली होती. मी मात्र त्या मार्गाला छेदणारा काटकोनातला एक रस्ता घेतला होता. इतरांपासून हे माझं वेगळेपण - ते मला क्षणभर तरी विसरता येणार होतं का?

गायत्री चहा करायला गेली. मी खोलीत येऊन कपडे बदलले. चहा झाल्यावर सचैल स्नान करून मग कॉटवर आरामशीरपणे पडून राहिलो. तशी आदल्या रात्री शांत झोप अशी लागलीच नव्हती. आता पाहता-पाहता झोप लागली.

पण झोप शांत नव्हती. सारखी चाळवली जात होती. वेडीवाकडी स्वप्ने पडण्याइतके अकल्पनीय अनुभव मला खासच आले होते.

दारावरच्या घंटेच्या आवाजाने जाग आली.

सुरेश आला होता. गायत्रीची कल्पना होती, मी झोपलेलोच आहे.

'अरे! आवाज करू नकोस! तुझे बाबा झोपलेत आत!' ती म्हणाली.

'बाबा? बाबा आले? केव्हा?'

'अरे, जरा हळू बोल की-'

'गायत्री,' मी आतूनच मोठ्याने म्हणालो, 'मी जागाच आहे.'

सुरेश तसाच खोलीत आला. कॉटवर माझ्याशेजारीच बसत म्हणाला, 'झालं का तुमचं काम? ज्याच्यासाठी इतके लांब गेला होतात ते?'

सुरेश हा प्रश्न उपहासाने विचारत होता, की प्रांजळपणे विचारत होता हे समजायला काही मार्ग नव्हता. त्याला संशयाचा फायदा देत मी म्हणालो, 'हो- झालं. म्हणजे जेवढं होण्यासारखं होतं तेवढं झालं. सुरेश, पेशवाईच्या अखेरच्या अखेरच्या दिवसात, म्हणजे सतराशे ऐंशी- सतराशे नव्वद या काळात त्या गावी आपल्याच घराण्यातल्या वज्रे सरदारांची मोठी जहागिरी होती. आता शिल्लक आहे त्यांचे नाव आणि त्यांची प्रचंड गढी- भुईकोट किल्लाच म्हणा की. ती गढी पाहून आलो. शेवटचे सरदार दामोदरपंत वज्रे, यांच्याविषयीची माहिती गोळा करून आणली.'

सुरेश माझ्याकडे जरा नवलाने पाहत होता. मुलं बोलण्यात रोखठोक असतात.

'बाबा, यू हॅव चेंजड् ! कोणाच्या लग्नमुंजीसाठीसुद्धा तुम्ही आईला बरोबर घेऊन परगावी जाणार आणि आताचं हे किती सहजपणे केलं असं सांगताय! यू आर रिअली कूल!' कूल आजकालचा स्तुतीचा शब्द!

मी काहीच बोललो नाही. तो म्हणत होता ती गोष्ट कशी नाकारणार?'

'आता मला जरा आराम करू दे - ओके?'

'राईट, बाबा.' सुरेश आज्ञाधारकपणे खोलीबाहेर गेला.

***

रात्री आम्ही सगळे जेवायला जमलो. गायत्रीने काहीतरी तळणं काढलं होतं, आणि कोशिंबीरही केली होती. आमच्याकडे संध्याकाळच्या जेवणात सहसा एवढा थाटमाट नसायचा. माझं परतणं मला एक सामान्य गोष्ट वाटत होती- पण गायत्रीला वाटत नसावी. कदाचित तिला माझी खूप काळजीही वाटली असावी; पण मनातल्या भावना ती शब्दात फारच क्वचित वेळा मांडत असे. जवळजवळ नाहीच. माझा अननुभवीपणा तिच्या परिचयाचा होता. कदाचित म्हणूनच माझ्या सुखरूप परत येण्याचा तिला अगदी खरंच आनंद झाला असावा आणि तिला तरी दोष कसा द्यायचा? गेली सव्वीस-सतावीस वर्षं ती माझ्याबरोबर संसार करत नव्हती का? ती बोलली नाही, पण म्हणजे तिला काही दिसत नव्हतं असं थोडंच आहे?

'गायत्री, थँक यू!' मी म्हणालो.

'बाबा!' सुलेखा जवळ जवळ ओरडलीच.

'पण! हे थँक यू काय काढलंत? जेवा आता मुकाट्याने!' गायत्री.

'सुले!' सुरेश सुलेखाला म्हणाला, 'सांगितलं नाही मी, की बाबा एकदम बदलले आहेत म्हणून!'

'सुरेश एकदा सांग बरं- मी बदललो आहे म्हणजे काय झालं आहे?'

सुरेश माझ्याकडे काहीवेळ पाहत राहिला. मग म्हणाला, 'बाबा, चेंज आहे हे नक्की. शब्दांत मांडता नाही यायचं. यू लुक मोअर कॉन्फीडंट. यू लुक मोअर पॉवरफूल. पॉवर... दॅटस् द वर्ड. बघा माझ्या शब्दांचा काही अर्थ लागतो का?'

अर्थात त्याला काय म्हणायचं होतं ते माझ्या बरोबर लक्षात आलं होतं. त्या देवशक्तीच्या परिसस्पर्शाचा हा मागे राहिलेला ठसा होता.

'वेल, थँक यू सुरेश.' मी हसत म्हणालो, 'स्तुती कोणाला प्रिय नसते? मलाही प्रिय आहे. पण आपण आशा करू या, की उद्या सकाळपर्यंत तुझं आपल्या बाबांविषयीचं मत बदललं नसेल. चला आटपा आता. मी प्रवासाने थकलो आहे. लवकर झोपायचा विचार आहे.'

***

सकाळी बरोबर दहा वाजता मी नानांच्या बंगल्यापाशी पोहोचलो होतो. भेट झालीच नाही, तर निरोप ठेवणार होतो मी. फाटक उघडलं. टायगर त्याच्या जागी बसला होता. तो जागचा हललाही नाही. जागच्या जागीच त्याने शेपटी हलवली. घराला वळसा घालून मी मागे गेलो. आमच्या ऑफिसचं दार उघडं होतं. मी दारातच उभा राहिलो. नाना कसलं तरी वर्तमानपत्र वाचत होते. मी दारावर बोटाने टकटक करताच त्यांनी मान एकदम वर केली आणि डोळे आश्चर्याने विस्फारले.

'अरे! सदूभाऊ! या ना, या! या! केव्हा आलात?'

'काल दुपारी आलो' त्यांच्या समोरच्या खुर्चीत बसत मी म्हणालो.

तुमचं पत्र मिळालं; पण तिथला पत्ता नव्हता.'

मी काहीतरी बोलणार होतो, पण माझे शब्द जिभेवरच अडले. गढीत रात्री जशी ती काहीतरी वाईट, धोक्याचं येत आहे अशी जाणीव झाली होती, अगदी तशीच या क्षणी झाली. पण इथे? नानांच्या घरात? गोष्ट अशक्य वाटत होती- पण गढीतल्या अनुभवाने मला एक धडा शिकवला होता. तुमच्या इन्स्टिंक्टवर- तुमच्या अंतःप्रेरणांवर- विश्वास ठेवा.

'नाना, एवढ्यात इथे कोणी आलं आहे का?'

'माझ्याकडे? नाही बुवा!'

'मग आपल्या चिरंजीवांकडे? अरविंदरावांकडे?'

माझ्याकडे जरा चमत्कारिक नजरेने पाहत ते म्हणाले, 'पाहतो.'

त्यांनी फोन उचलला, आतल्या एक्स्टेंशनचं बटण दाबलं.

'अरविंद का? हे बघ, मी नाना बोलतोय. तुझ्याकडे एवढ्यात कोणी आलंय का?' त्याच्या उत्तरानंतर ते म्हणाले, 'जरा थांब हं- फोन बंद करू नकोस.' मग माऊथपीस तळहाताने झाकून ते म्हणाले,

'सरदार नावाचा एक शीख काही कामानिमित्त आला आहे.'

मी हात पुढे करीत म्हणालो.

'नाना, एक मिनिटभर मला फोन द्या.'

'सदूभाऊ?-' ते जरा साशंक आवाजात म्हणाले.

'नाना, खरंच द्या... महत्त्वाचं आहे...'

जरा नाराजीनेच त्यांनी फोन माझ्या हातात दिला.

'अरविंदराव, मी सदूभाऊ वज्रे बोलतो आहे- आठवतं ना? तुमच्या नानाकडे वज्रे कुलवृत्तांतासंबंधात येत असतो?'

'आठवलं, यस?'

'अरविंदराव, तुम्ही मागच्या खोलीत मिनिटभरासाठी येऊ शकाल का?'

'सदूभाऊ, मी आता कामात आहे.'

'मला माहीत आहे. पण माझ्यासाठी एक मिनिट वेळ तुम्ही नक्कीच काढू शकता, काय? प्लीज! तुमचं नुकसान तर होणार नाही?'

'यू आर ए न्यूइसंस, डू यू नो इट? ठीक आहे... येतो.'

मी फोन नानांच्या टेबलावरच्या त्यांच्या जागी ठेवला. नाना माझ्याकडे अविश्वासाने आणि आश्चर्याने पाहत होते.

'सदूभाऊ! तुमचा...'

एक हात वर करीत मी म्हणालो, 'नाना, मिनिटभर थांबा, अरविंदराव इथे येताहेतच. मग सगळा खुलासा आपोआपच होईल.'

बाहेरच्या फरशीवर बुटांचा खाड्खाड् आवाज आला आणि अरविंदा दारात येऊन उभा राहिला. हात कमरेवर होते, रागीट नजर माझ्यावर खिळली होती.

'सदूभाऊ, केवळ नानांनी तुम्हाला जवळ केलं आहे म्हणून मी तुमची अवज्ञा केली नाही. मी आलोय, सांगा! कशासाठी बोलावलंत?'

'जरा बसता का? मला तुमच्याशी एकदोन मिनिट बोलायंच आहे.'

'छ्या! तुमच्या लक्षात येत नाही का मी बिझी आहे! सांगा तिथूनच काय आहे ते! डोंट टेस्ट माय पेशन्स!' तो रागाने म्हणाला.

'तुमच्याकडे आता सरदार नावाचे कोणी आले आहेत?'

'हो.'

'ते तुमचे मित्र आहेत का? पार्टनर आहेत का? धंद्यातले सहकारी आहेत का? एखादा व्यवहार करायला आले आहेत का?'

'धिस इज टू मच! सदूभाऊ-' तो संतापाने बोलायला लागला.

मी खुर्चीवरून उठून त्याच्यासमोर जाऊन उभा राहिलो. माझ्या चेहऱ्यावर त्याला काय दिसलं माहीत नाही, त्याचे शब्द अर्ध्यावरच थांबले.

'अरविंदराव, एखाद्याचं सुहास्य वदनाने स्वागत, आणि दोन गोड शब्द, या ईश्वराच्या फुकट मिळालेल्या देणग्या आहेत. त्याही तुम्ही कुजवून ठेवल्या आहेत आणि आपला हितचिंतक कोण आणि हितशत्रू कोण यातलाही फरक तुम्हाला समजत नाही.'

दोन्ही हात डोक्याच्यावर नेत अरविंदा म्हणाला, 'तो सरदार तिथे माझ्यासाठी खोळंबला आहे आणि तुम्ही मला तत्त्वज्ञान ऐकवत आहात!' पण त्याचा आवाज खाली आला होता, नरम झाला होता.

'अरविंदराव, तुम्ही इथे तासभर थांबलात तरी तो जाणार नाही. कारण तो त्याचा व्यवहार करायला आला आहे. अरविंदराव, एकाच गोष्टीचा विचार करा. तुमच्यात काय व्यवहार होणार आहे मला माहीत नाही; पण त्याचा अवश्य विचार करा. त्या व्यवहारात तुमचा फायदा किती आणि त्याचा फायदा किती. आता स्पष्ट शब्दात सांगतो; तो माणूस चांगला नाही. तो धोक्याचा आहे. मी तर म्हणेन तो ईव्हील आहे. तो काय व्यवहार करायचा असेल तो दहादा विचार करून जाणत्यांचा सल्ला घेऊन करा. एक हितचिंतक म्हणून हे मी तुम्हाला सांगतो आहे. ऐकून घेतलंत, आभारी आहे.'

अरविंदा काही वेळ तिथेच अनिश्चितपणे उभा राहिला आणि मग अगदी खालच्या आवाजात 'ठीक आहे.' म्हणाला, आणि वळून परत बंगल्याकडे गेला.

मी परत नानांच्या समोरच्या खुर्चीवर बसलो. नाना जरा हसत म्हणाले, 'सदूभाऊ, तुमचं हे नवीनच रूप पाहतो आहे मी.'

'नाना, जी गोष्ट सांगण्यात माझा काडीचाही स्वार्थ नाही ती सांगायला काय हरकत आहे? मला जर समोर धोका दिसतो आहे तर त्यापासून मी इतरांना सावध करण्यात काय चूक आहे? उलटा विचार करा - मी जर भिडेखातर गप्प बसलो असतो, वेळीच अरविंदरावांना सावधगिरीची सूचना दिली नसती आणि काही झालं असतं... मला जन्मभर पश्चात्ताप करीत बसण्याची वेळ आली नसती का?'

'पण अरविंदा तुमचं सांगणं मानीलच कशावरून?'

'ते माझ्या हातात आहे का नाना? धोक्याचा इशारा देण्याचं माझं कर्तव्य मी केलं आहे. आता एखाद्याने तिकडे लक्षच द्यायचं नाही असं ठरवलं... तर मग आपण काय करणार?'

नाना माझ्याकडे बारीक झालेल्या डोळ्यांनी पाहत होते.

'सदूभाऊ, हा कोण सरदार काळा की गोरा तुम्ही पाहिलेला नाही. अरविंदाचा त्याचा काय व्यवहार होणार आहे याची तुम्हाला कल्पना नाही. मग तुम्ही इतक्या ठामपणे कसं सांगू शकलात की त्याला त्याच्यापासून धोका आहे?'

सकाळपासून मी मनाशी विचार करीत होतो. नानांना काय सांगायचं?

आता एकदम ठरवलं. त्यांना सर्व काही सांगायचं. त्यांचा विश्वास बसो वा ना बसो. माझ्या धानापूरच्या प्रवासाचा सर्व खर्च त्यांनी केला होता. माझ्यावर विश्वास ठेवून. तो विश्वास सार्थ करायला हवा.

आता मी बरोबर आणलेलं पाकीट समोर टेबलावर ठेवलं.

'नाना, यात माझ्या प्रवासखर्चाचा तपशील आहे आणि तुम्ही दिलेल्या रकमेतली उरलेली रक्कम आहे.

काही न बोलता नानांनी पाकीट टेबलाच्या ड्रॉवरमध्ये टाकलं.

'माझ्या प्रश्नाचं उत्तर तुम्ही दिलंच नाहीत, सदूभाऊ?'

'नाना, तुम्हाला आता तासभराचा वेळ आहे का?'

'हो, तसं काम काही नाही. पण एवढा वेळ कशासाठी?'

'मी तुम्हाला एक हकिगत सांगणार आहे. हकिगत बरीच लांबलचक आहे.'

'सदूभाऊ, आज तुम्ही ठरवून तरी काय आला आहात? मला एका मागून एक असे आश्चर्याचे धक्के देत आहात! ठीक आहे. सांगा, मला भरपूर वेळ आहे.'

'नाना, माझ्या धानापूरच्या प्रवासाची ती हकिगत आहे. मी इथून निघालो...'

मी नानांना सर्व, एकूणएक प्रसंग, पूर्ण तपशिलासह सांगितलं. त्यातला एकही मागे ठेवला नाही.

'नाना, मला कोणत्याही गोष्टीचं स्पष्टीकरण देता येत नाही. मी सांगितलेल्या गोष्टींवर विश्वास ठेवाच असाही आग्रह मी करत नाही. सर्व भ्रमभासही असतील. काय घडलं, किंवा काय घडलं असं मला वाटतं, ते तुम्हाला सांगितलं आहेच.

आता तुमच्या प्रश्नाचं उत्तर देतो. तो दैवी शक्तीचा स्रोत काही काळ माझ्या शरीरातून वाहत होता. त्याचा हा काहीतरी वारसा मागे राहिलेला आहे. सर्वसाधारण माणसाला आगीची धग जाणवते, हवेतला गारवा जाणवतो, तसा मला हा आसपासचा दुष्टपणा जाणवतो. मी खोलीत पाय ठेवल्या ठेवल्या मला जाणीव झाली की, इथे आसपास काहीतरी दुष्ट वावरत आहे. माझ्यापाशी कसलाही पुरावा नाही. फक्त माझा शब्द, पण मी तुम्हाला सर्व काही प्रामाणिकपणे सांगितलं आहे.

'नाना, माझ्यापुरता तो प्रश्न मिटला आहे. दामोदरपंतांचे ते गुप्तधन त्यांच्या त्या कप्प्यात सुरक्षित आहे. गेली दोन शतकं सुरक्षित होतं. आणखीही काही शेकडो वर्षं सुरक्षित असणार आहे. कधीकाळी धरणीकंपाने गढी ढासळली तरच तो खजिना उघड्यावर येईल, एरव्ही नाही.'

काही वेळ नाना काहीच बोलले नाहीत.

'सदूभाऊ, तुम्ही एक लोकविलक्षण गृहस्थ आहात. खरं आहे ना? एवढा लक्षावधी रुपयांचा खजिना तुमच्या पायाशी चालत आला होता.'

'नाना, माझा त्यातल्या काडीवरही हक्क नव्हता. माझ्या नशिबात असतं तेव्हा मला धन आपोआप मिळतं. तीन लाखांची रक्कम नाही का अशी विनासायास माझ्या पदरात पडली?'

'सदूभाऊ, मी वर्तमानपत्रातल्या फायनान्शियल पेजव्यतिरिक्त इतरही बरंच वाचत असतो. कधी कधी रहस्यकथा, अद्‌भुतकथा, हॉरर स्टोरीजसुद्धा. त्या कथातलीच शोभावी अशी तुमची हकिगत आहे. प्रयत्न केला तरी विश्वास ठेवायला कठीण, नाही का?'

'नाना, चार दिवसांपूर्वी मला एखाद्याने हे त्याचे स्वतःचे अनुभव म्हणून सांगितले असते तर माझीही अवस्था तुमच्यासारखीच झाली असती. पण एक आहे, आता त्या प्रकाराचा आपल्याशी काहीही संबंध नाही. दॅट चॅप्टर ईज क्लोज़्ड. पण नाना, या कुलवृत्तांताच्या कामाकडे बघण्याचा माझा दृष्टिकोन मात्र एकदम बदलून गेला आहे. माझ्यासाठी आता ती केवळ तक्त्यावरची नावं राहिली नाहीत. प्रत्येकाला त्यांचं त्यांचं आयुष्य आहे. सुखदुःख आहेत, यशापयश आहे.'

'सदूभाऊ, तुम्ही कालच परत आलात ना? आणि तुमचे अनुभव ऐकल्यावर ती ट्रीप किती कठीण होती हे ध्यानात आलं. तुम्ही आता काही दिवस विश्रांती घ्या. मग आपण भेटू या. ठरवूया पुढचं काय ते, ठीक आहे?'

'ठीक आहे. मग मी जाऊ आता?' मी विचारलं.

'अगदी खुशाल, आणि खरोखरंच आराम करा.'

मी खोलीबाहेर पडलो. बंगल्याला वळसा घालून पुढच्या भागात आलो.

'सदूभाऊ!' मागून हाक आली. मागे वळून पाहतो तो अरविंदा मोठ्या दारात उभा होता. 'जरा येता का? मला तुमच्याशी काही बोलायचं आहे.'

आता याला नकार कसा देणार? मी त्याच्या मागोमाग आतल्या हॉलमध्ये आलो. एका सोफ्यावर स्वतः बसून अरविंदाने मला समोरची खुर्ची दाखवली. मी खुर्चीवर बसल्यावर जरा वेळ तो माझ्याकडे एक टक पाहत राहिला.

'सदूभाऊ, तुम्ही मघाशी माझ्याकडे आलेल्या सरदार नावाच्या गृहस्थावर नाही नाही ते आरोप केलेत.'

'अरविंदराव,' मी हात करून त्याला मध्येच थांबवत म्हणालो, 'मी त्यांच्यावर कोणताही आरोप केला नाही. फक्त त्यांच्यापासून सावध राहाण्याची तुम्हाला सूचना केली. इशारा दिला म्हणा हवं तर.'

'तुम्ही त्यांना कधी पाहिलं तरी आहे का? त्यांचा काय व्यवसाय आहे याची तुम्हाला काही कल्पना आहे का?'

'नाही.'

'मग तुम्ही कशाच्या आधारावर असलं विधान करीत होता?'

'अरविंदराव, कधी कधी तुमच्या धंद्यातही तुम्ही एखादा निर्णय केवळ इनूस्टिकने, हंचने घेताच की नाही? मग असं समजा... की, माझा आपला तो एक हंच होता. पण मी फक्त तुम्हाला एक इशारा दिला होता. शेवटी तुमचा निर्णय तुम्हीच घ्यायचा आहे. आता एक विचारतो... त्या सरदाराबद्दल तुमच्या मनात काहीतरी शंका आली असली पाहिजे. नाहीतर तुम्ही माझ्यापाशी हा विषय काढलाच नसता.'

अरविंद हसत म्हणाला, 'सदूभाऊ, तुमचा स्वतःबद्दल काहीतरी गैरसमज झालेला दिसतो. नानांनी तुमच्या काही सूचना मानल्या असतील; पण त्याचा अर्थ असा होत नाही की, जगातले सर्वच जण तुमच्या उपदेशासाठी आणि

मार्गदर्शनासाठी अगदी आतुर झालेले आहेत. मी तुम्हाला एवढेच सांगतो की, त्या सरदाराशी माझा खूप फायद्याचा व्यवहार ठरला आहे. निदान आता तरी ही डोसबाजी पुरे करा.'

नवल म्हणजे त्याच्या उपहासाचा किंवा व्याजोक्तीचा मला यत्किंचितही राग आला नाही. मी अगदी मवाळ आवाजात म्हणालो, 'अरविंदराव, तुमचाच माझ्या संबंधात काहीतरी गैरसमज झालेला दिसतो आहे. अहो, तुमचं कल्याण व्हावं, तुमचं भलं व्हावं, हीच तर माझी मनोमन इच्छा आहे. केवळ त्या इच्छेपोटीच तुम्हाला सूचना केली होती की, प्रत्येक पाऊल विचार करून टाका.' त्याक्षणी माझ्या मनात खरोखरंच त्याच्याबद्दल सदिच्छेशिवाय दुसरा विचारही नव्हता. फूल जर सचेतन असेल, कॉन्शस असेल, तर त्याला आपल्यापासून दशदिशांना पसरत जाणाऱ्या, लोकांना आनंद देणाऱ्या, सुगंधाबद्दल असंच वाटत असेल. एक संपूर्ण निःस्वार्थी, निर्मोही भावनावस्था.

मी उठून त्याच्याजवळ आलो. त्याच्या खांद्यावर हात ठेवून म्हणालो, 'अरविंदराव, माझ्याकडून तुम्हाला सर्व शुभेच्छा! मी जाऊ आता?'

शेवटच्या पाच-सात सेकंदात त्याच्या चेहऱ्यावर मोठे विलक्षण भाव आले होते. माझ्या हातावर हात ठेवत तो म्हणाला, 'सदूभाऊ, आय ॲम सॉरी. तुम्हाला मी असं बोलायला नको होतं. खरंच मला माफ करा. आय ॲम सॉरी.

दुसऱ्या हाताने त्याच्या खांद्यावर हलकीशी थाप मारून मी तिथून निघालो. मागे पाहिले नाही. पण तो माझ्या मागोमाग हॉलच्या दारापर्यंत आला असावा.

२०.

मला घरी परत यायला बराच उशीर झाला होता; पण गायत्री माझ्यासाठी जेवायची थांबली होती. कुलवृत्तांताच्या कामासाठी नानांकडे जात असतो हे माहीत असल्याने तिने 'कुठे होतात? इतका उशीर का झाला?' इत्यादी फालतू चौकशी करण्यात वेळ दवडला नाही.

गेले तीन-चार दिवस मी विलक्षण ताणाखाली वावरत होतो. प्रत्यक्ष त्यावेळी जे आवश्यक ते केलंच होतं; पण अशा शारीरिक धावपळीची आणि मानसिक तणावाची अजिबात सवय नव्हती. आता तो शीण जाणवत होता. जेवण झाल्यावर मी जरा वेळ आडवा झालो, ती अगदी गाढ झोपच लागली. साडेतीन-चारला केव्हातरी जाग आली. बाहेरच्या खोलीतून टीव्हीचा आवाज येत होता. गायत्री कोणतीतरी मालिका पाहत असावी. दुपारच्या वेळी खास स्त्रीप्रेक्षक नजरेसमोर ठेवून तयार केलेल्या सास... बहू... माँ... बाप... जिजाजी... दादी... नानी अशी भरपूर पात्रं असलेल्या मालिका; पण गायत्रीला तरी दोष कशासाठी द्यायचा? तिने तरी आपल्या वेळ कसा घालवायचा? मी ऑफिसात जात होतो. ती घरी एकटीच असायची. मी माझ्या ऑफिसच्या एकसुरी रटाळ कामाच्या जोखडाला वैतागलो होतो. पण तीही दिवसांमागून दिवस, वर्षामागून वर्ष तेच ते घरकाम करत आली नव्हती का? ज्याचं कधी श्रेय मिळत नाही, ज्याचा कधी मोबदला मिळत नाही. उलट इतरांच्या अपेक्षा मात्र खूप असतात. पती, मुलं घरी परत आली की, आई त्यांना स्वागतासाठी हजर असावी असं वाटतं. एखादा कप

गरम चहा मिळावा अशी त्यांची अपेक्षा असते; पण ती त्याच त्या कामांना कंटाळत असेल, त्याच्यापासून काही दिवस सुटका मिळण्याची आशा करीत असेल... याचा कोण विचार करतो? आजपर्यंत तिने स्वतःसाठी काहीही मागितलेलं मला आठवत नाही.

पण मी जेव्हा घरखर्चाची कशी सोय केली आहे, माझ्या पेन्शनच्या रकमेचं मी काय करणार आहे हे अगदी एखाद्या आकाऊंटंटसारखं सांगत होतो, तेव्हा गायत्रीने मला छेडलं होतं. कधी आवाज न चढवणारी गायत्री तेव्हा फणकाऱ्याने म्हणाली होती. 'माझा काही विचार केलात का? मला काही बदल हवा असेल, मला दहा-पंधरा दिवसांसाठी कोठे यात्रा, सहलीवर जाण्याची इच्छा असेल, मीही या रोजरोजच्या कामाला कंटाळले असेन... याचा काही विचार केलात का?' अर्थात तो विचार मी केला नव्हता आणि माझी चूक मान्यही केली होती. कुलवृत्तांताचं काम पूर्ण झालं की, तिच्या मनासारखं नक्की करीन असं आश्वासनही दिलं होतं. तेवढ्यावर समाधान मानून ती बिचारी गप्प बसली होती.

पण आता समजलं होतं, हे काम असं पाहता पाहता हातावेगळं होण्यासारखं थोडंच आहे? पत्रव्यवहार होणार... स्मरणपत्रं पाठवली जाणार... शिवाय ते पाटणकर काही काही माहिती गोळा करून आणणार... थोडक्यात, म्हणजे काम संथ गतीने चालणार होतं आणि अशी एक तारीखही मनाशी ठरवता येत नव्हती की, त्या तारखेस ते काम हातावेगळं होईल.

मी बाहेर येताच गायत्रीने टीव्ही बंद केला.

'राहू दे की टीव्ही चालू... मीसुद्धा पाहीन की!' मी म्हणालो.

'काही पाहण्यासारखं नाही. दुसरं काही पाहण्यासारखं नाही म्हणून या असल्या मालिका पाहायच्या! दहा मिनिटं झाली, कथानक तसूभरदेखील पुढे सरकलेलं नाही. ते राहू द्या. चांगली झोप लागली होती तुम्हाला!'

'हो. दोन दिवसांचा थकवाही होता. गायत्री, मागे तू एकदा म्हणाली होतीस... आठ-पंधरा दिवसांच्या यात्रा-सहलीवर जायचं म्हणून.'

'हो, म्हणाले होते. पण हे तुमचं काय ते कुलवृत्तांताचं काम चाललंय ना!'

'अगं, ही कामे वर्षानुवर्षं चालतात. आठ-दहा दिवसांनी त्यांच्यात काही फारसा फरक पडत नाही. आता एक सांग. ट्रीपवर आपण दोघांनीच फक्त जायचं का चौघांनी मिळून जायचं?'

'त्यांना विचारू या आज रात्री, पण मला नाही वाटत दोघं आपल्याबरोबर येतील. आपल्या आणि त्यांच्या आवडीनिवडी वेगळ्या आहेत. मी तर म्हणेन एखाद्या टूर कंपनीबरोबरच जाऊ या. माझ्या ओळखीच्या एकदोघी जाऊन आल्या आहेत. त्यांना फारच चांगला अनुभव आला. सगळे बरोबरीचे लोक असतात. शिवाय तिकीट, रिझर्व्हेशन, हॉटेल, लॉज ही यातायात आपल्याला करावी लागत नाही. आता माझं मत विचारलंत म्हणून सांगितलं.'

***

मुलांशी बोलणं झालं. गायत्री म्हणाली तसंच झालं. त्यांनी आम्हा दोघांनाच ट्रीपवर जायला सांगितलं. मागे घराची काही काळजी करू नका म्हणूनही सांगितलं. मी नानांना पोस्टकार्डने आमचा बेत कळवला आणि पाच दिवसांनी आम्ही सकाळी कोकण दर्शन सहलीवर निघालो. जवळजवळ चाळीस प्रवासी होते. एक-दोन दिवसातच ओळखी वगैरे झाल्या. आमच्यातले काही म्हणजे बरेचसे पूर्वी अशा सहलींना गेलेले होते. मला आणि गायत्रीला मात्र हा एकदम नवा अनुभव होता. गायत्री तर इतकी खुश होती! सकाळी आयता चहा, स्नानाची सोय, मग गरमागरम नाश्ता, की भ्रमंतीसाठी बाहेर. परत आलं की, जेवण तयार, दुपारी गप्पा माराव्यात, नाहीतर पत्ते खेळावेत, नाहीतर खुशाल ताणून द्यावी. शिवाय दररोज आसपासचा बदलता निसर्ग. कधी दाट झाडी, तर कधी अफाट समुद्रकिनारा. सर्वच नवीन. आमचे बारा दिवस कसे पाहता पाहता गेले ते समजलंच नाही.

संध्याकाळी ठरल्यावेळी घरी परत आलो.

शेवटचे एक-दोन दिवस मात्र घराची ओढ लागली होती. घरात पाय टाकताच कसं छान वाटलं. सुलेखाने आमच्यासाठी चहा करून आणला. दोघांनी घर कसं आरशासारखं स्वच्छ ठेवलं होतं.

चहाबरोबर सुलेखाने नानांचं कार्ड माझ्या हातात दिलं. कार्डावरची तारीख दोन दिवसांपूर्वीची होती. मजकूर त्रोटकच होता.

'सदूभाऊ,

ट्रीपवरून आल्या आल्या माझी गाठ घ्या. जरा प्रॉब्लेम झाला आहे.

नाना.'

निकड असल्याखेरीज नाना असं पत्र लिहिणार नाहीत.

मी कपडे बदलले आणि सरळ नानांच्या बंगल्याची वाट धरली. पत्रावरून काहीच कल्पना येत नसल्याने तर्क करण्यात काही अर्थच नव्हता.

❉ ❉ ❉

२१.

बाहेरच्या मोठ्या दारावरची घंटा वाजवताच नानांच्या नातवाने दार उघडलं. तो तर माझी ओळख मागेच विसरला होता. 'नाना आहेत ना रे?' मी त्याला विचारलं.

'अरे! सदूभाऊ!' या... या...!'

मी त्यांच्या मागोमाग हॉलमध्ये गेलो आणि टीव्हीच्या समोरच्या दोन खुर्च्यांवर आम्ही बसलो. जिथे आमची पहिली भेट झाली होती.

'आजच परत आलो, नाना. आल्या आल्या तुमचं कार्ड मिळालं.'

'छान झालं, आलात. ट्रीप कशी झाली?'

'अगदी उत्तम, पण नाना...'

'सांगतो, सगळं सांगतो. या, आतल्या खोलीत बसू या.'

जी खोली नाना घरात ऑफिस म्हणून वापरत असत त्या खोलीत आम्ही गेलो. नाना टेबलामागे बसले नाहीत. माझ्या शेजारच्या खुर्चीवर बसले.

'सदूभाऊ, अरविंदकडे तो सरदार नावाचा शीख आला होता.'

'हो, मला माहीत आहे.'

'त्यावेळी तुम्ही अरविंदला सावध राहण्याची सूचना केली.'

'हो, तेही मला आठवतं.'

'अरविंदाने तुमच्या शब्दांकडे लक्ष द्यायला हवं होतं, पण नाही ना!'

'नाना, काय झालं आहे ते नीट सांगा. मला काही उलगडा होत नाहीये.'

'त्या सरदारानं अरविंदाला चांगलंच गोत्यात आणलंय हो.'

मला एक कळत नव्हतं. या श्रीमंत लोकांचे लाखालाखाचे व्यवहार चालणार... माझ्यासारख्या नुसत्या कागदावर आकडेमोड करणाऱ्याला यातलं काय समजणार? नानांचे आर्थिक व्यवहार कायदेशीर, सल्लागार असणारच की, मला नानांनी कशाला बोलावून घेतलं होतं?'

'नाना, तुम्हाला वाईट वाटणं सहाजिकच आहे. आय. ॲम ऑल्सो सॉरी. पण मला समजत नाही माझा यात कोठे संबंध येतो ते.'

'सदूभाऊ, अरविंदाच्याच सांगण्यावरून तुम्हाला कार्ड लिहिलं होतं.'

'अरविंदाच्या सांगण्यावरून?'

'हो, बरं झालं तुम्ही आता आलात. तो एवढ्यात येईलच ऑफिसमधून.'

आता अरविंदा मदतीसाठी माझ्याकडे का वळला होता याचं उत्तर नानांना थोडंच माहीत असणार? अरविंदाची वाट पाहणे आले.

'तुम्ही दोघं... तुम्ही नि सौ. गेला होतात ट्रीपवर, नाही का?'

'हो.'

'त्यांची प्रकृती कशी आहे? म्हणजे ट्रीपमध्ये काही त्रास वगैरे झाला का?'

'नाही... नाही. अजिबात नाही.'

हे अर्थातच औपचारिक संभाषण होतं. नानांचं लक्ष दुसरीकडेच होतं. बाहेर गाडीचा आवाज आला. आवाज नानांच्या ओळखीचा असावा. 'आलाच अरविंदा.' नाना म्हणाले.

पाच-सात मिनिटातच अरविंदा आतल्या दारातून हॉलमध्ये आला.

यापूर्वी जी जाणीव मला झाली होती तीच त्या क्षणी झाली.

खोलीत काहीतरी अशुद्ध, अपवित्र, वाईट आलं आहे.

अत्यंत स्पष्ट, अत्यंत निर्विवाद अशी जाणीव.

पण अरविंदा? मी त्याच्याकडे निरखून पाहिलं. तशी आमची भेट दोन-तीन वेळा झाली होती; पण मला तरी त्याच्यात काहीही बदल दिसत नव्हता.

'आलात सदूभाऊ? छान!'

'पण अरविंदराव...'

'अरविंदराव सोडा हो... नुसतं अरविंद म्हणा.'

'ठीक आहे, अरविंद. तर अरविंदा, नाना म्हणताहेत तूच त्यांना ते कार्ड लिहायला सांगितलंस? पण का? माझी अशी काय मदत होण्यासारखी आहे?'

'कारण, तुम्हाला त्या सरदाराचं स्वरूप पाहिल्या क्षणीच उमगलं होतं. तुम्ही मला त्याच्या संबंधात धोक्याची सूचना दिली होतीत; पण आम्ही आमच्याच शहाणपणाच्या घमेंडीत वावरणार ना!'

'काय झालं आहे ते तरी सांगशील?'

'हो... सांगतो ना! म्हणजे काय आहे... त्याचं काय आहे...' अरविंदाचा चेहरा गोंधळल्यासारखा दिसायला लागला. 'म्हणजे काय झालंय... काहीतरी गोंधळ झालाय खरा... पण मला नीट सांगता येत नाही.'

धूपपात्र खोलीत फिरवलं की, त्याचा उग्र दर्प जसा खोलीभर पसरून राहतो तसा तो एक 'खास' दर्प मला क्षणाक्षणाला जाणवत होता. मला तो माझ्या पाकिटातला ताम्रपत्राचा बाण आठवला. तशी ती एक जड वस्तू; पण स्वतःबरोर नेहमी एक पवित्र, शुद्ध शक्तीचं कवच वागवीत असते. दैवी शक्तीचा संकेत, चिन्ह, खूण. मग तशीच एखादी पाशवी, अपवित्र, दुष्ट शक्ती स्वतःबरोबर वागवणारी एखादी वस्तू अरविंदाजवळ असेल? एक कल्पना... पण चाचणीला काय हरकत होती?

'अरविंद, हे बघ... का विचारू नकोस. तुझ्या खिशात जे जे काही असेल ते ते सर्व टिपॉयवर काढून ठेव पाहू.'

'सदूभाऊ...'

'मी सांगतो त्यामागे एक कारण आहे. मला तू मदतीसाठी बोलावलं आहेस ना? मग मी सांगतो तसं कर.'

'ठीक आहे.' तो म्हणाला आणि त्याने मॅनिल्याच्या, पॅंटच्या खिशातील वस्तू एकामागून एक टिपॉयवर काढून ठेवल्या. रुमाल, किल्ल्यांचे दोन जुडगे, गॉगल, पेन, बॉलपेन, कसलीशी गोळ्यांची पट्टी, पैशाचं पाकीट... एक लहान कंगवा, स्प्रेची एक बाटली.

'बस् एवढंच.' अरविंद म्हणाला.

मी खुर्चीवरून उठलो.

'माझ्याबरोबर हॉलमध्ये चल.' मी म्हणालो. त्याच्याकडे न पाहता मी हॉलमध्ये आलो. पाच-सात सेकंदात तोही माझ्या मागोमाग हॉलमध्ये आला.

अजूनही ती 'वाईट' जाणीव गेली नव्हती. आता काय असणार? मी अरविंदाकडे पाहत असताना त्याने उजव्या हाताने मॅनिल्याची कॉलर सरळ केली. मला त्याच्या उजव्या मनगटाला बांधलेला काळा गंडा दिसला. गंडा? याच्या हाताला? अरविंदा काही जुन्या चालीरीती, समजुतीवर विश्वास ठेवणारांपैकी वाटत नव्हता.

'तुझ्या मनगटाला काय बांधलं आहे?' मी विचारलं.

'माझ्या?' त्याने स्वतःच्या हाताकडे पाहिलं. 'अरे!' स्वतःशीच म्हणत त्याने डाव्या हाताने तो गंडा चाचपून पाहिला. 'कमाल आहे! मला तर आठवतच नाही कधी बांधला तो!'

मी त्याचा उजवा हात हातात घेऊन काळ्या गोफाचा तो गंडा निरखून पाहू लागलो. तापलेली सळई चेहऱ्याजवळ आणली की, धग वाढते तशी गंडा जवळ येताच मला ती 'दुष्टपणा'ची जाणीव अधिक प्रखर झाल्यासारखी वाटली. एक क्षणभर तर समोरचा देखावाच विरघळला. त्या काळ्या गोफाच्या जागी वळवळणारे फिसकारणारे काळे सर्प दिसायला लागले... मानेला झटका देताच नजर पूर्ववत साफ झाली.

'अरविंद, तुझ्यापाशी ब्लेड असलं तर हा गंडा ब्लेडने कापून टाक.' मी त्याला सांगितलं. तो आत गेला आणि पाच-सात मिनिटात बाहेर आला. त्याच्या डाव्या हातात ब्लेड होतं. ब्लेड माझ्या हातात देत तो म्हणाला, 'हे घ्या सदूभाऊ.'

तसा गंडा फारसा घट्ट बांधलेला नव्हता, पण ब्लेडने हाताची त्वचा कापू नये म्हणून मी माझ्या खिशातलं बॉलपेन गंड्याच्या आतून घालून तो जरा वर धरला आणि ब्लेडचं पातं त्या काळ्या गोफावरून फिरवलं. ब्लेड धारदार होतं, पण त्या काळ्या गोफावर त्याचा काही परिणाम होत नव्हता. जणू काही तो पोलादासारख्या एखाद्या धातूचाच बनवला होता.

म्हणजे गोष्ट साधी नव्हती.

मला माहीत नाही ती कल्पना माझ्या मनात अचानक कशी आली ते.

एकाएकी मला माझं पाकीट आणि त्यातला तो तांब्याचा बाण आठवला.

'थांब हं...' मी म्हणालो. खिशातून पाकीट काढलं. त्यातला तो लाल पत्रा बाहेर काढला. मघासारखाच गंडा बॉलपेनवर धरून त्याला त्या ताम्रपटाच्या कडेचा स्पर्श केला.

स्पर्श केला मात्र... एखादं रबर तुटून लांब उडावं तसा तो गंड्याचा गोफ लांबवर उडून पडला. हा गोफ हा काय प्रकार आहे हे आपण पाहिलंच पाहिजे अशी निकड मला जाणवत होती. मी त्या खाली फरशीवर पडलेल्या गोफावर बुटाचा पाय ठेवला आणि अरविंदला म्हणालो, 'तुमच्याकडे एखादा चिमटा आहे का रे?' दोनचार मिनिटातच अरविंद स्टेनलेसचा एक पाच इंची फोरसेप घेऊन आला. मी खाली वाकून त्या चिमट्यात तो गोफ व्यवस्थित पकडला (त्या गोफाला स्पर्शही करायची माझी इच्छा नव्हती) आणि अरविंदाला म्हणालो, 'चल... बाथरूममध्ये जाऊ या.'

आम्ही बाथरूममध्ये आलो.

'टाइल्स वगैरे धुण्याचं ॲसिड असेल ना?' मी विचारलं.

कोनाड्यातल्या वरच्या कप्प्यातून त्याने निळ्या काचेची बाटली काढली. शेल्फमध्ये एक जुना कप होता. अरविंदाला मी त्या कपात ॲसिड ओतायला सांगितलं आणि कप खाली ठेवून चिमट्याला तो गोफ ॲसिडमध्ये टाकला.

गोफ आत पडताच द्राव फसफसून आला. त्याला लाल रंग आला. गोफ हलताना दिसत होता. ती हालचाल फसफसणाऱ्या द्रवामुळे होती, की तो गोफ स्वतःच वळवळ करीत होता हे समजणं मुष्कील होतं.

मिनिटाभरात फसफस थांबली.

द्राव लालसर रंगावर गेला होता. आता द्रावापेक्षा लांबलचक केसांचा पुंजका दिसत होता.

'सदूभाऊ, हा काय प्रकार आहे हो?' अरविंदाने विचारलं.

'अजून आपल्याला माहीत नाही, पण लवकरच माहिती होणार आहे. आता तुला कसं वाटतं?'

'सदूभाऊ, अहो केवढ्या मोठ्या चुका करून बसलो आहे हो मी! अगदी झोपेतून जागं झाल्यासारखं वाटतं!

'अरविंदा, मला तर अशी शंका येते की, या सरदाराने तुझ्या मनगटाला गंडा बांधून त्याचा काहीतरी कार्यभाग साधून घेतला असावा. तुला काहीही आठवत नाही का काय झालं ते?'

'माझं ऑफिस रेकार्ड पाहतो. या सरदाराशी जर काही व्यवहार झाला असेल तर त्याची लेखी नोंद कुठेतरी असणारच, पण आता काय करायचं, सदूभाऊ?'

'मला वाटतं त्याचं काम पूर्ण झालेलं नाही अजून, नाहीतर त्याने तो गंडा तुझ्या मनगटावर ठेवलाच नसता. तो नक्कीच पुन्हा तुला भेटणार आहे. मी एक सांगतो ते कर... अशाच काळ्या गोफाचा एक साधा गंडा हाताभोवती बांधून ठेव. तुझं मनगट कोरं दिसलं तर त्याला शंका येईल. ते व्हायला नको.

'पण सदूभाऊ, हे गंडा प्रकरण आहे तरी काय?'

'अरे, मी त्यातला थोडाच जाणकार आहे? आपण साधी माणसं या भलत्या वाटेला कधी जात नाही रे...' (पण शब्द उच्चारतानाच मला गढीतल्या अनुभवांची आठवण येत होती. नकळत त्यात गोवलो गेलो होतोच की नाही? मग हाही त्यातलाच एक प्रकार होता की काय? आणि अर्थात पुढचा विचार... आयुष्याची सरळ सोपी वाट सोडून मी या आडमार्गावर, वाममार्गावर म्हणा... कसा पोहोचत होतो? का माणूस स्वतःच्या भवितव्याचा स्वामी नाहीच. इतर कोणतीतरी अदृश्य, अज्ञात शक्ती त्याला कठपुतलीसारखी, बुद्धिबळाच्या पटावरच्या एखाद्या प्याद्यासारखी इकडून तिकडे हलवत आहे? नाचवत आहे?) जरा थांबून मी म्हणालो, 'पण समाजात वावरलं की काही गोष्टी कानावर येतातच रे. म्हणे सधवा, अहेवपणी मृत्यू पावलेल्या स्त्रियांचे केस या कामात वापरतात. म्हणे नवजात मृत अर्भकाचं रक्तही वापरतात. समर्थन असं देतात की, मनातली आशा, आकांक्षा, अपेक्षा शरीरामार्गे रक्त, केश, नखं इत्यादी अवयवांत उतरते. गोष्टी खऱ्या असतील किंवा नसतील, पण ज्यांचा त्यांच्यावर विश्वास आहे असे लोक आपल्या स्वार्थी, दुष्ट हेतूसाठी त्यांचा वापर करतातच. त्या गोफाने जो लाल अर्क बाहेर सोडला, मागे जो केसांचा पुंजका राहिला त्याला हे एकच स्पष्टीकरण मला तरी सुचतं. अरविंदा, आता सावध राहा. तू म्हणतोस तसा ऑफिस रेकॉर्डमध्ये तपास जरूर कर. हा सरदार तुला कॉंटॅक्ट करीलच. आतापर्यंत तो तुला कुठे भेटला आहे? इथे? ऑफिसमध्ये?'

'सदूभाऊ, इथे सुरुवातीस भेटला होता. मग ऑफिसमध्ये भेटला होता... त्याच्यानंतर काय झालं मला आठवतच नाही.'

'शक्यतर भेट इथेच ठरव. मागच्या बाजूला खोल्या आहेत ना? त्यातली जी वापरात नसेल ती खोली निवड आणि कसंही करून मला निरोप पाठवा. त्या भेटीच्या वेळी मी हजर राहणार आहे.' (हे शब्द बोलता बोलताच मागे एकदा जसा तो पुनःप्रत्ययाचा...डेया व्हूचा... अनुभव आला होता तसाच आताही

आला. तोंडातून शब्द बाहेर पडल्यावर जाणवायचं, हो, आपण हेच पूर्वी कधीतरी बोललो आहोत आणि पुढे समोरची व्यक्ती काय बोलणार आहे याचीही जाणीव असायची. या चमत्कारिक जाणिवेचं कोणतंही स्पष्टीकरण मी देऊ शकत नाही.

'अरे! करताय तरी काय तुम्ही इतका वेळ?' नाना आतल्या खोलीतून बाहेर आले होते आणि विचारीत होते.

'चला नाना, आत चला. तुम्हाला सांगतो...' मी म्हणालो आणि आतल्या खोलीत खुर्च्यांवर बसल्यावर मी नानांना आता घडलेला सर्व प्रसंग अगदी तपशीलवार सांगितला.

'हे काय होतंय. त्यात मीच का गोवला जातोय दरवेळी. मला माहीत नाही; पण आतून एकप्रकारची सक्ती जाणवत असते. आता आपण अमूकअमूक करायला हवं... करायलाच हवं... त्याच्यापासून काहीही सुटका नसते.'

'सदूभाऊ,' नाना जरासे हसत म्हणाले, 'माझं रटाळ कंटाळवाणं आयुष्य तुम्ही एकदम थरारक करून टाकलं आहे. त्या गढीवरची हकिगत चार-पाचशे मैलांवरची तरी होती. आता तर प्रत्यक्ष इथेच! माझ्याच घरात!'

'नाना, आता मी सांगतो त्याच्यावर तुमचाही विश्वास बसणार नाही. तो सरदार कोण आहे, कसा आहे, त्याचा काय हेतू आहे, अरविंदाला त्याने त्याच्या अमलाखाली कसं काय आणलं होतं. आता तो काय करणार आहे आणि संपूर्ण अनभिज्ञ असा मी, माझं नाक या प्रकरणात का खुपसत आहे... एकाही प्रश्नाचं उत्तर मला माहीत नाही. पण आतून एक सक्ती आहे... मला ते करायलाच हवं.'

'आता काही माहीतच नाही म्हणता, तेव्हा तुम्हाला प्रश्न विचारण्यात अर्थच नाही, नाही का? सदूभाऊ, एक गोष्ट मात्र नक्की... तुम्ही त्या धानापूरच्या ट्रीपवर जाऊन आलात ते बदलून आलात.'

'नाना! मी आहे तोच आहे! मी काय बदलणार?'

'नक्की शब्दात मांडता येत नाही...पण तो बदल चांगला आहे.'

मी नानांचा निरोप घेण्यासाठी उठलो.

'नाना, अरविंदला मी त्या सरदाराची भेट ठरवायला सांगितलं आहे आणि ती भेटीची वेळ तो मला कळवणार आहे. त्या भेटीच्या वेळी तिथे प्रत्यक्ष हजर राहण्याचा माझा विचार आहे. तेव्हाच आपण भेटू या... ठीक आहे?'

'ठीक आहे... अच्छा तर.'

२२.

माझ्या नानांच्या घरच्या भेटी आता घरातल्या सर्वांच्या परिचयाच्या झाल्या होत्या. काहीतरी प्रॉब्लेम झाला आहे म्हणून नानांनी मला खास बोलावून घेतलं होतं ही गोष्ट कोणाच्या ध्यानात आलेली दिसली नाही. बरंच झालं, नाहीतर भाराभर प्रश्नांना उत्तरं आणि स्पष्टीकरणं देत बसण्याची पाळी आली असती.

मी परत आलो तेव्हा अर्थात बराच उशीर झाला होता; पण रात्रीचं जेवण सर्वांनी मिळून एकत्र घ्यायचं असा आमचा घरचा एक अलिखित नियम होता. तेव्हा ताटकळत का होईना, पण मुलं जेवण्यासाठी थांबली होती. आम्ही टेबलाभोवती बसलो, पण सगळ्यांचं लक्ष माझ्याकडे होतं. ते माझ्याकडे अपेक्षेने पाहत होते.

'काही झालंय का? काही माझ्या नजरेतून सुटलंय का?' मी विचारलं.

'पानात काय काय आहे पाहा ना! सगळा स्वयंपाक सुलेखाने केलाय!' गायत्री अभिमानाने सांगत होती. मी ताटाकडे पाहिलं. फुलके होते, वाटीत तूप होतं, बटाट्याच्या चौकोनी लांब कापांची परतलेली भाजी होती. डाव्या हाताला मुळा, बीट, गाजर यांची कोशिंबीर होती.

'सुलेखा, अभिनंदन!' मी म्हणालो, 'पदार्थाची चव पाहतोच आता, पण तू जे श्रम घेतलेस त्याचं मला कौतुक वाटतं.'

'मला तिनं स्वयंपाकघरात फिरकू दिलं नाही!' गायत्री म्हणाली.

पदार्थाची चव खरोखरीच छान होती; पण त्यापेक्षा तिला प्रयत्न करावासा वाटला त्याला माझ्या मते जास्त महत्त्व होतं.

***

तीन दिवसांनी मला अरविंदाचं पत्र मिळालं.

शनिवारी संध्याकाळी (पत्र मिळालं तो वार गुरुवार होता) सातच्या सुमारास सरदार नानांच्या घरी येणार होता. अरविंदाने मला जरा लवकरच यायची सूचना केली होती. शेवटी विचार केला... या गोष्टी मी काही आपण होऊन करीत नव्हतो. जो कोणी मला हे करायला भाग पाडत असेल त्यानेच माझी काळजी घ्यावी.

नाना, अरविंद दोघंही हॉलमध्ये होते. मी आत आल्या आल्या अरविंद उठला आणि म्हणाला, 'सदूभाऊ, चला... मागे एक खोली तयार केली आहे ती दाखवतो.'

मी नानांच्याकडे पाहताच ते म्हणाले, 'तुम्ही जा त्याच्याबरोबर सदूभाऊ, मी इथे आरामात टीव्ही पाहत बसणार आहे.'

मागच्या बाजूची जी खोली मी आणि नाना ऑफिस म्हणून वापरत होतो, तिला लागून असलेली खोली अरविंदाने उघडली. खोलीत एक टेबल, तीन खुर्च्या एवढंच सामान होतं. दोन्ही खोल्यांना जोडणारं एक दार भिंतीत होतं. ते मी आता उघडून ठेवलं. मनात असा एक विचार आला होता की, सरदार आणि अरविंदा यांच्या भेटीच्या वेळी आपण मागेच या ऑफिसच्या खोलीत थांबावं. त्या दोघांत काय बोलणं होतंय ते आपोआपच कळेल आणि कोणत्याही क्षणी त्यांच्यासमोर जाऊन उभं राहता येईल.

टेबलावर दोन-तीन फायली होत्या. टेबलापाशी उभा राहून अरविंद त्या फायलीवर बोट आपटत म्हणाला, 'सदूभाऊ, गेल्या पाच-सात दिवसांत मी या सरदाराबरोबर तीन डील केलेले दिसतात. इतक्या वर्षांचा अनुभव असताना हे डील केलेच कसे? उघड उघड दिसत आहे की, त्यात मी फसवला गेलो आहे. मी त्यांच्यावर सह्या केल्याच कशा? सदूभाऊ, तो गोफाचा प्रकार झाला आणि मी एकदम झोपेतून जागा झाल्यासारखं वाटलं. तुमच्या सूचनेप्रमाणे सर्व व्यवहार तपासले. पण बँकेच्या मॅनेजरची गाठ घेतली. काल आणि परवा जवळजवळ बावीस लाख रुपयांचे चेक वटणार होते. ते चेक माझ्या लेखी संमतीशिवाय वटवले जाऊ नयेत अशा सूचना मी बँकेला दिल्या आहेत. चेक वटला नाही हे पाहताच सरदाराचा मला फोन आला. अर्थात तो कोर्टात जाऊ शकतो. करारातल्या अटी एकतर्फी आणि माझ्या तोट्याच्या असल्या तरी करार मी स्वखुशीने केलेले आहेत. तेव्हा तसं कायदेशीर संरक्षण कमकुवत आहे.'

'अरविंदा, हा सरदार तुला प्रत्यक्ष भेटायला आला होता?'

'नाही... त्याने फोन केला होता आणि फोनवर अगदी तावातावाने बोलत होता.' अरविंद म्हणाला, 'त्याला माझी अगदी लगोलग भेट हवी होती, पण तुमची सूचना लक्षात होती. तुमच्यापर्यंत निरोप पोहोचायला हवा होता. तेव्हा मी त्याला आताची संध्याकाळची वेळ दिली. मी ताबडतोब भेटायला नकार दिला त्यानेही तो संतापला होता. पण मला वाटतं तो जरासा गोंधळलाच होता.'

'गोंधळणारच! गेले काही दिवस तू त्याची प्रत्येक आज्ञा एखाद्या गुलामासारखा ऐकत होतास. आता एकाएकी असा स्वतंत्र बुद्धीने वागायला लागलास. ती अपेक्षा त्याने केलेली नसणार. कारण त्याला माहीत होतं तुझ्या मनगटाभोवती त्याचा मंतरलेला गंडा आहे. ठीक आहे. मी मागच्या खोलीत आहे. तो एवढ्यात येईलच. त्याच्याशी अगदी नॉर्मल, एखाद्या व्यावसायिकासारखा वाग... पाहू या काय होतं ते...'

मी मागच्या खोलीत गेलो आणि खुर्चीत बसून राहिलो.

***

पाच-सात मिनिटातच मला ती जाणीव झाली. ती क्षणाक्षणाला जास्त प्रखर होत चालली होती; पण तो बंगल्याच्या फाटकापाशी पोहोचायला बराच वेळ लागला. तो फाटकापाशी पोहोचताच टायगरने गुरगुरून आणि भुंकून अगदी थैमान घातलं. अर्थात मुक्या प्राण्यांना चांगल्या–वाईटाची जाण बरोबर असते.

टायगरला कुणीतरी आवरलं असावं. त्याचा आवाज थांबला.

त्या शांततेत मागच्या बाजूला येणारी पावलं वाजली.

''या... या... सरदार, या!' अरविंदाचा आवाज आला.

पुढचं त्या दोघांचं संभाषण कधी हिंदीतून, कधी इंग्रजीतून असं होत होतं. पण अर्थात माझ्या मनात मराठी अर्थच येत होता.

'इथे बोलावलंत? ऑफिसमध्ये का नाही थांबलात?' त्या सरदाराचा आवाज बुलंद होता. आवाजावरून शरीरयष्टी दणकट, धिप्पाड वाटत होती.

'ऑफिसमध्ये निवांतपणे बोलता येणार नाही असं वाटलं.'

'बोलण्यासारखं काय आहे? जेवढं सांगितलं तेवढं आणि ते करायचं.'

'जरा बसा तर आधी सरदार.' अरविंदा म्हणाला आणि फाईल उघडण्याचा आवाज आला. 'या फाईल्स पाहा!'

कसलातरी आवाज आला. अरविंदाच्या तोंडून स् स् स् स् असा अर्धवट आवाज आला.

मधलं दार जोरात ढकलून मी शेजारच्या खोलीत पाय टाकला.

अरविंदा खुर्चीला अगदी मागे अंग चोरून बसला होता.

आता मला तो सरदार प्रथमच दिसला. उंच, आडवा, दणकट.

तो अरविंदावर वाकला होता.

दोघांनाही माझ्या खोलीत येण्याची कल्पनाच नव्हती.

'हे काय चाललं आहे?' मी म्हणालो, आवाज नकळत चढला होता.

तशाच वाकल्या अवस्थेतून सरदाराने माझ्याकडे नजर टाकली. तो अगदी सावकाश सरळ झाला.

'काय प्रकार चालला आहे?' मी विचारलं. माझा आवाज चढला होता.

'सदूभाऊ! त्याने...' अरविंद बोलायला लागला.

त्या सरदाराची उजव्या हाताची तर्जनी पुन्हा अरविंदवर वळली.

काहीतरी वाईट होणार होतं याची मला कल्पना आली.

'नाही!' मी ओरडलो. माझा आवाज बदलला होता. त्यात काहीतरी नवीन होतं, अधिक होतं.

'अस्सं! मला अडवणार? मला?' सरदाराचा गडगडाटी आवाज आला. त्याचा उजवा हात माझ्या दिशेला वळला. पुढच्या हजारांश सेकंदात काहीतरी झालं. पण इतक्या विलक्षण वेगाने की, नीट आकलनच झालं नाही. प्रकाशशास्त्रातल्या आकृत्यांमध्ये आरशाचं परावर्तन स्पष्ट करताना रेषांनी प्रकाश किरण आरशावर आपटून परत मागे त्याच दिशेला परावर्तित होतात असं दाखवलेलं असतं. माझी अशी कल्पना झाली, की सरदाराच्या करंगळीतून काहीतरी माझ्या दिशेने वेगानं आलं. माझ्या शरीरावर... नाही, खिशातल्या त्या ताम्रपटावर आपटलं आणि तितक्याच वेगाने परत मागे फेकलं गेलं.

वीज लक्षांश क्षणच दिसते, पण तिची प्रतिमा नेत्रपटलावर मागाहून कितीतरी वेळ तरळत राहते. तशीच त्या चमत्कारिक घटनेची जाणीव कितीतरी वेळ मनाच्या पटलावर तरळत होती. आसपास माझं लक्षच नव्हतं.

मग समोर नजर गेली तेव्हा दिसलं, सरदार गेला होता.

खुर्चीत अरविंदा तसाच अंग आखडून बसला होता.

मी घाईघाईने त्याच्याजवळ गेलो. त्याच्या खांद्यावर हात ठेवला. हाताला त्याच्या शरीराचा कंप स्पष्टपणे जाणवत होता. माझ्या हाताचा स्पर्श होताच आधी तो दचकला, आणि मग माझा हात दोन्ही हातात घट्ट धरून म्हणाला, 'अहो सदूभाऊ...'

'हे बघ अरविंदा, आता ते राहू दे. त्याला संशय आलेला आहे. एकतर तू त्याच्या शब्दाबाहेर जात आहेस... आणि... मी... माझं येणं त्याला अगदी अनपेक्षित होतं...'

पुन्हा एकदा मला ती चमत्कारिक जाणीव झाली की, शब्द आपल्या तोंडून निघत असले तरी त्यामागची अस्मिता आपली नाही.

'अरविंदा, त्या सरदाराला गाठायला हवा, त्याचा पत्ता तुझ्यापाशी आहे?'

सावरणं कठीण होतं, पण पाच-सात सेकंदात अरविंदा सावरला. समोरची फाईल उघडून त्याने दोन-तीन कागद उलटले आणि तो म्हणाला 'हो आहे.'

'अरविंदा, मला त्या पत्त्यावर सोड.' (हे मी बोलत होतो) मी म्हणालो. 'आणखी एक काम आहे. माझ्या घरी कसंही करून निरोप पाठव, की मला आज संध्याकाळी कदाचित उशीर होणार आहे. माझ्या घरचा पत्ता नानांकडे आहे. जमेल? चल! घाई करायला हवी!'

***

पाच-सात मिनिटांत मी आणि अरविंदा गाडीतून बंगल्याबाहेर पडलो. नानांना मी परिस्थितीची कल्पना देताच त्यांनी माझ्या घरी निरोप पाठवण्याची ताबडतोब व्यवस्था केली. 'बेस्ट लक्, सदूभाऊ!' शुभेच्छा द्यायलाही ते विसरले नाहीत.

गाडी सिंहगड रस्त्याने निघाली. एकेकाळचा शेतीवाड्यांचा हा परिसर. पण आता कॅफे, ढाबे, रोडसाईड, रेस्टॉरंट, रिसॉर्टस, बंगलो, प्लॉटस् यांनी पार व्यापून टाकला होता. वरसगाव धरणाच्या अलीकडे एक लहानसा रस्ता टेकड्याच्या दिशेने जात होता. त्या रस्त्याने अरविंदाने गाडी घेतली. रस्ता तसा कच्चा खडीचा होता. एव्हाना अंधार पडला होता. त्याने आसमंताची काहीच कल्पना येत नव्हती. अरुंद रस्त्याच्या दोन्ही बाजूंची झाडं तेवढी दिसत होती. अरविंदा गाडी सांभाळून चालवत होता.

'एकदा त्याने मला इकडे आणलं होतं. पण तेव्हा दिवस होता,' अरविंदा म्हणाला, 'पण मला आता आठवलं... या रस्त्यावर त्याची एकच एक प्रॉपर्टी आहे.'

रस्ता वळणावळणाने, लहानलहान चढउतारांवरून जात होता. आसपास वस्तीची काहीही खूण नव्हती. इथे उभं राहाणाराला कल्पनाही आली नसती की, इथून पाच-सात मैलांवरच वीस लाखांचं एक गजबजलेलं शहर आहे.

आणखी एक वळण मागे गेलं आणि लांबवर बऱ्याच उंचीवर एक दिवा दिसला.

'त्याचं फार्म हाऊस आहे... बहुधा तेच असावं.' अरविंदा म्हणाला.

मध्ये काही वेळ दिवा दिसेनासा झाला.

आणि मग शेवटी गाडी वाटेवरच्या एका भक्कम लोखंडी फाटकापाशी येऊन थांबली.

'हाच तो.' अरविंदा म्हणाला.

मी गाडीतून खाली उतरलो. माझ्यामागे दार बंद करीत म्हणालो.

'अरविंदा, तू आता परत जा.'

'पण सदूभाऊ...'

'नाही, तू आता परत जा.'

'पण अशी रात्रीची वेळ, तुम्ही एकटे...'

'माझा विचार करू नकोस. आता यापुढची जबाबदारी माझी आहे आणि ती तू आता माझ्यावर सोपवं. मी सांगतो... तू परत जा.'

'सदूभाऊ, तुम्हाला एकट्याला इथे सोडून जाणं मला योग्य वाटत नाही.'

'अरे अरविंदा, इथून हायवे चार-पाच मैलांवरच तर आहे. वेळ आली तर तेवढं अंतर मला चालता येणार नाही का? तू नीघ आता.'

शेवटी जरा नाखुशीनेच त्याने गाडी सुरू केली. वळवून घेतली आणि हाताने माझा निरोप घेऊन तो आल्या वाटेने निघून गेला.

एक वळण घेताच गाडीचा लाल दिवा दिसेनासा झाला.

मी त्या मोठ्या फाटकाबाहेर एकटाच होतो.

✦✦✦

२३.

जवळजवळ त्या धानापूरच्या गढीतल्यासारखाच प्रसंग. मी असाच एका अनोख्या अपरिचित ठिकाणी एकट्याने आलो होतो. आता मी काय करायला हवं? त्या गेटच्या बाजूला खांबावर घंटीचं बटण असेल तर ते दाबायचं? बटण नसेल तर पत्र्याच्या गेटवर रस्त्यावरचा एखादा मोठा दगड दणादणा आपटायचा? इथे बाहेर उभं राहून काय होणार होतं? आत प्रवेश तर मिळवायलाच हवा होता.

एव्हाना अनुभवावरून मला समजायला हवं होतं की, कोणत्या का मार्गाने होईना, माझे प्रश्न आपोआप सुटत असत. मला फिकीर करायचं कारण नव्हतं.

मी गेटबाहेर येऊन उभा राहताच आतून जरा अंतरावरून दोन कुत्र्यांच्या भुंकण्याचा आवाज कानावर आला. आवाजावरून कुत्रे जबरदस्त असले पाहिजेत. आवाज जवळजवळ येत होता. त्याबरोबर बुटांचाही आवाज येत होता. कदाचित त्यांचा राखणदार.

एकाएकी गेटच्या वरच्या बाजूला एक मोठा दिवा लागला.

गेटमधला एक लहान चौकोन उघडला गेला. आतून कोणीतरी माझं नीट निरीक्षण केलं असलं पाहिजे. मी त्याला कसा दिसलो असेन? एक पन्नाशीच्या पुढचा साधा मॅनिला- पँट या वेशातला पांढरपेशा माणूस, याची त्यांना खासच अपेक्षा नसणार.

'काय हवं?' एक बेफिकीर उर्मट आवाज आला.

'मालकांना भेटायचं आहे.' माझा आवाज साधा होता.

'आता मालक कोणालाही भेटणार नाहीत.'

'अरविंद वज्रेचा निरोप आहे म्हणून सांग.' माझा आवाज अजूनही साधाच होता.

आतला भाग अंधारात होता. गेटमागे कोण होतं मला दिसलंच नव्हतं. तिथे बहुधा फोन असावा. फोनवर काहीतरी बोलणं झालं असावं. बाहेरचा दिवा बंद झाला. आतले दिवे लागले. मोठा बोल्ट सरकवल्याचा आवाज झाला आणि फाटक आत उघडलं. फाटकाचं एक दार डाव्या हातात धरून रखवालदार उभा होता. तगडा, ताठ, खासच पूर्वी मिलिटरीत नोकरीला असावा. उजव्या हाताने त्याने दोन जबरदस्त अल्सेशियन कुत्र्यांच्या साखळ्या धरल्या होत्या. मी आत आल्यावर त्याने माझ्या मागे गेट बंद केलं. बोल्ट सरकवला आणि कुत्र्यांना घेऊन तो निघाला. कुत्र्यांचे लालसर तापट डोळे माझ्यावर खिळले होते. छातीत खोलवर गुरगुर होत होती.

'या माझ्यामागे.' म्हणत तो हिरवळीतल्या वाटेवरून निघाला. मध्ये मध्ये खांबावर दिवे होते. त्यांच्याखालीच प्रकाश होता. आसपासच्या परिसराची काही कल्पनाच येत नव्हती. वाट झाडांमधून जात होती. एक-दोन वळणं घेतल्यावर मग समोर मोठी इमारत होती. दोन मजली होती. पण विस्तार खूप होता. समोरच मोठं दार होतं, ते उघडं होतं. आतली प्रकाशित खोली दिसत होती. रखवालदार दारापाशीच थांबला. 'आत जाऊन डाव्या दारातून जा.' तो म्हणाला.

उंबरठा ओलांडून त्या वास्तूत प्रवेश करताना मनात थोडीफार हिचकिच अवश्य झाली; पण आता पुढे जाण्याखेरीज दुसरी वाटच नव्हती. मी आत पाय टाकला. खाली मऊशार गालिचा, आसपास उंची आरामशीर फर्निचर. भिंतीवर चित्रं... नक्कीच प्रसिद्ध कलाकारांची असणार. मग मी डाव्या बाजूच्या दारातून आत गेलो.

समोरच्या दिवाणावर सरदार बसला होता. डोळे बारीक करून दाराकडे पाहत होता. मला पाहताच त्याचे डोळे विस्फारले.

'तुम्ही? इथे? पुन्हा काय करताय इथे?' गडगडाटी आवाजात त्याचा प्रश्न आला... पण आवाजात थोडीशी शंका होती.

'तुम्हाला भेटायला आलो आहे. दुसरा कशासाठी येणार?' माझा आवाज शांत होता. (आता पुढे काय करायचं, काय बोलायचं याचा विचार करणंच मी सोडून दिलं होतं. आवश्यक ते योग्यवेळी केलं जाईल अशी माझी खात्री होती.)

'पण इथे येण्यात आपण फार मोठी चूक करीत आहोत हे तुम्ही विसरलात!'

'चुका सगळेच करतात हो, सरदार. अरविंदाच्या मनगटाला गंडा बांधला की, झालं. अशाच भ्रमात होतात तुम्ही सरदार.'

सरदार एव्हाना दिवाणावर ताठ बसले होते.

'मी त्याच्या मनगटावरचा गंडा कापून टाकला, सरदार!' मी म्हणालो.

'अशक्य! अशक्य!'

'मग गेल्या पाच-सहा दिवसात त्याने तुमची एक तरी आज्ञा पाळली का?'

'ते पाहतोच आता... आधी तुमच्याकडे पाहतो... तुम्हाला कल्पना नाही आहे की, मूर्ख अजाणतेपणाने तुम्ही आगीत हात खुपसला आहे. आता चांगला पोळून निघणार आहे.'

सरदाराने डावा हात पुढे करून तर्जनी माझ्यावर रोखली आणि काहीतरी बोलण्यासाठी (कदाचित मंत्र? कदाचित शाप?) मोठा श्वास घेतला.

त्या क्षणार्धात काहीतरी झालं. पूर्वी एकदा मला तो अनुभव आला होता. पायाखालची जमीन किंचित सरकल्यासारखी वाटली.

मी सरदारांच्या शब्दप्रहारासाठी अंग अगदी आवळून धरलं होतं.

पण काहीच झालं नाही.

सरदार त्याच त्या पवित्र्यात गोठले होते. हात माझ्या दिशेने. तोंडाचा आ झालेला. मला जाणवलं की, आसपासचा सर्व आवाज, सर्व हालचाल थांबली आहे. अशी शांतता मी कधीच अनुभवली नव्हती. अगदी त्या गढीतल्या काळोख्या रात्रीतही. हा काहीतरी वेगळाच प्रकार होता. माझी नजर चारी बाजूंना फिरत होती. ती भिंतीवरच्या मोठ्या घड्याळाकडे गेली.

घड्याळाचा सेकंद काटा थांबला होता. प्रत्यक्ष काळ थांबला होता.

पण मी विचार करू शकत होतो. मी हालचाल करू शकत होतो.

क्षणार्धात उलगडा झाला. ही संधी मला उपलब्ध करून देण्यात आली होती. कसं घडलं होतं मला माहीत नव्हतं. मला किती वेळ मिळणार होता याचीही कल्पना नव्हती; पण मला घाई करायला हवी होती.

या सरदाराने अरविंदाला भुलावणी घालून लक्षावधी रुपयांना फसवलं होतं आणि काही एकतर्फी करारांवर सह्या घेतल्या होत्या. ते कागद आणि ते पैसे हस्तगत करायला हवे होते. ते तिजोरीत असणार. तिजोरीच्या चाव्या सरदाराच्या खिशात असणार. सरदाराच्या अंगावर सफारी सूट होता. डावीकडचा खिसा चाचपताच किल्ल्याचा जुडगा हाताला लागला. किल्ल्या घेऊन मी खालच्या खोल्या धुंडाळायला लागलो. क्षणभर मला तर लहानपणी वाचलेल्या 'निद्रिस्त राजकन्या' या परिकथेची आठवण झाली. घरात नोकर होते; पण कामं करता करता त्याच एका पवित्र्यात गेले होते.

माझा कयास बरोबर ठरला. बेडरूममध्येच मोठी तिजोरी होती.

तिजोरी उघडली. समोरचा कप्पा नोटांच्या बंडलांनी खचाखच भरला होता.

वर आणखी एक कप्पा होता. त्याचं कुलूप उघडलं. आत अनेक फायली आणि कागदपत्रं होती. मी कागदातला तपशील पाहत बसलो नाही. सगळा गठ्ठा खाली घेतला आणि सर्व कागद फाडून त्यांच्या चिठोऱ्या केल्या. त्या परत कप्प्यात भरून ठेवल्या.

तळाच्या कप्प्यात एक सुटकेस होती. ती बाहेर काढली. सुटकेसमध्ये मावल्या तेवढ्या नोटांच्या चळती आत भरल्या आणि सुटकेस बंद केली. तिजोरी बंद केली.

सुटकेस घेऊन मी तळमजल्यावरच्या इतर खोल्यांतून एक चक्कर मारली. मी जणू एखाद्या वॅक्साम्युझियममधूनच चालत होतो असं वाटलं.

मधल्या खोलीतून वरच्या मजल्याकडे जिना जात होता. मी जिन्याने वर निघालो.

(या संपूर्ण घटनाक्रमाची मला अगदी तपशीलवार आठवण आहे. मला आठवतं की, त्या जवळजवळ शत्रूच्याच घरात वावरताना मला एक क्षणभरही भीती, अस्वस्थता असं काहीही जाणवलं नाही.)

वरच्या एका बाजूच्या खोल्या साध्या होत्या. जास्त माणसं आली तर त्यांच्या उपयोगासाठी होत्या. मात्र दुसऱ्या बाजूला एक लोखंडी दार होतं. एखाद्या बँकेच्या स्ट्राँगरूमसारखं. अर्थात त्या दाराची किल्लीही माझ्याजवळच्या जुडग्यात होती.

किल्ली लावताच खटका सरकला. धक्का देताच दार सफाईदारपणे आत उघडलं.

आतला भाग संपूर्ण अंधारात होता, हे अनपेक्षित होतं. मी दाराच्या आतच पावलावर उभा राहून आतला कानोसा घेत राहिलो. बाहेरच्या आणि आतल्या हवेतला फरक तात्काळ जाणवत होता. आतली हवा जराशी गरम होती. जराशी कुंद होती आणि हवेत एक उग्र खवखवणारा दर्प होता. खरोखर त्याची व्याख्याच करता येत नव्हती. आता प्रथमच मला जराशी अस्वस्थता जाणवली. दाराच्या डावी-उजवीकडची भिंत चाचपताच हाताला बटणांचं पॅनेल लागलं. त्यातलं एक बटण अंदाजाने दाबलं. एक दिवा लागला. माझ्या डोक्यावरचा होता आणि नशीब, अगदी मंद नाइट लॅम्पसारखा होता.

पुढचा सर्व भाग म्हणजे एक लांबरुंद खोली होती आणि खोलीच्या समोरच्या तीनही भिंतींना लागून पोलादी गजांचे आठ-आठ फुटांचे उंच, रुंद असे पिंजरे होते. प्रत्येकात काय होतं असं म्हणायचं? जर असं आतापर्यंत जन्मात कधी पाहिलं नव्हतं, तर त्याला नाव तरी कसं आणि काय देणार?

ते उंच होते, रुंद होते, केसाळ होते, लांबलांब हातांच्या शेवटी अणकुचीदार नख्यांचे रुंद पंजे होते. तोंडातून इंच इंच सुळे बाहेर आले होते. लाल अंगाराचे डोळे समोर खिळले होते.

पण सर्वजण गोठलेले होते.

काळाच्या ज्या एका अरुंद सुरकुतीत मी होतो तो काळ त्यांच्या जगातला नव्हता. क्षणाच्या लक्षांश भागापेक्षाही लहान कालावधीत माझी अस्मिता वावरत होती.

मी विलक्षण वेगाने विचार करीत होतो.

इतक्या विलक्षण बंदोबस्तात जेरबंद करून ठेवलेले ते अमानवी आविष्कार...

ते धोक्याचे आणि घातकी असलेच पाहिजेत.

अंधारात पिंजऱ्यात जेरबंद झालेले ते एकमेकांवर फिसकारताना, गुरगुरताना त्या पवित्र्यात गोठले होते.

ही काळाची सुरकुती उलगडली की, त्यांना चेतना आणि जाणीव येईल.

त्यावेळी जर पिंजाऱ्याची दारं आणि खोलीचं दार उघडं असलं तर?

मनात विचार येण्याचा अवकाश... मी झटपट कृती केली.

प्रत्येक पिंजऱ्याच्या बाहेरच्या अंगास दुहेरी गोलाकार कड्या होत्या. त्या कशा उघडायच्या हे समजायचा मला जरा वेळ लागला. मग मी सगळ्या पिंजऱ्यांचा कड्या काढून ठेवल्या. खोलीतून बाहेर पडून खाली आलो.

मला आता फार वेळ मिळणार नाही आहे अशी आत जाणीव होत होती.

मी परत सरदारसमोर पूर्वीच्या जागी येऊन उभा राहिलो.

पुन्हा एकदा पायांना लहानसा हादरा जाणवला.

कालरेषेवरचा लहानसा छेद मागे गेला होता.

आसपास आवाज, हालचाल आली होती.

सरदारांचा श्वास पुरा घेतला जाण्याआधीच मी ओरडलो... गरजलोच जवळजवळ... 'थांबा!'

माझा अभिनिवेश त्याना संपूर्ण अनपेक्षित होता. ते तसेच थांबले.

'सरदार, मी हे करीन, मी ते करीन या वल्गना आता पुरे झाल्या. मी काय केलं आहे ते आधी ऐका!' हातातली सुटकेस त्यांना दाखवीत मी म्हणालो, 'सरदार, अरविंदला फसवून तुम्ही लाटलेले सर्व पैसे मी या सुटकेसमध्ये काढून घेतले आहेत. आणखी ऐका, भलत्यासलत्या करारांवर तुम्ही त्याच्या सह्या घेतल्या होत्यात, त्या सर्व कागदपत्रांची मी फाडून चिठोरी करून टाकली. विश्वास बसत नाही? या घ्या तुमच्या तिजोरीच्या किल्ल्या!'

मी किल्ल्यांचा जुडगा त्याच्या अंगावर भिरकावला. त्या धक्क्यातून ते सावध होण्याआधीच मी पुढचा दणका दिला.

'आणखी ऐका सरदार! वरच्या मजल्यावर लोखंडी दारांमागे पोलादी पिंजऱ्यातून तुम्ही ज्यांना जेरबंद करून ठेवलं होतं, त्यांना मी मोकळं सोडलं आहे.'

'अशक्य!' सरदार ओरडले. पण त्यांचे शब्द मला खोडावे लागलेच नाहीत.

कारण त्याचक्षणी वरच्या मजल्यावरून पोलादी दारांची दाणदाण उघडझाप झाल्याचा आवाज कानावर आला. त्या मागोमाग एक डरकाळी...

'तुमच्या बचावासाठी फार वेळ नाही, सरदार! आता स्वतःकडेच पाहा.'

ते काहीतरी बोलणार होते, तेवढ्यात वरच्या मजल्यावरून एक हिंस्त्र डरकाळी आणि त्यापाठोपाठ कोणाची तरी प्राणांतिक वेदनेची किंकाळी कानावर आली...

त्या पशूंनी पहिला बळी घेतला होता.

सरदारांचा चेहरा संतापाने विकृत झाला होता.

'बदमाश! बदमाश!' ते ओरडत होते, 'मी तुला...'

पण त्यांचे शब्द अर्ध्यावरच तुटले.

खोलीचं दार धाडदिशी उघडलं गेलं. दोन नोकर धापा टाकत आत आले.

'मालक... मालक!' ते ओरडत होते. 'मालक... वाचवा!'

आणि त्यांच्यामागोमाग दोन उंच, गुरगुरणारे, फिसकारणारे अवाढव्य पशू आत आले. पुढे भीषण नरसंहार होणार होता. मला त्याचं साक्षीदार व्हायचं नव्हतं.

सुटकेस हातात घेऊन मी एक पाऊल मागे घेतलं.

एका पशूची नजर माझ्यावर गेली.

माझ्या खिशातला ताम्रपट किंचित गरम झाला होता.

एक झटका बसल्याप्रमाणे त्या पशूची मान दुसरीकडे वळली.

मी तसाच दारातून बाहेर पडलो, मोठ्या दारातून बाहेर पडलो. बाहेरच्या गेटची वाट धरली. झाडांची भिंत लागण्याआधी मी मागे एकदा वळून पाहिलं.

एका खोलीत (तिथे कदाचित स्वयंपाकघर असावं) ज्वाळांचा भडका उडाला होता. हाणामारीत गॅसला आग लागली असावी. कोणी लक्ष दिलं नाही तर आग घरभर पसरण्याचा धोका होता. इकडे आग आणि तिकडे ते पशू, घरच्या गड्यांवर सरणाची आपत्ती कोसळली होती खरी. पण दुर्जनांची सोबत, सत्ता आणि दुर्जनांची संपत्ती शेवटी माणसाला मृत्यूच्या वाटेवरच घेऊन जाणार.

+++

२४.

गेटपाशी रखवालदार उभा होता. इथपर्यंत कोणताही आवाज येत नव्हता... बंगल्यात आकांत माजला आहे याची इथे कल्पनाही आली नसती. मी गेटपाशी पोचलो तरी त्याची गेट उघडण्याची काही हालचाल दिसेना. शेवटी मीच म्हणालो,

'कशासाठी थांबला आहेस?'

'मालकांची ऑर्डर आल्याशिवाय गेट उघडायचं नाही.'

'आणि मालकांची ऑर्डर नाहीच आली तर?' माझा आवाज साधा होता, पण त्याला काहीतरी संशय आला असावा - त्याने एक शीळ घातली. शेजारच्या केबीनमधून ते दोन जबरदस्त अल्सेशियन झेपा घेऊन बाहेर आले. उत्तम ट्रेन केलेले शिकारी कुत्रे. वेळ न दवडता त्यांनी सरळ माझ्याकडेच रोख वळवला.

खिशातला पत्रा गरम झाला होता.

माझ्यापासून दोन पावलांवरच कुत्रे थांबले. त्यांच्यात झालेला बदल अगदी उघड दिसत होता. दोघंही हळूहळू मागे सरकायला लागले.

'आता उघडतोस दार?' मी त्याच शांत आवाजात विचारलं.

एकदा कुत्र्यांकडे आणि एकदा माझ्याकडे पाहून तो पुढे आला आणि त्याने गेटचे बोल्ट–कड्यांचे अडसर काढले.

गेट उघडताच मागे न पाहता मी बाहेर पडलो.

***

बंगल्याचा प्रकाश मागे गेला तसा आसपास किर्रर काळोख झाला. रात्रदृष्टी यायला जरा वेळ लागला. मग पायाखालची वाट दिसायला लागली. आसपास शहरीकरण इतक्या झपाट्याने झालं होतं की, हा परिसर आता खऱ्या अर्थाने रानटी राहिलाच नव्हता. जरा अंधार होता, जरा एकाकी होता, एवढंच; पण सुरक्षित. निदान पशूंपासून तरी खास.

जे अंतर काटायला अरविंदच्या गाडीला वीस-पंचवीस मिनिटं लागली होती, ते अंतर पायी काटायला मला सहज दोन तास लागले. शेवटी हायवेवर पोहोचलो, तेव्हा माझी खरोखरच दमछाक झाली होती. तिथेच एका झाडाला टेकून मोठमोठे श्वास घेत शांतपणे उभा राहिलो. तशा मिनिटा–मिनिटाच्या अंतराने शहराकडे गाड्या चालल्याच होत्या. दम जरा परत आल्यावर मग लिफ्ट मिळते का ते पाहण्यासाठी रस्त्याच्या कडेला घेऊन उभा राहिलो.

तशी जवळ जवळ मध्यरात्रीचीच वेळ. अशा वेळी भलत्या सलत्याला लिफ्ट देण्याचा धोका कारवाले सहसा पत्करत नाहीत. अर्थात माझं रूप आणि कपडे अगदी सभ्य होते. पण शहाजोग कपड्यात वाटमारे गुन्हेगार- वावरत नाहीत असं थोडंच आहे? वीस एक तरी गाड्या गेल्या; पण एकही थांबली नाही. त्यांचा वेगही मंदावला नाही.

शेवटी एक काळी एस्टीम गाडी माझ्याजवळ थांबली.

'शहराकडे निघालात काका?' मागच्या सीटवरच्याने विचारले.

'हो, लिफ्ट दिलीत तर-'

'याना, या- या.' त्याने मागचं दार उघडलं. मी गाडीत बसताच गाडी सुरू झाली. मागे एक होता. ड्रायव्हरच्या शेजारी आणखी एक बसलेला होता.

मधेच छपरातला दिवा लागला. मी शेजारच्या माणसाकडे नजर टाकली, एकदम लक्षात आलं, या गाडीत चढण्यात आपण चूकच केली आहे. ड्रायव्हरच्या शेजारी बसलेलाही आता मागे वळून पाहत होता. एका नजरेतच दोघांची जातकुळी उघड होत होती.

एवढ्या रात्रीचे कुठून आलात, काका?' शेजारच्याने विचारलं.

'थापाथापीत डोक कशाला शिणवायचं? खरं तेच सांगावं!

'तिकडे मागे त्या सरदाराची प्रॉपर्टी आहे ना- त्याच्याकडून येत होतो.'

'सरदार' नाव त्यांच्या परिचयाचं होतं. (असणारच! त्याच गोत कुळीतले!)

'म्हणजे त्या शिखड्याच्या कामावर निघाला आहात, म्हणा की!'

'कामावर असं नाही, पण-'

'बॅगेत काय आहे?'

'पैसे, दुसरं काय असणार?'

एवीतेवी त्यांना बॅग उघडून दाखवावी लागणारच होती. मग आताच का नको? खटके उघडून मी सुटकेस उघडली. आत खच्चून भरलेल्या नोटा. झाकण लावून मी परत खटके बंद केले.

'काका, एवढ्या नोटा जवळ बाळगणं म्हणजे धोकाच की! आणि त्यातून तुम्ही असे वयस्क - वेळ काय सांगून येते का? त्यापेक्षा आमच्याकडे द्या- अगदी सेफ राहतील- उतरायची वेळ आली की खुशाल घेऊन जा.'

'नको, आहेत तिथेच बऱ्या आहेत.' माझा आवाज तसाच शांत होता. मी काय या बदमाशांशी दोन हात थोडेच करू शकणार होतो.

'काका' पुढच्या सीटवरचा दरडावणीच्या आवाजात म्हणाला, 'तो सांगतोय ना बॅग द्या म्हणून? मग द्या बरं त्याच्याकडे ती बॅग!'

खिशातला ताम्रपट गरम व्हायला लागला होता. मी काहीच बोललो नाही.

'घे रे! पाहतोस काय?' पुढचा म्हणाला.

शेजारच्याने बॅग हिसकावून घेण्यासाठी पुढे होऊन दोन्ही हातांनी दोन्ही कोपरे धरले आणि पुढच्याच क्षणी अक्षरशः किंचाळत तो मागे कोसळला. तो विव्हळत होता. दोन्ही तळहातांकडे पाहत होता. दोन्ही तळहात एखाद्या तापल्या तव्यावर ठेवल्यासारखे भाजले होते, टरारून फुगले होते.

तो ओरडत होता, विव्हळत होता, हात सारखा झाडत होता.

'काका! बॅग खाली ठेवा!' पुढचा म्हणाला. एव्हाना त्याच्या हातात लहानसं काळं पिस्तूल आलं होतं. तो पिस्तूल चालवणार यात काडीचाही संशय नव्हता, पण माझा आवाज अजूनही तसाच थंड होता. खिशातला ताम्रपट आणखी गरम झाला होता.

'तुमच्या दोस्ताची अवस्था पाहिलीत ना?' मी म्हणालो. 'पण तो अजून जिवंत तरी आहे. फक्त दोन हात पोळलेत एवढंच...'

(जसं मी पुढच्या क्षणी काय बोलणार आहे याची मला कल्पना नव्हती. तसंच पुढच्या क्षणी मी काय करणार आहे याचीही मला काडीइतकीही कल्पना नव्हती.)

सुटकेसवरचा एक हात मी उचलला. समोर नेला आणि तर्जनीने त्याच्या हातातल्या पिस्तुलाच्या नळीला बोटाचा स्पर्श केला. पिस्तुलाची नळी एखाद्या भट्टीत घातल्यासारखी तापून लाल झाली. काहीतरी ओरडून त्याने हातातलं पिस्तूल कसंतरी खाली टाकलं, पण तेवढ्यात चाप दाबला गेलाच. गोळी वरच्या छतात घुसली. गाडीच्या बंद अवकाशात आवाज काही वेळ घुमत राहिला.

'मला शहरात सोडा आणि आपल्या वाटेने जा.' मी म्हणालो.

गाडीतली शांतता स्फोटापेक्षाही कानठळ्या बसवणारी होती.

मला हवे ते ठिकाण येताच मी म्हणालो, 'बस, इथे थांबवा.'

गाडी थांबताच मी सुटकेस घेऊन गाडीतून उतरलो आणि चालायला लागलो.

***

मी नानांच्या बंगल्यावर पोहोचलो तेव्हा रात्रीचे बारा वाजून गेले होते. मोठं गेट बंद होतं; पण मी घड्याळाकडे लक्ष देण्याच्या पलीकडे पोहोचलो होतो.

मोठ्या गेटवर मी जोरजोराने बुक्क्या मारण्यास सुरुवात केली.

काही वेळातच हॉलमधले दिवे लागले आणि अरविंदाचा आवाज आला, 'हो! हो! आलो!'

गेटबाहेर मला पाहताच तो एकदम म्हणाला, 'अरे, सदूभाऊ!'

त्याने भराभर कुलूपं काढली, बोल्ट सरकवले.

एव्हाना नाना, सून, मुलगा सर्वच बाहेर आले होते.

अरविंदामागोमाग मी हॉलमध्ये गेलो. एका खुर्चीत बसलो. सुटकेस पायापाशी ठेवली. मी त्या सगळ्यांकडे पाहिलं. कोणीही झोपेतून जागं झाल्यासारखं वाटत नव्हतं. नाना माझ्या शेजारच्या खुर्चीत बसत म्हणाले,

'सदूभाऊ, तुम्हाला अगदी शंभर वर्षे आयुष्य आहे पाहा! मी आणि अरविंदा दोघांनाही झोप येत नव्हती. स्वयंपाकघरात आम्ही दोघं तुमच्याबद्दलच बोलत होतो. आम्हाला दोघांनाही तुमची फार काळजी वाटत होती.'

मी काही बोलायच्या आतच नाना सूनबाईकडे वळले.

'सुधा, जरा कडक कॉफी करून आणतेस का?'

सूनबाई आत गेल्या. अरविंदाही समोरच्या खुर्चीवर बसला.

‘सदूभाऊ, तुम्हाला एकट्याला त्या गेटपाशी सोडून परत आलो खरा, पण माझं मन मला सारखं खात होतं. आपण हे काही बरोबर केलं नाही.’

‘अरविंदा... आता फार उशीर झाला आहे. मी तपशिलात जात नाही. फक्त तुला एक सांगतो. त्या सरदाराचा प्रश्न मिटला आहे.’ मी सुटकेस उचलून त्याच्याकडे करीत म्हणालो, ‘बघ.’

‘काय आहे सदूभाऊ?’

‘अरे उघडून तर बघ.’

त्याने सुटकेस मांडीवर ठेवून उघडली. आत खचाखच भरलेल्या नोटांकडे तो पाहतच राहिला.

‘हे काय हो सदूभाऊ?’

‘अरविंदा, तुला त्या सरदाराने वीस- बावीस लाखांचा गंडा घातला होता ना, ते हे पैसे मी त्याच्याकडून आणले आहेत. दुसरी गोष्ट, तुझ्याकडून त्याने अनेक करारांवर सह्या करून घेतल्या होत्या, हो ना? त्या करारांचे सर्व मूळ कागदपत्र पार नाश पावले आहेत. तेव्हा त्या सरदाराबद्दल आता तुला यापुढे कोणतीही काळजी करण्याचं कारण नाही.’

‘पण तो तसा साधा आसामी नाहीये, सदूभाऊ.’

‘हो, ते सगळं खरं आहे.’ माझ्या डोळ्यासमोर दिवाणखान्यात झेपावणारे ते पशू आणि स्वयंपाकघरात लागलेली आग, दोन्ही येत होते.

‘माझं मन मला सांगतं की, तुला त्या सरदाराकडून यापुढे कोणताही उपद्रव होणार नाही... तरीही पाहू या.’

सूनबाई ट्रेमध्ये किटली आणि मग घेऊन आली.

त्या कडक कॉफीने खरोखरच उत्साह आला.

मी घड्याळाकडे पहात म्हणालो, ‘नाना, बराच उशीर झालाय.’

अरविंदा एकदम उभा राहत म्हणाला, ‘सदूभाऊ, चला ना! मी पोहोचवतो तुम्हाला तुमच्या घरी.’

नाना माझ्याकडे बारीक नजरेने पाहत होते. अर्थात त्यांना उमगलं होतं की, गोष्टी इतक्या सहजपणे झालेल्या नाहीत. अर्थात त्यांना हेही माहीत होतं की, वेळ मिळताच मी त्यांना सर्व काही सांगणार आहे.

'छान!' नाना म्हणाले, 'सदूभाऊ, उशीर तर झालाच आहे, पण आपण मंगळवारची भेट ध्यानात ठेवा हं! ते पाटणकरही येणार आहेत.'

'ठीक आहे, येतो मी मंगळवारी.'

*****

अरविंदाने मला आमच्या सोसायटीच्या गेटपाशी सोडलं. मी त्याचे आभार मानायला लागलो तर तो मला गप्प करीत म्हणाला, 'सदूभाऊ, मला शरमिंदा करू नका. तुम्हाला माहीत आहे कोणाला कोणाची मदत झाली आहे ती.' माझ्याकडे जरा वेळ पाहत तो म्हणाला, 'खरं तर आमच्या घराण्याचं नशीब, की तुम्हाला नानांना भेटण्याची इच्छा झाली आणि तुमच्याबद्दल आम्ही... जाऊ द्या! मी निघतो.'

तो घाईघाईने गाडी स्टार्ट करून निघून गेला.

घंटेला बोट लागताच दार उघडलं. गायत्रीच होती.

माझ्यामागे दार लावता लावता मी विचारलं,

'पोहोचला होता निरोप, मला उशीर होईल असा? नाहीतर तुम्ही सगळे माझी काळजी करीत बसायचे.'

'पोहोचला होता ना... आता काळ्या गाडीतून तुम्हाला सोडायला आले होते ना, तेच निरोप देऊन गेले मघाशी.'

'म्हणजे तू इतका वेळ जागीच होतीस? झोपली नाहीस?'

'कशी झोपणार? तुमचा हल्ली काही भरवसा नाही. पूर्वी कसं दहाला जायचेत ते सहाला घरी हजर. आता मध्येच उठून कुठे जळगाव, खान्देशात प्रवासावर काय जाता, असे रात्रीअपरात्रीचे काय जाता आणि तुमच्या दिमतीला या मोठ्या गाड्या... मला काही समजतच नाही.'

पण ही तिची नाराजी केवळ तोंडदेखली होती. उघड दिसत होतं की, तिला तिच्या नवऱ्याचा अभिमान वाटत होता. तिच्या मागोमाग मीही स्वयंपाकघरात आलो. टेबलापाशी आम्ही समोरासमोर बसलो.

'काम कसलं होतं, कुठे गेला होतात... काहीही विचारणार नाही, कारण तुम्ही मला काहीही सांगणार नाही. एकच विचारते, झालं काम?'

'हो, झालं. छान झालं. अपेक्षेपेक्षाही उत्तम झालं.' बोलता बोलता मी डोळे मिटले होते. गढीतल्या अनुभवाची आज रात्री पुनरावृत्ती झाली होती. माझीच निवड का झाली होती मला माहीत नाही; पण जगभरातल्या कोट्यवधी लोकांच्यात माझ्यासारखा भाग्यवान दुसरा कोणी विरळाच असणार. का आणि कसं... या प्रश्नांची उत्तरं माझ्या अल्पमतीच्या पलीकडची होती. जे होत होतं त्यात अभिमान आणि समाधान, दोन्ही होतं. त्याच्या कार्यकारणभावाची रुक्ष पाखंडी चिरफाड कशासाठी?

मी डोळे उघडले, गायत्रीकडे पाहिलं तर ती माझ्याकडेच एकटक पाहत होती.

'इतकं काय पाहते आहेस? तू काही मला पहिल्यांदा पाहतनाहीयेस?'

'पण असं कधी पाहिलं नाही.'

'असं म्हणजे कसं?'

'तुमच्या चेहऱ्यावर असं काही विलक्षण समाधान होतं की, सांगताच येत नाही.'

'काम झाल्याचं समाधान असणारच.'

'तुम्ही काय हवं ते म्हणा. चेहरा विलक्षण दिसत होता ही गोष्ट खरी; आणि आणखी एक आहे. इतके सकाळपासून मध्यरात्रीपर्यंत कशाकशात गुंतला आहात. मी त्या अरविंदरावांना विचारलं, तुम्ही कोठे गेला आहात म्हणून. त्यांनी मोघम सांगितलं की, तुम्ही जवळच्या एका फार्महाऊसवर गेला आहात; पण आता पाहते तर तुमच्या चेहऱ्यावर एवढीशीही थकावट नाही, कंटाळा नाही. तुम्ही अगदी फ्रेश, अगदी आनंदी दिसता आहात.'

'गायत्री!' मी नवलाने म्हणालो.

'एक सांगते... तुम्ही बदलला आहात. ती नोकरी सोडलीत, या कुलवृत्तांताच्या मागे लागलात आणि बदलला आहात. एकदम उठता... कोठेतरी लांबवरच्या गावाची वाट धरता... नाहीतर असे कोठेतरी रात्ररात्र जाऊन बसता... बदलला नाहीत तर काय?'

'तुला काळजी वाटते का?'

'तेच तर नवल आहे, इतकी वर्षं नेमाने ऑफिसमध्ये जात होतात. महिन्याच्या महिन्याला पैसे कमावून आणत होतात. घरखर्च चालवत होतात; पण मनातनं

वाटायचं... सगळेच पुरुष हे करतातच की! कोणी चार हजार कमावतो, कोणी वीस हजार कमावतो... आकडे कमीजास्त, पण आयुष्य तेच की! आता तुम्ही तसे राहिला नाहीत... आणि खरं तर तुम्ही गाव सोडला नव्हतात. नोकरीखेरीज डावीउजवीकडे पाहिलं नव्हतंत. तेव्हा खरंतर हे नाही नाही ते उद्योग करायला लागल्यावर काळजी वाटायला हवी होती, पण अजिबात काळजी वाटत नाही. मनातनं वाटत असतं. आता हे पूर्वीचे साधेभोळे राहिलेले नाहीत. काळजी वाटत नाही एवढं खरं. तुमच्यात काहीतरी वेगळेपण आलेलं आहे.' आणि मग गायत्री खालच्या मानेनं म्हणाली, 'आणि मला तुमचा अभिमान वाटतो.'

सुरेश म्हणाला होता - तुमच्यात 'पॉवर' आली आहे; तीच भावना गायत्री जरा वेगळ्या शब्दात मांडत होती. अर्थात त्यांचे शब्द खरे होते. मी त्यांना सत्य गोष्ट कधीही सांगू शकणार नव्हतो. दैवी शक्तीचा स्पर्श मला दोनदा झाला होता. योगायोगाने किंवा अपवादात्मक परिस्थितीत घडलेली ही घटना होती का? का भविष्यात तिचीच पुनरावृत्ती होणार होती? माझ्या सामान्य खांद्यांना हा भार असह्य तर होणार नव्हता ना? पण कदाचित असंही असेल- माझ्याही 'मना'ची, 'प्रज्ञे'ची, 'इगो'ची, 'अस्मिते'ची घडणच बदलेल आणि मी या अनन्यसाधारण शक्तिसंपर्कासाठी जास्त जास्त सक्षम होईन, कोणी सांगावं?

✦✦✦

२५.

मंगळवारी सकाळी दहाच्या सुमारास मी नानांच्या बंगल्यावर हजर झालो. सवयीनेच मागच्या बाजूच्या आमच्या 'ऑफिस'मध्ये गेलो. तिथे नाना होते, शिवाय अरविंदाही होता.

'तुमच्या भेटीसाठी मुद्दाम थांबला आहे.' मी आत पाय टाकताच नाना म्हणाले.

मी अरविंदाशेजारच्या खुर्चीवर बसलो.

'काही प्रॉब्लेम आहे का रे?' मी त्याला विचारलं. काही न बोलता तो माझ्याकडे कितीतरी वेळ नुसता पाहतच बसला होता. शेवटी तो जरा दबक्या आवाजात म्हणाला.

'सदूभाऊ मला सांगा, त्या सरदारच्या फार्महाऊसवर प्रत्यक्षात काय घडलं?'

'अरविंदा, तो सरदार याच्यापुढे काही तुला सतवायला यायचा नाही. त्याची मी गॅरंटी देतो. मग या चौकशा कशासाठी?'

'सदूभाऊ, मी जरा आडून आडून चौकशी केली. माझेही काही कॉन्टॅक्ट आहेत. कानावर ज्या गोष्टी आल्या त्या अजिबात विश्वास बसण्यासारख्या नाहीत. तळमजल्याला मोठी आग लागल्याच्या खुणा आहेत. आग विझवली गेल्याचेही पुरावे आहेत. त्या बंगल्यात सात-आठ तरी मृतदेह सापडले. पण त्यांचा मृत्यू आगीत सापडून भाजून झालेला नाही. एखाद्या नरभक्षक हिंस्त्र जनावराने नख्यांनी आणि सुळ्यांनी त्यांच्या शरीराची चिरफाड केलेली आहे.

अर्थात यातलं वर्तमानपत्रात काही येणार नाही. एक तर त्या सरदाराचे अगदी वरपर्यंत संबंध होते आणि त्या भागात अशी एखादी घटना घडली याला प्रसिद्धी मिळाली तर तिकडच्या रियल इस्टेटचे भाव अक्षरशः कोसळतील. तेव्हा या गोष्टी अंधारातच राहणं काही हितसंबंधी लोकांच्या फायद्याचं आहे.'

'अरविंदा मी सांगतो आहे त्यावर विश्वास ठेव. मी जेव्हा या सरदाराच्या दिवाणखान्यातून बाहेर पडलो तेव्हा तो दिवाणावर बसलेला होता. बंगल्यात आग वगैरे काहीही लागलेली नव्हती. अगदी कोर्टातसुद्धा शपथेवर मी हेच सांगेन.'

'सदूभाऊ, तुमच्या शब्दावर अर्थात माझा विश्वास आहे. पण हा सरदार काही असा माणूस नव्हता की, जो सुखासुखी एखाद्याला एवढी रक्कम देईल... किंवा घेऊन जाण्यासाठी परवानगी देईल.'

'अरविंदा, तुझं काम झालं ना? तुझ्या मागची काळजी मिटली ना?'

'आणि या पैशांचं काय सदूभाऊ?'

'पैशांचं काय म्हणजे? तुझा काही लाखांचा तोटा झाला होता ना... त्याची भरपाई करण्यासाठी तर हे पैसे आहेत.'

'सदूभाऊ, पैसे किती आहेत ते तरी मोजलेत का?'

'मी कशाला मोजू? आणले आणि तुझ्या हवाली केले... माझं काम खलास!'

नाना आणि अरविंदा एकमेकांकडे पाहत होते.

'सदूभाऊ, प्रत्यक्षात माझा एवढा तोटा झालेला नाही. त्या सरदाराबरोबर मी जे काही करार केले होते ते प्रत्यक्ष अमलात आले असते तर मात्र माझा खूपच तोटा झाला असता. एवढे पैसे मी कसे स्वीकारू?'

'कम ऑन अरविंदा! व्यावसायिक माणूस लक्ष्मीकडे कधीही पाठ फिरवत नसतो.' मी म्हणालो, 'हे बघ, तुझ्यापाशी अपेक्षेपेक्षा जास्त पैसा आला तर तो आमच्या वज्रे कुलवृत्तांताच्या निधीला देणगी म्हणून देऊन टाक!'

अरविंदाचं माझ्या कोणत्याच उत्तराने समाधान झालं नव्हतं. पण माझाही नाईलाज होता. मी त्याला वस्तुस्थिती कधीच सांगू शकणार नव्हतो. जरा वेळ तिथे थांबून मग अरविंदा गेला. दारातून नानांनी एकदा खात्री करून घेतली की, तो खरोखरच गेला आहे आणि मग ते माझ्याकडे वळले.

'सदूभाऊ!' ते म्हणाले.

'नाना, तुम्हाला मी सर्व काही सांगणार आहे.' मी म्हणालो, आणि अरविंदाने सरदाराच्या इस्टेटच्या गेटपाशी मला सोडल्यापासून ते मी रात्री नानांच्या घरी येईपर्यंतची एकूणएक हकिगत त्यांना अगदी तपशिलासह सांगितली.

'सदूभाऊ, मी तुमच्याबद्दल काही आश्चर्य करायचंच सोडून दिलं आहे. तरीही दरवेळी तुम्ही मला नव्याने धक्का देताच! कोण म्हणेल दोन महिन्यांपूर्वीपर्यंत तुम्ही एका साध्या सरकारी ऑफिसमध्ये साधी कारकुनी करीत होतात म्हणून! एखाद्या थरारपटातल्या नायकालाच शोभतील अशी साहसं तुम्ही करीत आहात.'

'नाना, यातलं काही स्वेच्छेने नाही आणि ठरवूनही नाही!'

'आणि दरवेळी केवढ्या प्राणसंकटात सापडता, तितकेच सहीसलामत बाहेरही पडता! तुम्हाला त्याचं काही वाटत नाही?'

'वाटतं ना? नाना, मी तर त्याही पुढचा विचार केला आहे. एकतर उघड झालं आहे... केवळ एक साधन म्हणून माझा वापर केला जातो आणि नाना, महत्त्व हे साध्याला असतं. साधनाला नसतं. आग विझवण्यासाठी आगीवर पाणी फेकतात, आग विझते पण पाण्याची वाफ होऊन जाते. नाहीतर कपडा टाकतात... आग विझते पण कपडा जळून जातो. लक्षात आलं ना? आणि नाना, ही जाणीव सतत मनात असावी की, सहीसलामत परत आल्याचा आनंद शतगुणित होतो.'

नाना काहीतरी बोलणार होते, पण तेवढ्यात खोलीच्या दाराशी पाटणकर हजर झाले. अर्थात आमच्यातला हा विषय तिथेच थांबला.

'या... या... पाटणकर, या.' नाना म्हणाले.

हातातल्या रुमालाने तोंडावरचा आणि मानेजवळचा घाम पुसत पाटणकर खोलीत आले. माझ्याशेजारच्या खुर्चीत बसले. लगेच त्यांनी शबनम उघडली.

'अहो पाटणकर,' नाना हसत म्हणाले, 'जरा दम तरी घ्या की! काम होईल हो सावकाश... आधी चहा घेऊया. काय सदूभाऊ?'

'हो... हो... सांगा ना.' मी म्हणालो.

नानांचा नातू खोलीच्या दाराशी आला.

'नाना, तुमचा फोन आहे.' तो म्हणाला.

'येतो म्हणून सांग.' नाना उठत म्हणाले, 'मी चहाचं सांगतो बरं का. थांबा दोघं मी येईपर्यंत.' ते नातवामागोमाग गेले.

पाटणकरांनी शबनम खाली ठेवली होती. ते खुर्चीत मागे टेकून बसले होते. थकल्यासारखे दिसत होते. कपाळावर आणि मानेपाशी घाम दिसत होता.

'पाटणकर! मी म्हणालो.

'काय?' डोळे न उघडताच त्यांनी विचारलं.

'तुम्ही जरा एक्झॉस्ट झालेले दिसता...'

'हो ना... हल्ली फार दमायला होतं हो.' खिशातला रुमाल काढून त्यांनी परत एकदा मानेवरचा, चेहऱ्यावरचा घाम पुसला.

'आता नाही, पण पूर्वी कुठे नोकरीला होतात का?'

'होतो ना, एक इन्शुरन्स आणि प्रॉपर्टी एजंट होता, त्याच्याकडे होतो; पण तोच लफंगा निघाला हो. लायसेन्स कॅन्सल झालं... गेला खडी फोडायला आणि आमचे वर्षभराचे पगाराचे पैसेही बुडाले.'

'मग?'

'मग काय व्हायचं? आम्ही साधे बी. ए., वय चाळिशीच्यावर पोहोचलेलं. चांगली नोकरी थोडीच मिळणार? तशी ओळखीने अधूनमधून एखादी येते. कुठे ट्रॅव्हल एजन्सीमध्ये क्लार्क, नाहीतर एखाद्या दुकानात स्टोअरकीपर, पण ते खरं नाही.'

त्यांना सारखा सारखा घाम येत होता. चेहऱ्यावरचा रंगही चांगला नव्हता. मला तर शंका आली यांना एखादी खूप जुनी हार्ट कंडिशनही असण्याची शक्यता होती (तोच तो जुना अनुभव! ध्यानीमनी नसताना ओठावर शब्द आणि शरीराच्या क्रिया!).

मी सवयीने खिशात सोडामिंटच्या गोळ्या ठेवतो. आता मी ती बाटली काढली. त्यातली एक हातावर घेतली आणि नानांच्या टेबलावरचा पाण्याचा ग्लास दुसऱ्या हातात घेऊन गोळी पाटणकरांच्याकडे केली. 'पाटणकर, घ्या... साधी सोडामिंटची गोळी आहे. एखादेवेळी गॅसने त्रास होत असेल... बघा... आराम पडला तर ठीकच आहे. दुष्परिणाम तर खासच होणार नाही.'

त्यांनी गोळी हातात घेतली. ग्लासमधल्या पाण्याच्या घोटाबरोबर घेऊन टाकली. पाच-सात सेकंदात त्यांनी एक मोठा ढेकर दिली. हातातला ग्लास टेबलावर ठेवत ते म्हणाले, 'अहो, काय कमाल आहे! केवढा रिलीफ हा!' सांगायला नकोच होतं. त्यांचा चेहराच खुलला होता. मी बाटली त्यांच्यापुढे केली. 'पाटणकर, राहूद्यात तुमच्यापाशी, असं अस्वस्थ वाटलं तर घेत जा एखादी गोळी.'

काही न बोलता त्यांनी बाटली शबनममध्ये टाकली.

'घरी कोण कोण आहे तुमच्या?' मी विचारलं.

'पत्नी, मुलगी, मुलगा आहे. मुलगी आता लग्नाची आहे. गेली दोन वर्षं स्थळ शोधतो आहे. आताशा पायपीट होत नाही. तुम्हाला वाटेल कायम नोकरी नाही, मग संसार चालतो कसा? अहो, पत्नीच्या पगारावर चालतो. शाळेत शिक्षिका आहे. घरात मुलगी म्हणजे अगदी दडपण येतं जिवावर. तिचं एकदा का लग्न झालं की मग सुटलो.'

(पुन्हा एकदा ते अनपेक्षित शब्द)

'तुमच्यापाशी मुलीचा एखादा फोटो आहे?'

'आहे की' त्यानी खिशातला फोटो काढून दिला.

दिसायला साधारण, रंगाने जरा सावळी, पण चेहरा तरतरीत, डोळे सुंदर, 'माझ्याकडे ठेवू का?' मी विचारलं.

'ठेवा की!'

मी तो फोटो घेऊन पाकिटात ठेवला?, तेवढ्यात बाई चहा घेऊन आली. नानाही आले. पाटणकरांचा मूड एकदम सुधारला होता. चहा झाल्यावर त्यांनी एक वही काढली. वहीत बरेच सुटे कागद होते.

'नानासाहेब, एवढे उतारे मला सापडले बघा. साधारणपणे सतराशे ऐंशीपर्यंत मागे पोहोचतात. आणखी पुढच्या आठवड्यात जाणार आहे. तेव्हा आणखी काही नोंदी मिळतील.'

नानांना खूप स्वारस्य दिसलं. पाटणकरांना ते खोदून खोदून विचारत होते. अर्थात त्या क्षेत्रोपाध्यायांनी पूर, दुष्काळ यासारखी नैसर्गिक संकटं आणि परकियांची आक्रमणं, बेबंदशाही, लूटमार इत्यादी मानवी आपत्ती यांच्यामधून हे अत्यंत महत्त्वाचे ऐतिहासिक दस्तऐवज पिढ्यान्‌पिढ्या सांभाळून ठेवले. खरंच त्यांचं कौतुक करायला हवं. खरं तर त्यांच्या व्यवसायाचं भांडवल होतं. ते जपून ठेवणं उचित होतं, पण त्या भिक्षुकवर्गाचा गौरव करण्याऐवजी त्यांची हेटाळणीच केली जात होती.

पाटणकरांनी टेबलावर ठेवलेले उतारे मी चाळून पाहत होतो. भाषेचं वळण जुनं होतं. अगदी पहिल्या उताऱ्यात 'नरसो बिन काशीनाथ' (काशीनाथपंतांचा मुलगा नरसिंह) असे उल्लेख होते. पण हे नरसिंहराव अनेक उताऱ्यात येत होतं. ते उतारे जेव्हा कालक्रमाने लावले तेव्हा माझ्या लक्षात आलं की, साधारण तीस वर्षांनी या नोंदी झाल्या होत्या. १७९४, १८२४, १८५४, १८८४,

१९१४, १९४४, १९७४ म्हणजे पुढचं वर्ष २००४. म्हणजे हेच वर्ष. माझ्या सर्व शरीरावरून एक शहार सरसरत गेली. काहीतरी विलक्षण माझ्यासमोर आलं. आता याला योगायोग कसं म्हणायचं? क्षणभर मला वाटलं, माझ्या नजरेसमोरचे ते कागद गोल गोल फिरत मागे गेले आहेत आणि त्या रिकाम्या अवकाशात एक चेहरा आकार घेत आहे. किंचित सावळा वर्ण, धारदार नाक, झुपकेदार मिशा, कधी केसांचा घेरा, कधी डोक्यावर लाल रंगाची पगडी, चेहरा कधी एखाद्या जीर्ण वस्त्राखाली झाकलेला, कधी साधा वेश, कधी मस्तकावर साधा पांढरा फेटा, कधी खादी टोपी, कधी हेल्मेट, कधी फेल्ट कॅप... पण तोच एक चेहरा...

'सदूभाऊ... सदूभाऊ!' नानांच्या हाकेनं मी भानावर आलो.

कोणत्या विचारात एवढे गर्क झाला होतात?' त्यानी विचारलं.

'नाना, तुम्हाला माहीतच आहे एवढ्या एवढ्यात काय झालं ते.' मी सफाईदार थाप मारीत होतो, 'जरा आठवणीत आलं तरी मग...'

'समजलं... समजलं. अगदी स्वाभाविक आहे. हे पाहा, हे पाटणकर जायला निघाले आहेत!'

पाटणकर उभे राहिले होते. 'सदूभाऊ, नाही का?' ते म्हणाले, 'मी निघतो आता. काय तुमच्या गोळीने आराम पडला हो. इतकं इतकं कितीतरी दिवसात वाटलं नाही हो! ठेवतो तुमच्या गोळ्यांची बाटली जवळ. बराय् जातो आता.' औपचारिक नमस्कार करून पाटणकर गेले.

'कसल्या गोळ्या दिल्यात सदूभाऊ?'

'अहो ते अस्वस्थ झाले होते. सोडामिंटची गोळी दिली. म्हटलं गॅसचा त्रास असेल तर आराम पडेल. तसंच काहीतरी असणार.'

मी पण जायला उठलो. नाना जरा सांभाळून बोलत म्हणाले,

'सदूभाऊ, मी सांगतो त्याचा राग मानू नका. अरविंदाने मला जे सांगितलं ते मी तुम्हाला सांगतो आहे. एक म्हणजे तो म्हणतो तुमच्याकडच्या सगळ्यांना एकदा जेवायला बोलवायचं आहे.'

'नाना, कमाल करता! यात राग येण्यासारखं काय आहे?'

'पुढे ऐका. तो म्हणतो तुमच्याशी कॉन्टॅक्ट करता येत नाही. तो म्हणतो त्याच्याजवळ दोन-तीन मोबाईल आहेत. त्यातला एक तुम्हाला वापरायला द्यायचा. म्हणजे केव्हाही तुमच्याशी बोलता येईल.

'नाना, ही आमची मुलं मोबाईलबद्दल बोलत असतात. आजकाल ज्याच्या त्याच्यापाशी मोबाईल असतो. वापरायला सोयीचा खरा; पण कधी कधी बिल म्हणे हजारात येतं. ते कसं जमायचं हो मला?'

'सदूभाऊ, अरविंदा म्हणत होता, मोबाईल तुम्ही वापरा. बिलाची काळजी करू नका. बिलं अरविंदाकडे येतील.'

मी काही बोलणार तोच मला मध्येच अडवून नाना म्हणाले,

'सदूभाऊ, आधीच तुम्ही त्याच्यावर डोंगराएवढे उपकार करून ठेवले आहेत. लाखांनी रुपये आणलेत; पण एका पैशालाही हात लावायला नकार दिलात. त्याची अगदी मनापासूनची इच्छा आहे, तुमच्यासाठी काहीतरी करायची. यात त्याचीही इच्छा पुरी होईल आणि तुमची आमची सर्वांची सोयही होईल. सदूभाऊ, नाही म्हणू नका... प्लीज.'

मला अरविंदाची मन:स्थिती समजत होती. काही गोष्टी जास्त ताणण्यात अर्थ नव्हता.

'ठीक आहे.' मी म्हणालो, 'होऊ देत त्याच्या मनासारखं.'

'छान!' नाना म्हणाले आणि त्यांनी टेबलाच्या ड्रॉवरमधला मोबाईल काढून माझ्यापुढे केला.

'नाना, इथे कसा आला? का आधीच तुम्ही ठरवलं होतंत?'

'तुम्ही नकार देणार नाही याची खात्री होती. सदूभाऊ, या... तुम्हाला याचं वर्किंग दाखवतो.'

त्यांनी बटणांची जुजबी माहिती दिली. शिवाय एक लहानसं माहिती पुस्तकही दिलं. 'यात इंटरनेट, एसएमएस, रोमिंग आणि इतर काही काही सोयींची माहिती आहे. हे पुस्तक पण ठेवा, सदूभाऊ.' नाना म्हणाले, मी पुस्तक घेतलं.

'नाना अरविंदाचे माझ्यातर्फे आभार माना. मी जाऊ आता?'

'हरकत नाही. आता आवश्यकता पडली तर केव्हाही एकमेकांशी कॉंटॅक्ट करू शकू... मग फोनवरूनच भेटीची वेळ ठरवता येईल. राइट?'

'हो, निघतो आता.'

मोबाईल खिशात ठेवून मी खोलीतून बाहेर पडलो आणि बंगल्याच्या गेटमधून बाहेर पडून घरची वाट धरली.

***

नरसिंह काशीनाथ वज्रे. दर तीस वर्षांनी आश्विन महिन्यात नाशिकला येणारे नरसिंह काशीनाथ वज्रे. जवळजवळ दोनशे वर्षे येत होते आणि आता या वर्षीच्या आश्विनातही येणार. माझा नाशिकला जायचा विचार होता. तिथे मुक्कामच करायचा विचार केला. या नरसिंह काशीनाथ वज्रे यांची गाठ घेण्याचा विचार होता. इतक्या दोनशे वर्षांची (किंबहुना त्यापेक्षाही दीर्घकाळची) परंपरा ते खासच मोडणार नाहीत.

आणखी एखाद्या थरारक, जीवनमरणाच्या काठावरच्या अविश्वसनीय, नाट्यमय साहसात मी लोटला जाणार होतो का? पण मी याची वाच्यता कोणापाशीही करणार नव्हतो. अगदी गायत्रीपाशीही नाही.

***

मधल्या तीन-चार महिन्यात बऱ्याच घडामोडी घडल्या आहेत.

एक. पाटणकर माझा पत्ता शोधत घरी आले होते. त्यांना एक बऱ्यापैकी नोकरी लागली होती. त्याहीपेक्षा महत्त्वाचं, त्यांच्या मुलीचं लग्न ठरलं होतं.

दोन. नानांकडे आम्हा सर्वांना जेवणाचं आमंत्रण होतं. अरविंदाला सुरेशचा स्वभाव आणि वागणं फार आवडलं आहे. सुरेशला डिग्री मिळाली की, अरविंदा चांगला जॉब देणार आहे.

तीन. सरदार फार्महाऊसवरच्या अपघाताची अगदी पुसटशीसुद्धा बातमी कोणत्याही पेपरमध्ये आली नाही.

***

भाद्रपद महिना संपत आला आहे. पुढच्या महिन्यात मी माझ्या नाशिकच्या मुक्कामासाठी जाणार आहे.

धानापूरच्या गढीत दामोदरपंतांची गाठ पडली होती.

आता यावेळी कोणाशी गाठ पडणार होती?

कोणत्या तरी एका कुलवृत्तांतात आम्हा वज्रे मंडळीसंदर्भात उल्लेख होता...

'ही वज्रे मंडळी म्हणजे जरा आगळीवेगळीच आहेत.'

आणि मीही या वज्रे मंडळींपैकीच नव्हतो का?

+++

नारायण धारप यांचे साहित्य

ग्रहण	नारायण धारप	२५०.००
महंतांचे प्रस्थान	नारायण धारप	१७५.००
पळती झाडे	नारायण धारप	१७५.००
लुचाई	नारायण धारप	३००.००
संक्रमण	नारायण धारप	३००.००
वेडा विश्वनाथ	नारायण धारप	१७५.००
चक्रावळ	नारायण धारप	२२५.००
नेनचिम	नारायण धारप	२२५.००
बहुरूपी	नारायण धारप	३००.००
वासांसी नूतनानि	नारायण धारप	२००.००
कृलवृत्तांत	नारायण धारप	२२५.००
देवाज्ञा	नारायण धारप	आगामी
केशवगढी	नारायण धारप	आगामी
पाठमोरा	नारायण धारप	आगामी
चंद्रविलास	नारायण धारप	आगामी
दिवा मालवू नका	नारायण धारप	आगामी
काळोखी पौर्णिमा	नारायण धारप	आगामी
ऐसी रत्ने मिळवीन	नारायण धारप	आगामी
परीस स्पर्श	नारायण धारप	आगामी
न्यायमंदीर	नारायण धारप	आगामी
शोध	नारायण धारप	आगामी
शिवराम	नारायण धारप	आगामी
चंद्रहास आणि इतर विलक्षण माणसं	नारायण धारप	आगामी
अंधारातील उर्वशी	नारायण धारप	आगामी
संसर्ग	नारायण धारप	आगामी
रत्नपंचक	नारायण धारप	आगामी
पडछाया	नारायण धारप	आगामी
कात	नारायण धारप	आगामी
सैतान	नारायण धारप	आगामी
रावतेंचा पछाडलेला वाडा	नारायण धारप	आगामी